ஈரம் கசிந்த நிலம்

ஈரம் கசிந்த நிலம்

சி.ஆர். ரவீந்திரன் (பி. 1945)

கோவை மாவட்டத்துக்காரர். சி.ஆர். ரவீந்திரன் ‘ஈரம் கசிந்த நிலம்’ என்ற இந்த நாவலின் வாயிலாக இந்திய இலக்கிய அளவில் அங்கீகாரம் பெற்றார். ‘வானம்பாடி’ கவிதா மண்டலத்துடன் இயங்கியவர். கவிதைக் கலையிலிருந்து விலகித் தொடர்ந்து சிற்றிதழ்களில் நூற்றுக்கும் மேற்பட்ட சிறுகதைகளை எழுதியுள்ளார்; எட்டுச் சிறுகதைத் தொகுப்புகளும் பன்னிரண்டு நாவல்களும் வெளிவந்துள்ளன. கவிஞர் சிற்பி, கவிஞர் கண்ணதாசன் ஆகியோர்களின் இலக்கியங்களைப் பற்றி இரண்டு விமர்சன நூல்களை எழுதியுள்ளார். நவீன நாடகங்கள் இரண்டு எழுதி வெளியிட்டு அரங்கேற்றியிருக்கிறார். ஓஷோ, கலீல் ஜிப்ரான், ஜேம்ஸ் ஆலன், வால்டர் டோயல் ஸ்டேபிள் போன்றவர்களின் நூல்களைத் தமிழில் மொழிபெயர்த்திருக்கிறார். மலையாள மொழியிலிருந்து கதை, கட்டுரை, கவிதைகளைத் தமிழில் மொழிபெயர்த்து சிறுபத்திரிகைகளில் வெளியிட்டிருக்கிறார்.

வானம்பாடி, விழிப்பு, காற்று போன்ற சிற்றிதழ்களில் இவருக்கும் சிறப்பான பங்கு உண்டு.

ஆல் என்ற கலை இலக்கிய இதழைத் தனிப்பட்ட முறையில் வெளிக்கொண்டு வந்திருக்கிறார். ‘ஈரம் கசிந்த நிலம்’ நாவல் வானொலி நாடக வடிவிலும், தூர்தர்சன் தொலைக்காட்சியிலும் வெளிவந்துள்ளது. கொல்கத்தா ‘பாரதிய பாஷா பரிஷத்’ கோவை ‘கஸ்தூரி சீனிவாசன் அறக்கட்டளை’ விருதுகளையும் பெற்றுள்ளார்.

சாகித்ய அகாதமியின் தமிழ்ப்பிரிவு ஆலோசனைக்குழுவில் உறுப்பினராகவும் இருந்துள்ளார்.

சி.ஆர். ரவீந்திரன்

ஈரம் கசிந்த நிலம்

காலச்சுவடு பதிப்பகம்

ஈரம் கசிந்த நிலம் ❖ நாவல் ❖ ஆசிரியர்: சி.ஆர். ரவீந்திரன் ❖ © சி.ஆர். ரவீந்திரன் ❖ முதல் பதிப்பு: செப்டம்பர் 1992 ❖காலச்சுவடு முதல் பதிப்பு: டிசம்பர் 2018, மாணவர் பதிப்பு: மார்ச் 2022 ❖வெளியீடு: காலச்சுவடு பப்ளிகேஷன்ஸ் (பி) லிட்., 669, கே.பி. சாலை, நாகர்கோவில் 629001

iiram kacinta nilam ❖ Novel ❖ Author: C.R. Ravindran ❖ ©C.R. Ravindran ❖ Language: Tamil ❖ September 1992 ❖Kalachuvadu First Edition: December 2018, Students Edition: March 2022 ❖Size: Demy 1 x 8 ❖ Paper: 18.6 kg maplitho ❖ Pages:184

Published by Kalachuvadu Publications Pvt. Ltd., 669 K.P. Road, Nagercoil 629001, India ❖ Phone: 91-4652-278525 ❖ e-mail: publications @kalachuvadu.com ❖ Printed at Adyar Students xerox Pvt. Ltd., No. 9, Sunkuraman street, Parrys, Chennai 600001

ISBN: 978-93-86820-77-8

03/2022/S.No. 847, kcp 3548, 18.6 (2) ass

முன்னுரை

கொங்கு மண்ணின் பண்பாட்டு ஆவணம்

*'பிரதாப முதலியார் சரித்திர'*த்தில் தொடங்கிய தமிழ் நாவல் இலக்கியம், *1900* ஆண்டு வரையிலும் நம்பிக்கை தரும் விதத்தில் முன்னகர்ந்தது. ஆனால் *1900* முதல் *1940* வரையிலான காலகட்டத்தில் தேக்கமடைந்தது. தொடர்கதைகளும் துப்பறியும் கதைகளுமே பெருமளவு எழுதப்பட்டன. இக்கால கட்டத்தில் ஆரணி குப்புசாமி முதலியார், ஜே.ஆர். ரங்கராஜு உள்ளிட்டோர் பெரும் செல்வாக்குப் பெற்றிருந்தனர். இவ்வகையான போக்கை உடைக்கும் விதமாக உழைக்கும் மக்களின் வாழ்வை அடிப்படையாகக் கொண்டு நாவல்கள் எழுதப்பட்டன. சங்கர்ராமின் *'மண்ணாசை'*யும் ஆர். சண்முகசுந்தரத்தின் *'நாகம்மாள்'* நாவலும் இவ்வகையில் முதன்மையானவை.

கொங்குப் பிரதேசத்தின் வாழ்வையும் மொழியையும் மையமாகக்கொண்ட இந்த நாவல்கள் பெரும் கவனம் பெற்றன. தொடர்ந்து க. ரத்னம் எழுதிய *'கல்லும் மண்ணும்'* நாவலும் இரா. வடிவேலன் எழுதிய *'தொட்டிக் கட்டு வீடு'*ம் கிராமிய வாழ்வையும் மனிதர்களையும் முன்னிறுத்துவதாய் அமைந்தன.

கொங்குப் பிரதேச வாழ்வை முன்வைக்கும் அடுத்த நாவலாக *1992*ஆம் ஆண்டு சி.ஆர். ரவீந்திர னின் *'ஈரம் கசிந்த நிலம்'* வெளியானது.

கோயம்புத்தூருக்குத் தெற்கிலுள்ள ஒரு கிராமத்தைக் களமாகக்கொண்டது 'ஈரம் கசிந்த நிலம்' நாவல். அந்த கிராமம் உழுதுண்டு வாழும் விவசாய பூமி. அனுபவ ஞானத்தையும் வாக்குச் சுத்தத்தையும் நியாயத்தையும் நம்பி நின்ற எளிய மனிதர்கள். கல்வியும் பிற அடிப்படை வசதிகளும்கூட எட்டிப் பார்த்திராத அந்த ஊர் கட்டுப்பாடுமிக்க சமூக அமைப்பு. சகமனிதர்களுடனான உறவை மதித்துப் பேணும் பண்பைக் கொண்டது. குத்தகைதாரர்களுக்கு உரிமையளிக்கும் சட்டம் அமலுக்கு வந்தபோது ஏற்படும் மோதல் ஒன்றின் காரணமாகக் கிராமம் மொத்தமுமே நிலைகுலைகிறது. மனிதஉறவுகள் விரிசலடைகின்றன.

இந்த நாவல் வெளிவந்த சமயத்திலேயே கொங்குப் பகுதியின் பல விவசாயக் கிராமங்கள் கடுமையான மாற்றங் களுக்கு உள்ளாகியிருந்தன. வசதியான வாழ்வின் பொருட்டு நகரங்களைத் தேடி நகரும் போக்குகளும் மாற்றுத் தொழில்களைத் தேடிச்செல்லும் முனைப்பும் பெருகியிருந்தன.

மறைந்து போயிருந்த விவசாயக் கிராமங்களில் ஒன்றை இந்த நாவல் நினைவூட்டியது. அதுவே நாவலுக்குக் கவனிப்பைத் தந்தது.

நிலத்தில் பாடுபட்டு உழைக்கும் மக்களின் எளிமையான வாழ்வையும் கிராம சமூகத்தின் ஆதாரமாய் அமைந்திருந்த மனித உறவுகளையும் அசலாகச் சித்திரித்திருக்கும் இந்நாவல் கொங்குப் பிரதேசங்களில் புழங்கியிருந்த மண்ணின் மொழியைத் துல்லியமாக ஒலித்திருந்தது. தங்கப்ப கவுண்டர், தாமோதரன் போன்ற பெயர்கள் புழங்கப்படாமல் தலைகுனிஞ்சா கவுண்டர், சாக்குப்பை நாயக்கர் என காரணப்பெயர்களே அடையாளமாகிவிட்ட யதார்த்தமான கிராமியச் சூழலில் சாதி அடிப்படையிலான தீண்டாமையும் கறாராகப் பேணப்படுவதை நுட்பமாகச் சுட்டி நின்றது. நிலவுடைமையின் மீதான சட்டப்பூர்வ மான உடைப்பு, கட்டுப்பெட்டித்தனமான கிராமிய அமைப்பையும் அதன் மனிதர்களையும் சிதைவுக்கு உள்ளாக்குவதைச் சொல்லி நின்றது.

1980களில் எழுத வந்தவர் சி.ஆர். ரவீந்திரன். விவசாயக் குடும்பத்தில் பிறந்தவர்; ஆங்கில இலக்கியத்தில் பட்டம் பெற்றவர். சிறுபத்திரிக்கைகள், நாடகங்கள், அச்சகம் என வாழ்நாள் முழுவதையும் இலக்கியம் சார்ந்த செயல்பாடுகளுக்கு ஒப்புக்கொடுத்தவர். கிராமிய வாழ்வை அடிப்படையாகக் கொண்ட நாவல்களையும் சிறுகதைகளையும் எழுதியுள்ள இவரது குறிப்பிடத்தக்க படைப்பு 'ஈரம் கசிந்த நிலம்.'

தமிழகத்தின் கொங்குப் பிரதேசம் மண் வளத்தையும் நீர் ஆதாரங்களையும் வியர்வை சிந்தி உழைக்கும் மக்களையும் கொண்டது. இதன் பலனாக விவசாயப் பூமியாக இருந்த பகுதிகள் பலவும் தொழில் நகரங்களாக வளர்ந்து நிற்கின்றன. தேசத்தின் அந்நியச் செலாவணியின் கணிசமான பங்கை ஈட்டித் தரும் நகரங்கள் வேலைவாய்ப்புகளைத் தொடர்ந்து தந்த வண்ணமே உள்ளன. மாநிலத்தின் பிற பகுதிகளிலிருந்து குடும்பங்கள் பலவும் குடிபெயர்ந்து இந்த மண்ணில் காலூன்றிச் செழித்திருக்கின்றன. தொழில் முனைவோர்களாகவும் பெருமுதலாளிகளாகவும் வளர்ந்திருக்கிறார்கள். இன்று வடக்கத்திய மாநிலங்களிலிருந்து பெருமளவில் தொழிலாளிகள் வந்திறங்குவது இந்த நகரங்களை நம்பியே.

ஆனால் இத்தகைய அபாரமான தொழில் வளர்ச்சிக்கு இப்பகுதி தன் நிலத்தையும் நீர் ஆதாரங்களையும் இயற்கை வளங்களையும் பலிகொடுத்து நிற்கிறது. நொய்யலும் அமராவதியும் பவானியும் மாசுபட்டுக் கிடக்கின்றன. நிலத்தடி நீரும் விதிவிலக்கல்ல. இத்துடன் கொங்குப் பிரதேசம் தன் பண்பாட்டு அம்சங்களையும் மொழியையும் கணிசமாக இழந்துவிட்டது. இன்றைய தலைமுறையினரிடையே கொங்கு மொழி புழக்கத்தில் இல்லை. பொள்ளாச்சி, கோபி போன்ற பகுதிகளிலுள்ள கிராமங்களில் மூத்த தலைமுறையினரிடையே கேட்க முடிகிற அசலான கொங்குத் தமிழை நகரங்களில் கேட்க வாய்ப்பதில்லை.

நிலத்தையும் உழைப்பையும் தவிர பிறவற்றுக்கு நேரமில்லாத மக்களின் வாழ்வில் கலை இலக்கியத்துக்கு அவ்வளவு முக்கியத்துவம் இருக்காது. இப்பகுதியிலிருந்து பிரபல இசைக் கலைஞர்களோ நடனக் கலைஞர்களோ உருவாகாமல் போயிருப்பதிலிருந்து இதைப் புரிந்துகொள்ள முடியும். பொழுதுபோக்காக அமைந்த கலை இலக்கிய வடிவங்களும் அவர்கள் வாழ்விலிருந்து உருப்பெற்றவையே. கொங்குநாட்டின் பிரபலமான 'அண்ணன்மார் கதை' இந்த மண்ணில் வாழ்ந்து மறைந்தவர்களின் கதையே. அன்றைய ராசகேசரி பெருவழியில் அமைந்திருந்த பேரூர், வெள்ளலூர் போன்ற இடங்களில் அமைந்த சில கோயில்களைத் தவிர மற்ற கோயில்கள் யாவுமே அளவிலும் நுட்பத்திலும் எளிமையானவை.

இதற்கு மாறாகத் தமிழில் நாவல் இலக்கியத்துக்குத் தடம் அமைத்த முக்கியப் படைப்புகளான 'மண்ணாசை'யையும் 'நாகம்மா'ளையும் இந்த மண் தந்திருக்கிறது. சி.ஆர். ரவீந்திரனின் 'ஈரம் கசிந்த நில'த்தையும் அதன் தொடர்ச்சியாகவே பார்க்க முடியும். இன்று தமிழ் இலக்கியத்துக்கு இம்மண்ணின்

பங்களிப்பு காத்திரமானது. மறைந்துபோன பண்பாட்டுத் தடங்களையும் மண்ணின் மொழியையும் இலக்கியங்களே நினைவுபடுத்துகின்றன; மீட்டுத் தருகின்றன.

'ஈரம் கசிந்த நிலம்' நாவலிலுள்ள கிராமமும் அதன் வாழ்வும் மனிதர்களும் இன்றைய நவீன வாழ்வுக்கும் பண்பாட்டுச் சூழலுக்கும் முற்றிலும் வேறானவை. இன்றைய காலகட்டத்தில் சாத்தியமில்லாதவை. இந்த நாவலில் உள்ளதுபோன்று சாதிப்பெயர்களை வெளிப்படையாக எழுதமுடியாத நிலை இன்றுள்ளது. தமிழ் நவீன நாவல்களுக்கு முக்கியப் பங்களிப்பைத் தந்த ஒரு நிலப்பகுதியே சாதியின் பெயரால் இலக்கியத்தையும் எழுத்தாளனையும் ஒடுக்க முனைந்தது வரலாற்று முரணே.

இன்றைய மனிதவாழ்வில் எச்சங்களாகி நிற்கும் அடிப்படை யான சில குணாம்சங்களுக்கு ஆதாரமான மண் சார்ந்த கிராமிய வாழ்வின் பண்பாட்டுக் கூறுகளை உள்ளடக்கியுள்ளது சி.ஆர். ரவீந்திரனின் 'ஈரம் கசிந்த நிலம்.' அந்த வகையில் அதுவொரு நாவல் மட்டுமல்ல; பண்பாட்டு ஆவணம்.

கோவை **எம். கோபாலகிருஷ்ணன்**

22-11-2018

“சர்ரக் . . . சர்ரக் . . . சர்ரக் . . . சர்ரக் . . .”

அம்மணி சாலடித்துக் கொண்டே கால்களை எட்டிப் போட்டு நடந்தாள். நெகமம் சேலை மெள்ள சரசரத்தது. ஈரமண் பாதங்களில் இலேசாக அப்பி விரலிடுக்குகளில் பிசுபிசுத்தது. சாமை மணிகள் மூங்கில் கூடையில் வேகமாகப் பட்டுப் பரவலாகச் சிதறின. இடது பக்க இடுப்பில் தாங்கியிருந்த கூடை நழுவிவிடாமல் தாவிப் பிடித்திருந்தாள். அம்மணியின் வலது கை முன்னும்பின்னும் ஒய்யாரமாகப் போய்வந்துகொண்டிருந்தது. சாமையை அள்ளிக் கொஞ்சமாகக் கூடையில் பட்டுத் தெறிக்கும்படி வீசிக்கொண்டிருந்தாள். கண்ணாடி வளையல் மெல்லச் சலசலத்தன. கிழக்குப் பார்த்து அம்மணி போய்க்கொண்டிருந்தாள்.

கிழக்கில் கருக்கல் கலைந்துகொண்டிருந்தது. மழைக்காற்றின் ஈரம் உடம்பைச் சிலிர்க்கவைத்தது. காத்தான் கரடுக்குப் பின்னாலிருந்த மலை முகடுகளிலிருந்து மேகம் இறங்குவது வெண்ணெய் உருகுவது மாதிரி தெரிந்தது அம்மணிக்கு.

நான்குநாட்களுக்கு முன்னால்வரை, மழை சலிக்கப் பெய்திருந்தது. கிணறு, குட்டையெல்லாம் தண்ணீர் நிரம்பித் தளும்பியது. இந்த வருசத்தில் வெள்ளாமைக்குக் குறைச்சலில்லையென்று ஊரெல்லாம் பேசிக்கொண்டார்கள். முன் உழவு போட்டு வைத்திருந்தவர்களெல்லாம் சாமை, சோளமென்று விதைக்க மறு உழவுக்குத் தீவிரமாகி விட்டார்கள். வாடகை ஏர் கிடைப்பது அவ்வளவாய்

இலேசுப்படவில்லை. மாடு கன்று வைத்திருப்பவர்கள் ஏர் பூட்டி விட்டார்கள். விதைப்புக்குக் கொத்துக்காரிகள் ஆள் பிடித்துக் கொண்டிருந்தார்கள். விநாயகர் கோவில் பக்கம் சிரிப்பும், கலகலப்பும், கூச்சலும் அதிகமாயிருந்தன. சில்லறைக் கடைகளைக் கூடக் கூலிக்காரர்கள் மொய்த்துக்கொண்டிருந்தார்கள். ஏர்க்காரர்கள் எருமையைக் கூடக்காளையோடு ஏரில் பூட்டி விரட்டிக்கொண்டு காடுகரைகளுக்குப் போய்க்கொண் டிருந்தார்கள். சில ஏர்களில், சினைப் பிடிக்காத மாடுகளும் சேர்த்துப் பூட்டப்பட்டிருந்தன.

பொழுது கிளம்பியதும் கடைக்குப் போயிருந்த அம்மணி, வேகமாய் சாலைக்குத் திரும்பி, செங்கண்ணனை ஏர்பூட்டச் சொல்லிவிட்டு, சாக்கிலிருந்த விதைச் சாமையைத் தலையில் வைத்துக்கொண்டு சாலடிக்க வந்துவிட்டாள். ஏழு ஏக்கர் பூமியில் கிழக்குப் பகுதித் துண்டு முக்கால் ஏக்கருக்குத் தண்ணீர் பாய்ச்சுவது சிரமம். பம்புசெட்டுத் தண்ணீர் அங்கு பாய வேண்டுமானால் பாதித் தண்ணீரை வாய்க்காலே குடித்துவிடும். இதனால், அந்தப் பகுதியில் காட்டு வெள்ளாமையே சரிப்படுமென செங்கண்ணன் நினைத்தான். அம்மணியின் நச்சலில் அடுத்த வருசம் சிமெண்டுக் குழாய் போட்டுவிடுவதாகச் சொல்லியிருந்தான்.

அன்றைய உழவின் போது, மருமகன் மயிலானுக்கு ஏர் ஓட்டிப் பழக்குவதாக முடிவாகியிருந்தது. அதையும் செங்கண்ணனுக்கு ஞாபகப்படுத்தியிருந்தாள் அம்மணி. அம்மணிக்கு இன்னும் கல்யாணமாகவில்லை. வந்த மாப்பிள்ளைகளையெல்லாம் பிடிக்கவில்லையென்று சொல்லிக்கொண்டிருந்தாள். அவனுடைய மனைவி செல்லம்மாள் அக்கம் பக்கத்துக் கோவில்களுக் கெல்லாம் தவறாமல் போய்வந்துகொண்டிருந்தாள். அம்மணிக்குக் கல்யாணமாகிவிட்டால், கள்ளிப்பாளையம் காளியாத்தாளுக்கு எசகடம் செய்துவைப்பதாக வேண்டியிருந்தாள். முனியாண்டி கோவிலுக்குப் பெரிய மணி வாங்கிக் கட்டுவதாய்க் கும்பிட்டிருந் தாள். அம்மணிக்கு எல்லாமே செங்கண்ணனும் செல்லம்மாவும் தான். ஏழு வருசத்துக்கு முன்னால் அப்பாவும் அம்மாவும்நாலு வருச வித்தியாசத்தில் கண்ணை மூடிவிட்டார்கள். அம்மணி அவ்வப்போது நினைத்துக்கொண்டு தனக்குள் அழுவாள். வாய்விட்டு அழுது தனியே பாட்டுச் சொல்லிப் புலம்புவதுமுண்டு.

கட்டுக் குலையாத உடம்பு அம்மணிக்கு. எந்த வேலையையும் சளைக்காமல் துருதுருவென்று செய்வாள். ஒவ்வொரு வேலையிலும் சுத்தமிருக்கும். செல்லம்மாளுக்கு அவளோடு ஈடுகொடுக்க முடிவதில்லை. அம்மணி, செங்கண்ணனையே கூடக் கடிந்துகொள்வாள். அவன் மறு பேச்சுப் பேசாமல் முகம் சுருங்கத்

தலையைத் தொங்கப் போட்டுக்கொண்டு வேலை பார்ப்பான். மனம் தாளாமல் அம்மணி அவனிடம் எதைப் பற்றியாவது குழையப் பேசிச் சமாதானப் படுத்துவாள். செல்லம்மாளுக்குச் சில சமயங்களில் அம்மணியைச் சுத்தமாகப் பிடிக்காது. அவள் தாய் வீட்டில் கொஞ்சம் சொகுசாகவே இருந்துவிட்டு வந்தவள். மயிலானைப் பெற்றெடுத்த பெருமையோடு அவள் பாட்டுக்குப் பிடித்தபடி எதையாவது செய்துகொண்டிருப்பாள். அம்மணிக்கு எப்பவும் நங்கையாக்காரியிடம் தனிப்பிரியமிருக்கும். 'நங்கே! நங்கே!' என்று பிரியமாகக் கூப்பிட்டு எதையாவது சொல்லிக் கொண்டிருப்பாள் அம்மணி.

மயிலானுக்குப் போன ஆவணியோடு பத்து முடிந்து விட்டது. பள்ளிக் கூடத்துக்குப் போய்க்கொண்டிருக்கிறான். ஏழாம் வகுப்புப் படிக்கிறவனுக்கு ஏர் ஓட்டிப் பழக்கிவிட வேண்டுமென்று அம்மணிக்கு வெகுநாளாய் ஆசை. செங்கண்ணனும் சரியென்று சொல்லிவிட்டான். செல்லம்மாளுக்கு இந்த விசயத்தில் அவ்வளவு அக்கறை இல்லை. இன்னும் நாலு வருடம் போகட்டுமென்று சொல்லிக்கொண்டிருந்தாள். இந்த மழைக்கு, மயிலானுக்கும் ஏர்விடப் பழக்கிவிட்டுவிட வேண்டுமென்று அம்மணி கண்டிப்பாய்ச் சொல்லி வைத்திருந்தாள்.

மேற்குப் பக்கமிருந்து ஓட்டுச்சாளையை நின்றபடி வெறித்தாள் அம்மணி. செங்கண்ணன் பூட்டியிருந்த ஏர் மட்டும் வாசலிலிருந்தது. மயிலைக் காளைகள் தலையை ஆட்டிக் கொண்டிருந்தன. போன வருசம் தான் பெருமாநல்லூர் சந்தை யிலிருந்து வாங்கி வந்திருந்தான் செங்கண்ணன். காங்கயம் காளைகள், ஒரு பல்தான் போட்டிருந்தது. பாட்டுக்குக் கொஞ்சமும் சளைக்காதவை. விலை ரண்டாயிரத்து ஐநூறு என்று சொன்னான் செங்கண்ணன். அக்கம் பக்கத்துக் குடியானவர்களெல்லாம் வந்து பார்த்து மெச்சிவிட்டுப் போனார்கள். கொம்புகள் வளைவு நெளிவில்லாமல் சீராக இருந்தன. ஒரு பொட்டுக் கறுப்போ, செவலையோ கூட இல்லை. குடி கிணற்றுத் தோட்டத்திலிருந்து வந்திருந்த சிவராம கவுண்டர் ஐநூறு லாபம் தருவதாகச் சொல்லிப் பார்த்தார். செங்கண்ணன் மசியவில்லை. முனியான்டி கோவிலுக்குப் போகும்போது வில்வண்டியில் மட்டுமே பூட்டுவான். எருவெடுக்கவும், பாரம் ஏற்றவும், சோழந்துறைக்குத் தட்டுமுட்டுச் சாமானங்கள் ஏற்றிப் போகவும் மட்டுமே கட்டை வண்டியில் பூட்டுவான். உழவுக்குப் பழைய சோடியே போதும். இளங்காளைகளைப் பாரம் இழுக்க வைத்தால் சொங்கிப் போகுமென்று செங்கண்ணனின் கணக்கு. மயிலைகள் கால்களை விரைசலாக எட்டி வைத்தே நடக்கும். சாட்டை மேலே பட்டாலே வேகம் காட்டும். செங்கண்ணனுக்கு அவைகளைப் பார்த்துக்

கொள்வதிலேயே காலையிலும் மாலையிலும் நேரம் கழியும். மேவு, தண்ணியெல்லாம் தவறாமல் வைக்கவேண்டும். கட்டுத்தறி எப்பவும் சுத்தமாக இருக்கிறதாவெனக் கவனிப்பான். தவறினால், மாதாரி மசையனுக்குச் சாட்டை வார்க் காயங்கள் தவறாது. செங்கண்ணன் இந்த விஷயத்தில் அதிகமாகவே கோபக்காரன். அம்மணியையும் செல்லம்மாவையும் கூட சிடுசிடுவென்று பேசி விடுவான். ஈயோ, தெனாசோ கூட, காளைகள் மேல் இருக்கக் கூடாது. முணுமுணுத்துத் தீர்ப்பான். மாதாரி மசையனும் இதற்குள் பலதரம் அடி வாங்கிவிட்டான். மாதாரி மசையன் சாணிக்கூடையைத் தலையில் வைத்துக்கொண்டு குப்பை கொட்டப் போய்க்கொண்டிருப்பதைப் பார்த்தாள் அம்மணி.

அம்மணிக்கு இன்னமும் இரண்டு விலாக்கள் சாலடிக்க வேண்டியிருந்தது. கொஞ்சம் வேகமாக மூச்சு வாங்கியது. அப்படியே பொழியில் உட்கார்ந்துவிட்டாள். ஏர் இறங்கிய பின்னால் கூடச் சாலடிக்கலாம். அவசரமில்லையென்று நினைத்தாள் அம்மணி. கூதல் கூடியதில் முந்தானையை உருவித் தோளோடு போர்த்துக் கொண்டாள். அம்மணிக்குத் தனியாக இருக்கிறபோதெல்லாம் அரை வளையமாய்த் தெரிகிற மலைகளோடு தான் உறவு. மேகங்கள் அலைவதைப் பார்த்துக் கொண்டிருப்பாள். அந்த மலைகள் எங்கே தொடங்கி முடிகின்றன என்றெல்லாம் தெரியாது. அம்மணி போகிற இடங்களிலெல்லாம் மலைகள் இருப்பதைப் பார்க்கிறாள். ஒரு தரம், பழனி மலைக்குப் போய் வந்திருக்கிறாள். அங்கேயும் மலைகள் தொடர்வதைக் கவனித்தாள். உலகமே மலைகளுக்குள் அடங்கியிருப்பதாக நினைத்திருந்தாள் அம்மணி. சோழந்துறைக்குச் சினிமாக் கொட்டகை வந்த பின்னால்தான் அம்மணியின் அபிப்ராயங்கள் குழப்பமடைந்தன. அவ்வப்போது செங்கண்ணன் இரண்டாவது ஆட்டம் சினிமாவுக்குக் கூட்டிப் போவான். சோழந்துறைக்குப் பள்ளிக்கூடம் போய் வந்த நினைப்பும் எப்போதாவது வரும். நாலாவது தாண்ட முடியாமல் தவித்தபோது, அப்பாவே பள்ளிக்கூடம் ஒத்துவராதென வீட்டில் இருக்கச் சொல்லிவிட்டார். மாடு பண்டங்களைக் கவனிக்கவும், தோட்டத்து வேலைக்கும் மெல்லப் பழக்கி விட்டு விட்டார் அப்பா.

அப்பா போய்ச் சேர்ந்தபிறகு, அம்மணிக்கு வேலையும் கூடியது. மாடு மேய்ப்பாள், ஆடு வளர்ப்பாள். அப்போதெல்லாம் அவளுக்குத் துணையாக மலைகள் இருக்கும். மேகங்கள் அலைந்துகொண்டிருக்கும். காக்கைகள், குருவிகள் போய்வரும். மலைகள் அம்மணிக்கு விதவிதமாய்த் தோற்றம் கொடுக்கும். மொட்டை மலைகள் இருக்கும். செம்மறியாட்டு மயிர் போல மலைகளில் மரங்கள் தெரியும். மழைக் காலத்தில்

அருவிகள் வெள்ளித்தகடுகளாய்த் தெரியும். அங்கெல்லாம் போய்வரவேண்டுமென்ற ஆசை அம்மணிக்கு. செங்கண்ணன் அவைகளைப் பற்றியெல்லாம் சொல்லக் கேட்டுக் கொஞ்சம் தெரிந்துகொள்வாள். வெடிக்கார வேலாக் கவுண்டருடன் எப்போதாவது வேட்டைக்குப் போய் வருவான் செங்கண்ணன். வேட்டை பலமாகவே இருக்கும். மான், காட்டுப்பன்றி, முயல், உடும்பு என்று தவறாமல் ஏதாவது இருக்கும்.

வெடிக்கார வேலாக் கவுண்டரென்றால் ஊருக்குள் ஒரு கலக்கம். அவரை மீறி ஒருத்தன் வாய் பேச முடியாது. அடிதடிக்கெல்லாம் எப்போதுமே சளைக்காதவர். ஆள் அம்பு எல்லாம் அவருக்குக் கெட்டி. அவருடைய தோட்டந்துரவு களுக்குள் நாய் நுழையக் கூடத் தயங்கும். சேவல் திருடிக் கொண்டுபோன வலையன் மாகாளியை விடிவதற்குள் சுட்டு எரித்துச் சாம்பலாக்கியவர். இது மாதிரியெல்லாம் அவரிடம் நிறையவே இருக்கும். சாராயம் குடித்தால் அவருடைய கண்கள் கோவைப் பழமாகச் சிவந்துவிடும். வெடிக்கார வேலாக் கவுண்டருக்கு, கிட்டதட்ட நாலு வள்ள பூமியிருக்கும். ஒன்றரை வள்ள பூமியை மட்டும் நேரடியாகப் பார்த்துக்கொள்கிறார். மற்றதைக் குத்தகைக்கு விட்டுவிட்டார். வெடிக்கார வேலாக் கவுண்டர் பூமி முழுவதும் தண்ணீர் பாயும். பம்பு செட்டு மோட்டார் சதா ஓடிக்கொண்டிருக்கும், தோட்டத்தைச் சுற்றிலுமாய்த் தென்னை மரங்கள் வைத்திருந்தார். கள் இறக்கிக் கொள்ளவும் விடுவார். தேங்காய் போட்டுக்கொள்ளவும் செய்வார். வெடிக்கார வேலாக் கவுண்டருக்குக் கள்ளின் மீது தீராத மோகம். தனிமரத்துக் கள்தான் குடிப்பார். மரமேறி மருதன்கூட அவர் விசயத்தில் கவனமாய் இருப்பான். அவருக்குக் கறி சாப்பிடுவதில் ஒருவிதக் குறி. வேட்டையில் கிடைத்த கறி அவருக்கு ரொம்பவும் பிடிக்கும். யார் வேட்டைக்குப் போய் வந்தாலும் கறிகொண்டுவந்து கொடுத்துவிடவேண்டும். அவருடைய கோபத்துக்கு ஆளானால் ஏதாவது ஒருவகையில் வம்பு வந்துசேரும்.

புறாக் கறியை அடிக்கடி விரும்பிச் சாப்பிடுவார் அவர். அதற்காகவே நூறு புறாக்களுக்கு மேல் எப்பவும் வளர்த்து வருவார். கூண்டிலிருந்து வெளியேறிய புறாக்கள் பறக்கும் பொழுது குறிவைத்துச் சுடுவார். அடிபட்டு விழுந்த புறாக்களை மாணிக்கமும் துரையும்தான் தேடிப் பிடித்துக்கொண்டு வர வேண்டும்.

மாணிக்கம், வெடிக்கார வேலாக் கவுண்டருக்கு மூத்த மகன். அப்பனுக்குத் தப்பிப் பிறந்த பிள்ளையெனச் சொல்லும்படியாய்ச்

சாதுவாக இருப்பான். அவனுக்குத்தான், அம்மணியை முதலில் பெண் கேட்டார் வெடிக்கார வேலாக் கவுண்டர். அம்மணியின் அப்பாவுக்கு அங்கே கொடுக்கப் பிரியமில்லை. அடுத்தவன் துரை சரியான முரடு. எதிலும் ஏட்டிக்குப் போட்டி. 'குடியானவன்னா அப்படியிருக்கணும்' என்று சொல்லுகிற மாதிரி எதிலுமே ஒருவிதத் துடிதுடிப்பு. இருவரையுமே வேட்டைக்குக் கூட்டிப் போவார் வெடிக்கார வேலாக் கவுண்டர். இருவருக்குமே படிப்பு அரைகுறைதான். கோபம் வந்தால் யார் மேலும் கைவைத்து விடுவான் துரை; வேட்டையில் குறி தவறாமல் சுடுவான். வெடிக்கார வேலாக் கவுண்டருக்கு அவனைத்தான் பிடிக்கும். அவன் சுபாவத்திற்குத் தகுந்த மாதிரிதான் அவரும் நடந்து கொள்வார்.

அம்மணி கூடையை எடுத்துக்கொண்டே மேற்கில் பார்த்தாள். நாகப்பாம்பு தலையைத் தூக்கி நிற்கிற மாதிரித் தெரிந்தது மேழி. செங்கண்ணனும் மயிலானும் களத்தை விட்டு ஏரை இறக்கிக்கொண்டிருந்தார்கள். மயிலானும் அந்த மண்ணை உழத் தொடங்கவிருப்பதில் அம்மணிக்கு அலாதியான பிரியம். அவளுடைய பாட்டனுக்குப் பாட்டான் காலத்திலிருந்து கைமாறாமல் இருந்து வருகிற மண் அது. அதை நினைக்கப் பெருமையாக இருந்தது. யாரிடமும் கூலிநாலிக்குப் போய்க் கைநீட்டி வாங்கி வயிறு வளர்க்காமல் காப்பாற்றி வருவதாய் அம்மணியின் அம்மா அடிக்கடி சொல்லுவாள். அம்மா இருந்தவரை அம்மணியைப் 'பழனீம்மா' என்றுதான் கூப்பிடுவாள். அம்மாவுக்குப் பிறகு அவளை அப்படி யாரும் கூப்பிடுவதில்லை. ஊரிலெல்லாம் அம்மணியென்றால்தான் அவளைத் தெரியும்.

கல்யாணமென்கிற ஆசையே அறுந்துபோய்விட்டது அம்மணிக்கு. பெண்பார்த்து அம்மணியை நிச்சயம் செய்ய வந்த தேவனாபுரத்துக்காரர்களைத் தந்திரமாய்ப் பேசிக் கூட்டிக் கொண்டு போன மாரப்ப கவுண்டர் தன் தங்கை மகளை நிச்சயம் செய்து கல்யாணத்தையும் முடித்துவிட்டார்.

நடக்கவிருந்த கல்யாணம் நழுவிப்போனதில் அப்பாவுக்குத் தீராத வருத்தம். கடைசிவரை நொந்துகொண்டே இருந்தார். நல்ல சம்பந்தத்தைத் தனக்குச் சாதகமாக்கிக் கொண்ட மாரப்ப கவுண்டர் முகத்தில் அப்பா முழிக்கவே இல்லை. எப்பவும் பிரியாமலிருந்த அவர்களின் உறவு சுத்தமாகவே அறுந்துபோனது. அம்மணி கூட அதில் ஆசையாயிருந்தாள்.

அதற்குப் பின் தன்னைப் பெண் பார்க்க வர யாரையும் அனுமதிக்கவில்லை அம்மணி. அதிகமாகச் சொல்லிப் பார்த்தால்

நாக்குத் தெறிக்கிற மாதிரி சுருக்கென்று எதையாவது சொல்லி விடுவாள். அதைப்பற்றி ஏன் பேசினோமென்கிற வருத்தம் கேட்டவர்களுக்கு இருக்கும். அம்மணி, தன் முறைக்காரன் எவனையும் ஏறெடுத்துப் பார்க்க மாட்டாள். சாடைமாடையாக முறை வைத்துப் பேசினால் காறி வேகமாகத் துப்பிவிட்டு விறுவிறுவென்று நடப்பாள். "இவளுக்கு சரியான திமுருடா" என்று இளவட்டங்கள் முணுமுணுப்பதை அம்மணி கேட்டு விட்டுத் திரும்பி நின்று முறைப்பதுண்டு. அப்பொழுதெல்லாம் இளவட்டங்கள் கவனிக்காத மாதிரி முகம் திருப்பிக் கொள்ளும். அம்மணி தனக்குள் சிரித்துக்கொண்டு நடையைத் தொடர்வாள்.

கூடையிலிருந்து சாமையை அள்ளிச் சாலடிக்கத் தொடங்கினாள். குவிச்சென்று சிட்டுக்குருவிக் கூட்டம் அம்மணிக்குப் பின்னால் பறந்து வந்தமர்ந்தன. ஏழெட்டு மணிப்புறாக்களும் வந்து சேர்ந்தன. சாலடித்த மண்ணில் மின்னிய சாமை மணிகளை வேகவேகமாகக் கொத்தின. அம்மணிக்குத் தாளாத கோபம். பொழியில் கிடந்த கற்களை எடுத்து வீசினாள். பறவைகள் விசுக்கென மண்ணிலிருந்து எழும்பித் தெற்குப் பக்கமாய்ப் பறந்து காளிகோவில் கிணற்றுக்குள் தாவின. அந்தக் கிணறு மழைக் காலத்தில் மட்டும் ஊறும்; வெய்யிலடித்தால் காய்ந்துவிடும். கிணற்றை வெட்ட ஊர்க்காரர்களுக்கு அவசியமிருக்கவில்லை. அது ஒருகாலத்தில் சேந்து கிணறாக இருந்தது. ஊரோரப் பஞ்சாயத்துக் கிணறு வந்ததும் காளிகோவில் கிணற்றை எல்லாருமே மறந்துபோனார்கள். மணிப்புறா, மைனா, சிட்டுக்குருவிகள் அதை இருப்பிடமாக்கிக் கொண்டன. காளி கோவிலுக்குப் பக்கத்தில் பெரிய அரசமரத்தடியில் விநாயகர் மேடையில் அமர்ந்திருந்தார். அவருக்குக் கோவிலுமில்லை. கூரையுமில்லை. காளிகோவில் சாட்டும்போது மட்டும் ஊர்க்காரர்கள் அதைக் கவனிப்பார்கள். காளி கோவில் சாட்டுக்கூட இரண்டு வருசத்திற்கு ஒருதரம்தான் நடக்கும். மாடு மேய்ப்பவர்களுக்கு, வெய்யில் நேரத்தில் இளைப்பாற கோவில் மைதானமும் அரச மரமும் வசதிப்படும். அரச மரத்துப் பறவைகளின் குழப்பமான கூச்சல்களை அம்மணி களத்திலிருந்தே, காலை நேரங்களில் கேட்பாள். பறவைகளுக்குள் அப்படியென்ன குழப்பமிருக்குமென அம்மணி யோசிப்பாள். அவளுக்கு அதுவெல்லாம் சரியாகப் பிடிபடுவதில்லை.

அம்மணி சாலடித்து முடித்துவிட்டாள். கருக்கல் கலைந்து வெளிச்சம் பரவியது. வெய்யில் சுரீரென்று பட்டது. செங்கண்ணன் ஏரை நிறுத்திவிட்டுச் சாலடித்த நிலத்தைக் குனிந்து கவனித்தான். சாமை மணிகள் மின்னின. மயிலான்

நுகத்தடியில் கட்டியிருந்த கலப்பையின் கயிற்றை அவிழ்த்துக் கொண்டிருந்தான். மேழி பக்கவாட்டில் மெல்லச் சாய்ந்தது. கொழுவு பளபளத்தது. செங்கண்ணன் கலப்பையிலிருந்த மண்ணையெல்லாம் சுத்தமாக்கியிருப்பதைப் பார்த்த அம்மணிக்குப் பெருமையாயிருந்தது. செங்கண்ணனும் வேலையில் அம்மணியைப் போலவே வெகுசுத்தம்.

“ஏண்ணா? சுடியா வாரதுக்கென்ன? வெயிலு மசமசன்னு வருது. சுரீன்னு பட்டுக் கண்ணெக் கூசுது. குளுந்த நேரத்துல ஏருஉட்டா வேலெ சுடியா முடியுமில்லா? மருமவ ஏருப் புடிக்கறான்னு பார்க்கறதுக்குத் தவமாத் தவங்கெடக்கற.”

“உன்ர நங்கையாக்காரியப் போயிக் கேளு. இத்தினி தயிரெ ஊத்திப் பழையதைக் கரைன்னா, கரைக்கறா, கரைக்கறா பொழுது மேக்கெ சாஞ்சுரும்போல இருக்குது.”

“நான் வாய் தொறந்தனா, நங்கையாக்காரிக்கு நாலு நாளைக்குச் சோறு எறங்காது. நீட்டிப் படுத்துக்குவா, எல்லாத்தீ நானே தலையில் தூக்கிப் போட்டுட்டு அலையோணும். அவ கதை கண்ட கதைதானெ. மருமவனாவுது ஆத்தாளுக்குச் சொல்லட்டு.”

“ஆரு சொன்னாலும் அவளுக்குப் புத்தி வராது.”

“ஆமாண்ணா, இப்படியொரு பொம்பளையெ எங்கிருந்துதாம் புடிச்சாந்தையோ போ!” அம்மணி சலித்தபடி பெருமூச்சுவிட்டாள்.

மயிலான் கயிற்றை அவிழ்த்ததும், செங்கண்ணன் கலப்பையை இறக்கிவைத்தான். கலப்பையைக் கருவேல நுகத்தடியில் பொருத்திச் சூடிக் கயிற்றால் வரிந்து கட்டிக் கொண்டிருந்தான். அம்மணியின் முகத்தைக் கவனித்தான் மயிலான். வியர்த்திருந்த முகத்தில் அங்கங்கே முடிகள் சரிந்திருந்தன. அம்மணிக்குத் தலைமுடி அதிகம் என்று அவ்வப் போது செல்லம்மா அங்கலாய்ப்பதைக் கேட்டிருக்கிறான் மயிலான். மயிலானுக்கு அத்தையின் மீதுதான் அலாதிப் பிரியம். செல்லம்மாள் அடிக்கடி சிடுசிடுவென்று பேசிக்கொண்டே இருப்பாள். அம்மணியும் பிரியமாய் ‘மருமவனே!’ என்றுதான் கூப்பிடுவாள். அப்படிச் சொல்லுவது கிண்டலாகவும் தோன்றும் மயிலானுக்கு.

“அத்தே, போயி சோறு குடிச்சுட்டு வா! அண்ணனும் நானும் நாலு வெலாவு ஏரோட்டிப் போடறம்.”

“அட, மருமவனே! உன்னட கூத்தப் பாக்கோணும்னு இங்கெயே கெடக்கறே. சோறு தண்ணியில்லாட்டிப் போனாலும் நீ ஏருப்புடிக்கறதெப் பார்க்காமப் போமாட்டெ.”

“எங்கம்மாளே எல்லாத்தையுங் குடிச்சுப் போடுவா! சித்தெ போயிச் சேரு.”

“மருமவனுக்கு வெக்கத்தப்பாரு, வெக்கத்தெ! நீ ஏரு அவுத்து உடற வரைக்கும் எடத்தெ உட்டு நவர மாட்டே.” அம்மணி பொழியில் முளைவிட்டிருந்த புல்லின் மேலமர்ந்து கொண்டாள்.

மயிலான் சிரித்துக்கொண்டே வானத்தைப் பார்த்தான். கண்கள் கூச அவனுக்கு இமைகள் சுருங்கின. செங்கண்ணன் மேழியைக் குலுக்கிவிட்டுக் கொழுவு ஆழமாய் இறங்கும்படி அழுத்திப் பிடித்து ‘ஹேய்!’ என்று காளைகளைப் பார்த்து இடது கையை ஓங்கினான். காளைகளின் கயிற்றை இழுத்துச் சுண்டி மேழியில் இறுக்கினான். நான்கு எட்டுக்கள் வைத்த காளைகள் பெரியதாய் மூச்சுவிட்டு நின்றன.

“மருமவனே! சூரியனக் கும்புட்டு மேழியெ சோத்தாங்கை வெச்சுப் பிடி!” அம்மணியின் குரலில் அழுத்தம் இருந்தது. மயிலான் சூரியனைப் பார்த்துக் கும்பிட்டாள்.

அம்மணி எழுந்து நின்றபடி, ‘கும்பிடு! கும்பிடு! மழைமாரி தவறாமப் பேயோணும். மாமாங்கம் பொழியோணும், மண்ணு வெளையோணும்னு கும்பிடு. தலைக் கட்டுக்குத் தலைக்கட்டு வஞ்சகமில்லாமெ தவசந்தானியம் வெளையோணும்னு கும்பிடு! அண்ணெங்காலெத் தொட்டுக் கும்பிட்டு மேழியெப் புடி” என்றாள். செங்கண்ணன் ஏர் பிடிக்கிறபோது அம்மா சொன்னதை அம்மணி இப்பவும் சொன்னாள். அம்மணியின் கண்கள் லேசாகக் கலங்கின.

மயிலான், செங்கண்ணனின் கால்களைத் தொட்டுக் கும்பிடுகையில் இருவர் கண்களுமே கலங்கின. செங்கண்ணன் மயிலானின் கூப்பிய கைகளை அப்படியே பிடித்துக்கொண்டு நிமிர்ந்தான். மயிலானின் கைகள் மெல்லியதாயிருந்தது.

“கண்ணு, மேழியிலெ இப்பிடிக் கை வை!”

செங்கண்ணன், மயிலானின் வலது கையை மேழியில் வைத்து இலேசாக அழுத்தியபடி காளைகளை ‘த்தா’ வென்றான்.

“கண்ணு, கலப்பையெச் சாச்சராதே! கொழுவு எருத்துக் குளாம்புல பட்டுறும். சாக்குருதெ!”

மயிலான் கை நடுங்க மேழியை அழுத்திப் பிடிக்க ஏர் மெல்ல நகர்ந்தது. அம்மணி கூப்பிய கைகளை மார்போடு சாய்த்தாள்.

"அண்ணோவ்! பத்தரமாப் போ! வெறட்டாதெ, மருமவனுக்கு மேழிப்பால் புடிச்சராதெ!"

"மேழிப்பால் புடிக்காமெ ஏரு பழக முடியுமா அம்மணி?" மயிலானும் சமாளித்தபடியே நடந்தான். அங்கங்கே கால்கள் இடறின. கை அழுத்தப்பட்டபோது வாய்விட்டுக் கத்த வேண்டும் போலிருந்தது மயிலானுக்கு. செங்கண்ணன் உதைத்து விடுவானென்கிற பயத்தில் சகித்துக்கொண்டான். ஆனாலும், கைகள் வலியெடுக்க, 'ஐயோ' வென ஆறேழு முறை கத்தி விட்டான்.

"அண்ணோவ்! மருமவ, சின்னப் பைய! சும்மா சும்மா மேழிப்பாலுப் புடிக்காதெ. பைய தெவண்டு போயி ஒரே நாள்லெ ஓடிப் போயரப் போறான்." மயிலான் கத்தியபோதெல்லாம் கூசினாள் அம்மணி.

"அம்மணீ, குடித்தனமுன்னா சும்மாவா. ஒவ்வொண்ணா உன்ர மருமவனுக்குச் சொல்லிக் குடு."

ஏர் நின்றது. ஒரு விளாவுக்கு ஏர் ஓட்டி முடித்திருந்தார்கள். அப்பனும் மகனும் ஒருவர் முகத்தை இன்னொருவர் பரிதாபமாகப் பார்ப்பது போலிருந்தது. அம்மணிக்குச் சிரிப்பு வந்தது.

"மருமவனே இன்னிக்கு இது போதும். இங்கெ வா!"

மயிலான் ஓடிவந்தான். கலப்பை பதிந்த மண் ஈரத்தோடு வெய்யிலில் மின்னியது. அவனுடைய கால்களில் கருஞ்சிவப்பு மண் ஒட்டிச் சிதறியது. செங்கண்ணன் மெல்ல வந்தான்.

அம்மணி வேகமாய் மயிலானின் கைகளைப் பற்றி, உள்ளங் கைகளைக் கவனித்தாள். அவளுக்கு உடம்பெல்லாம் சுரீரென்றது. மயிலானின் கைகள் சிவந்திருந்தன. அம்மணியின் கண்கள் கசிந்தன. செங்கண்ணன் சிரித்தபடியே வந்து சேர்ந்தான்.

"மருமவனே, கை வலிக்குதா?"

"இப்ப வலிக்கலே!"

"கை செவந்து போச்சு! வா, எண்ணெய் போட்டு உடறேன்."

"எம்பாடு தீந்துது! மவன் குடித்தனுத்துக்கு, வந்தாச்சு!" செங்கண்ணனின் குரலில் தெம்பு தொனித்தது.

“ஆமாமா! கண்ணாலமுங் கட்டி வெச்சுட்டு, கட்டலெப் போட்டுக் களத்துல மொடங்கிக்க. பேச்சுப் பாரு, பேச்செ?” அம்மணியின் குரலில் இலேசாகக் கடுமை தெரிந்தது.

“அத்தைக்கே கண்ணாலம் ஆவுல” மயிலான் சிரித்துக் கொண்டே சொன்னான்.

“உன்ர அத்தெதா கண்ணாலமே வேண்டாங்கறாளே!”

“அத்தே! சீக்கரமாக் கண்ணாலங் கட்டிக்க. நானுங் கண்ணாலம் மூச்சுக்கவேணும். நானே மாப்பளெ பாக்கட்டா?”

“வாய்க் கொழுப்பப் பாரு, இரு, உன்னெ என்ன பண்றம் பாரு!” அம்மணி வெட்கத்துடன் பொழியில் கிடந்த தட்டுக் குச்சியைக் கையிலெடுத்தாள்.

மயிலான் சாளையை நோக்கிப் பொழி ஓரமாய் ஓடினான். அம்மணியும் பின்னால் ஓடத் தொடங்கினாள். செங்கண்ணன் சிரித்துக்கொண்டே நின்றான்.

2

வெக்கை தணிந்து மலைக்காற்று சிலுசிலுவென்று வீசியது.

தலைகுனிஞ்சாக் கவுண்டர் இடதுபக்கக் கிச்சாம் பட்டையில் கைப்பிடியுள்ள குடையை இறுக்கமாக இடுக்கியபடி இலேசாக விந்தி விந்தி நடந்துகொண்டிருந்தார். கண்ணுச்சாமி கொஞ்சம் தாராளமாக இடைவெளி விட்டுப் பின்னால் வந்து கொண்டிருந்தான். தங்கப்ப கவுண்டர் என்றுதான் பழைய ஆட்கள் அவரைப் பற்றிச் சொல்லுவார்கள். தலைகுனிஞ்சாக் கவுண்டருக்கு இப்படியொரு பெயர் வந்து இருபத்தஞ்சு வருசத்துக்கு மேலாகிறது. அதற்குக் காரணமிருந்தது. அன்றைக்குத் தலையைத் தொங்கப் போட்டவர், இன்றைக்கு வரை தலை நிமிர முடியவில்லை. இனி அவரால் நிமிரவும் முடியாது. வயது அறுபத்தைந்தைத் தாண்டிவிட்டதாக ஊர்ப் பெரியவர்கள் அவரைப் பற்றிச் சொல்வார்கள். அவருடைய நடையில் எப்பொழுதுமே ஒரு விரசலிருக்கும். அவரைப் பற்றிப் பெருமையாகத் தான் எல்லாருமே பேசுவார்கள். வழியில் யாரிடமும் நின்று பேசமாட்டார். அவருண்டு காரியமுண்டு என்பதுதான் எல்லாருடைய அபிப்ராயம்.

கண்ணுச்சாமிக்கு அவருடைய நடையைப் பார்க்கக் கவலையாயிருந்தது. சோழந்துறையில் பஸ்ஸை விட்டு இறங்கும்போது அவருடைய கால் சரியாகத்தானிருந்தது. கேட்கலாமா வேண்டாமா என்பதில் கண்ணுச்சாமிக்குத் தயக்கம். தலை குனிஞ்சாக் கவுண்டர் இடது காலை ஒருவிதமாக

இழுத்துவைத்துத்தான் நடந்துகொண்டிருந்தார். சரளைக்கல் பாவிய வண்டித்தடம். எதிரெதிராய் வண்டிகள் வந்தால் அவ்வளவு சுலபத்தில் விலகிப்போக முடியாது. பாதையின் இரண்டு பக்கங்களிலும் பொன்னரளி மரங்களும் கொட்டை மரங்களும் சிமிர் விரித்துப் பச்சைப் பசேலென்றிருந்தன. இடையிடையே கற்றாழைகளும் திருகுகள்ளிகளும் இருந்தன. வண்டி வாகனங்களையோ, ஒண்டி சண்டி ஆட்களையோ கூடக் காணோம். தலைகுனிஞ்சாக் கவுண்டரைக் கேட்டுவிடுவதே சரியெனக் கண்ணுச்சாமிக்குத் தோன்றியது.

"அப்பச்சியோவ், கொஞ்ச நில்லுங்க. காலுல என்ன செருப்புக் கடிச்சுப் போட்டுதா?"

"இல்ல சாமி! செருப்பிலிருந்த கட்ட வெரலு கூட்டுவாரு அறுந்துபோச்சு! ஊரு பக்கந்தா! வேப்ப மரத்தடீல பழனி மாதாரி செருப்புத் தெச்சிட்டு இருப்பான்! சொன்னா வேற வாரு போட்டுத் தந்துருவான்."

"நானென்னமோ ஏதோன்னு நெனைச்சுட்டுக் கேட்டன் அப்பச்சி!"

"பேரப்புள்ள, நான் சொன்னதெக் காதுல வாங்கிக்கலயே. எத்தென தரக்காச் சொல்றது அப்பச்சீன்னு கூப்பிடாதீன்னு. ஊருக்காரனுக கண்டா பழசயெல்லாம் சொல்லீட்டுத் திரியுனுவானுக."

"பழக்கத்தெ அத்தென சுளுவா மாத்த முடியுதுங்களா!"

"அப்பாருன்னு கூப்புடு. எவனாவது கேட்டா என்ற நடுத்தம்பிப் பேரன்னு சொல்லிப் போடறே. ங்கொம்மா செஞ்ச காரியம் ஊருக்குத் தெரிஞ்சன்னிக்குக் குனிஞ்சதலை இன்னமும் நிமுருல. தலைகுனிஞ்சாக் கவுண்டன்னு ஊருப்பசங்க எனக்குப் பேரு போட்டானுக. சொல்றேன்ன்னு மனசுல வச்சுக்காதே. அப்பாருன்னே கூப்புடு. நீ பெறந்து வளந்து ஆளான பொறகு மொதமொதலா ஊருக்குக் கூட்டியாறேன். சாக்கிரதையா நடந்துக்க!"

"சரி, அப்பாரு!" அதைச் சொல்வது கண்ணுச்சாமிக்கு என்னவோ போலிருந்தது. தலைகுனிஞ்சாக் கவுண்டருக்குக் கேட்க ஒரு மாதிரியாயிருந்தது. கண்கள் கலங்கின அவருக்கு.

கண்ணுச்சாமி, வலது கையிலிருந்த கனத்த சூட்கேஸை இடது கைக்கு மாற்றிக்கொண்டான். சரளைக்கல் பாதை மேடும் குழியுமாகயிருக்க அவனுக்கு நடப்பதில் சிரமம் இருக்கவே செய்தது. இருந்தாலும் கண்ணுச்சாமி அந்தப் பாதையில்தான்

போய்வந்தாக வேண்டும். தன்னிடம் இருக்கிற சைக்கிளை கண்ணுச்சாமியே வைத்துக்கொள்ளலாமெனச் சொல்லியிருந்தார் தலை குனிஞ்சாக் கவுண்டர். அதைக் கேட்ட கண்ணுச்சாமிக்கு மனத்தில் தெம்பு வந்தது. சோழந்துறையிலிருந்து முக்கால் மைலுக்குப் பக்கமாய் நடந்தாகிவிட்டது. கூப்பிடு தூரத்தில் ஊர் தொடங்குவது மாதிரியிருந்தது. கருநீல மலைகளின் தோற்றத்தில் மனம் லயித்தவனாய் கண்ணுச்சாமி பின்னால் மௌனமாக நடந்துகொண்டிருந்தான்.

தங்கப்ப கவுண்டர், தலைகுனிஞ்சாக் கவுண்டரான கதை பரிதாபமானது. ‘கவுண்டர்’ என்று அவரைப் பார்த்துச் சொல்வதே யாருக்கும் பழக்கம். அவரைக் காணாதபோது தலைகுனிஞ்சாக் கவுண்டர் என்றுதான் எல்லாரும் சொல்வார்கள். அப்படிச் சொன்னால்தான் யாருக்கும் தெரியும்.

ஊருக்கு வடமேற்கில் அவருடைய ஆறு படித்தோட்டம். தென்னை மரத் தோட்டமென்றால் யாருக்கும் சுலபமாய்த் தெரிந்துவிடும். ஒரு படித் தோட்டம் முழுவதுமாகத் தென்னை மரங்கள். கள் இறக்காத காலமில்லை. மலையடிவாரப் பக்கத்தில் எந்தப் போலீஸ்காரனும் வரமாட்டான். தேவம்பட்டியில்தான் போலீஸ் ஸ்டேஷன். பதினைந்து மைல்கள் தள்ளியிருந்தது. தென்னந்தோட்டத்துக் கள்ளுக்கு அந்த வட்டாரத்தில் நல்ல கிராக்கி இருக்கும். போலீஸ் வந்தால் கூட சுலபத்தில் கண்டு பிடிக்கமுடியாது. போலீஸுக்குத் தகவல் கொடுக்கிறவனும் ஊரில் இல்லை. முனியமூப்பன் தாராளமாய்க் கள் இறக்கி விற்றுக்கொண்டிருந்தான். அவன் பெண்சாதி மாரக்காளும் மரியாதையான மனுஷி. தங்கப்பக் கவுண்டருக்குப் பொழுது கிளம்பியதும் தனிமரத்துக் கள்ளை மண் சொம்பில் கொண்டுவந்து கொடுத்துவிடுவாள். வாயைக் கொப்பளித்துவிட்டு ஊறுகாயைக் கடித்துக்கொண்டே கள்ளைக் குடித்து முடித்துவிடுவார். தோட்டத்தைச் சுற்றிப் பார்க்க அப்புறம்தான் கிளம்புவார். இதுவெல்லாம் முப்பது வருசங்களுக்கு முன்பு நடந்த கதை.

தங்கப்ப கவுண்டர் அப்போதெல்லாம் தளதளவென் றிருப்பார். அவரைப் பார்க்க யாருக்கும் மரியாதை வரும். நாலு சோடிக் காளைகள் இருந்தன. மூன்று மாடுகளில் இரண்டு எப்பவும் பால் கறக்கும். அவருக்கு ஒரே பெண். கிளி மாதிரி இருப்பாள். ராசாத்தியென்று செல்லமாய்ப் பெயர் வைத்திருந்தார். ராசாத்தியைப் பெண் கேட்டு நாலு திசையிலிருந்தும் வந்து போனார்கள். தங்கப்பக் கவுண்டருக்கு எந்தச் சம்பந்தமும் ஒத்து வரவில்லை.

“ராசாத்தி அழகுக்கு எந்தப் பையனும் பொருத்தமா கெடைக்க மாட்டேங்கறானே! பூமி காணியிருந்தாலும் மாப்பிளப் பையனுக்கு முகலட்சணம் இல்லையே!”

தங்கப்பக் கவுண்டர் பெண்சாதி தெய்வானை கேட்டவர்களிடமெல்லாம் பெருமையாய்ச் சொல்லிக் கொண்டிருப்பாள்.

கண்ணுச்சாமியும் தங்கப்பக் கவுண்டரும் ஊரை நெருங்கி விட்டார்கள். மொத்தமாய் நூறு வீடுகள்தான் இருக்கும் போலத் தோன்றியது கண்ணுச்சாமிக்கு. அங்கங்கே தென்னை மட்டைகள் வேயப்பட்ட வீடுகள் எடுப்பாகவே தெரிந்தன. மற்றபடி நாட்டு ஓடுகள் வேய்ந்த பழைய வீடுகள். தாறுமாறாகக் கட்டப்பட்டிருந்தன. மலைகளும் அவைகளின் மீது அலையும் மேகங்களும் விசாலமான நிலப்பரப்பும் கண்ணையனுக்கு மனத்தில் தெம்பைத் தந்தன.

“அப்பாரு! இந்த ஊர்ல இவ்வளவுதா ஊடுகளா?”

தங்கப்ப கவுண்டருக்குச் சிரிப்பு வந்தது. அடக்கிக் கொண்டே சொன்னார்: “பேரப்புள்ளே! அவனவ காடு கரையில சாளைகளெக் கட்டி அங்கங்கெயே குடித்தனம் பாக்கறவனுக. ஊருல என்னெ கெடக்குது. கடைகண்ணிக்கு வந்துட்டுப் போவான். இங்கெல்லாம் இதுதா வழக்கம்.”

கண்ணுச்சாமிக்கு, அவர் சொன்னதிலிருந்த நியாயம் புரிந்தது.

அரசமரத்தடியில் பழனி மாதாரி குறுகுறுவென்று குந்தியிருந்தான். அழுக்குக் காவிபடிந்த வேட்டியையும் துண்டையும் கட்டியிருந்தான். முகமெல்லாம் ஒடுங்கிக் கண்கள் ஆழமாய்ப் பதிந்திருப்பது போலிருந்தது. நெற்றி நரம்புகள் அழுத்தமாகத் தெரிந்தன. அவனைச் சுற்றிலும், தோலும் பழைய செருப்புகளும் காக்கிப் பையும் இருந்தன. அவனுக்குப் பின்னால் நான்கைந்து சைக்கிள் டயர்கள் மரத்தில் சாத்தியிருந்தன. அது செருப்புத் தைக்கிற இடமென்று கண்ணுச்சாமிக்குத் தெரிய வந்தது.

தங்கப்ப கவுண்டரை நெருக்கமாகப் பார்த்ததும் தலைக்கு மேல் கை உயர்த்தி ‘சாமி’ எனக் கும்பிட்டபடி தள்ளாடிக் கொண்டே எழுந்தான் பழனி மாதாரி.

“கூட்டுவாரு அந்து போச்சு! நல்ல வாராப் போட்டுத் தெச்சுக்குடு!” சொல்லிக்கொண்டே, கால் செருப்பைக் கழற்றி விட்டார் தங்கப்ப கவுண்டர்.

பழனிமாதாரி இரண்டு செருப்புக்களையும் துருவித் துருவிப் பார்த்துவிட்டு, துண்டாக்கிக் கிடந்த தோலை எடுத்து உளியால் கீறினான்.

"கவுண்டரு, தூரந் தொலை போயிட்டு வர்ற மாதிரியிருக்குது. எதாவது சோலியா?" அருணப்பக் கவுண்டர் கேட்டுக்கொண்டே கண்ணுச்சாமியை நோட்டமிட்டார். பாண்ட்டும் சட்டையும் சூட்கேஸுமாக இருந்த கண்ணுச்சாமியைப் பார்க்க வேடிக்கை யாக இருந்தது.

"வஞ்சிப் பாளையத்துக்கப் போயிருந்தே. தம்பி மக்கமாரு அங்கதானெ இருக்கறாங்க! பேரப்புள்ள, அடையாளந் தெரீதா! பூளமேட்டுல ஒர்க்ஸாப்பு வேலெ, தெனமும் ஊருக்குப் போய்ட்டு வாரது செரமமுன்னு கொஞ்ச நாளைக்கு இருக்கட்டுமுன்னுக் கூட்டியாந்தே."

"கூட்டியாந்தது கூட்டியாந்தீங்க! ஒரு கண்ணாலத்தையும் மூச்சு வெச்சுப் போடுங்க! ம்... நம்ம ராமையம் பையனா?"

"அவனேதான்!"

"எல்லா சவுக்கியமா இருக்கறாங்களா?"

"ம்... இருக்கறாங்க, இருக்கறாங்க! அவியளுக்கென்ன?"

"ம்... இருக்கட்டும். இப்ப, நம்ம ராசாத்தியிருந்திருந்தா இப்பிடியொரு ஆம்பளைக்குத் தாயாவியிருப்பா!" அருணப்ப கவுண்டர் சொல்லக் கேட்டதும், மனசுக்குள் சுருக்கென்றது தங்கப்ப கவுண்டருக்கு.

இனி வேறு வினையே வேண்டாம். அக்கம் பக்கம் ஊர்களுக் கெல்லாம் சேதி போய்விடும். யாரையும் வம்பில் இழுத்து வைத்துப் பேசாமல் விட மாட்டார் அருணப்ப கவுண்டர். அவர் பாடு பரவாயில்லை. குடித்தனம் பார்க்கத் தோதாகப் பையன்கள் இருக்கிறார்கள். வேளா வேளைக்குச் சாப்பிட்டுவிட்டு நினைத்தவர்களையெல்லாம் ஒரு எட்டுப் போய்ப் பார்த்து வருவார்.

"சாமீ! ஆச்சுங்க!"

தரையில் ஊன்றியிருந்த குடையைத் திருப்பி கிச்சாம் பட்டையில் இடுக்கிக் கொண்டே சட்டைப் பையிலிருந்த ஒரு ரூபாய் நோட்டை எடுத்துப் போட்டார் தங்கப்ப கவுண்டர். ரண்டு கைகளையும் ஏந்தி வாங்கி அதைக் கண்களில் ஒற்றிக் கொண்டான். செருப்புக்களை அவருடைய காலடியில் வைத்துத் தொட்டுக் கும்பிட்டான்.

செருப்பை மிதித்துக்கொண்டே, தங்கப்ப கவுண்டர் தலையை ஆட்டிவிட்டு நடந்தார்.

“தம்பீ, அப்பாரு கூடவே இருந்துக்க. சீக்கிரமா ஒரு பொண்ணப் பாத்து கண்ணால மூச்சுக்கலாம்.” அருணப்ப கவுண்டர் சொன்னதைக் கேட்ட கண்ணுச்சாமிக்குச் சிரிப்பு வந்தது.

“அருணப்பனுக்கு ஆரப் பார்த்தாலும் எதையாவது சொல்லி வைக்கோணும். ம்... அவன் வாய்முகூர்த்தம். பலிச்சுப்போவும்.”

வழக்கம்போலவே, நடையைத் தொடர்ந்தார் தங்கப்ப கவுண்டர். கூப்பிடு தூரத்தில் பாதை மேற்கிலொன்றும் கிழக்கிலொன்றுமாகப் பிரிந்தது.

கிழக்குப் பக்கமாகக் கொஞ்சதூரம்வரை நடந்து ஒற்றையடிப் பாதையில் இறங்கி இருவரும் நடந்தார்கள்.

தங்கப்ப கவுண்டர், தன் தோட்டத்திற்குப் போக இந்தச் சுருக்குவழியைத்தான் எப்பவும் தேர்ந்தெடுப்பார். வண்டிப் பாதையில் போவது வெகுசுற்று.

ராசாத்தியைப் பற்றி, அருணப்ப கவுண்டர் சொன்னது இன்னமும் வலிப்பது போலிருந்தது. அந்த வலி வரும்போதெல்லாம் தங்கப்ப கவுண்டர் அழுவார். சாராயம் நிறையக் குடித்துப் புலம்பியபடிப் புரளுவார். ராசாத்தி போன ஒரு வருஷத்திலேயே தன்னுடைய பெண்சாதியையும் இழந்துவிட்டார். அன்னூருக்குப் பக்கத்தில் கட்டிக் கொடுத்துத் தாலியறுத்து விட்டுத் தவித்துக் கொண்டிருந்த தங்கச்சி சின்னம்மாளைத் துணைக்குக் கூட்டிக் கொண்டு வந்துவிட்டார். ராசாத்தி போன விசயத்தைப் பற்றி வாய் திறக்க மாட்டாள் சின்னம்மாள். அண்ணன் குணம் அவளுக்குத் தெரியும்.

மரமேறி முனியமூப்பன் மகன் முத்தையன் செத்த பின்னால் ராசாத்தி ரொம்பவும் நொந்து போனாள். அவனோடு அவள் ராத்திரியோடு ராத்திரியாக ஓடிப் போவாளென்று யாரும் கனவில் கூட நினைக்கவில்லை. வாட்டசாட்டமாய்க் கட்டுக்குலையாத உடம்பு அவனுக்கு. தென்னை மரத்தில் முருங்கைத் தடியை ஊன்றி வயிற்றில் அழுத்தியபடி அவன் பாளைக்கத்தி தீட்டும்போது உடம்புச் சதை புரளும் அழகு தனியானதுதான். அந்தக் காட்சி தங்கப்ப கவுண்டருக்கு இன்னமும் நினைவிலிருந்து மாறவில்லை. ராசாத்தி ஓடிப் போன விசயம், முனிய மூப்பனுக்கோ அவனுடைய பெண்சாதிக்கோ கூடத் தெரியாது. காளிகோவில் மைதானத்தில் அவனுடைய

அப்பனையும் ஆத்தாளையும் கட்டிப் போட்டு உதைத்து ஊரே கேட்டுப் பார்த்தது. அவர்களையும் ஏமாற்றிவிட்டு ஓடிப் போயிருந்தார்கள். பொழுது கிளம்புவதற்கு முன்பே, அப்பனும் ஆத்தாளும் கிடந்ததை எடுத்துக்கொண்டு காலி செய்துவிட்டு ஓடி விட்டார்கள்.

முத்தையனை நினைக்கப் பெருமையாக இருந்தது தங்கப்ப கவுண்டருக்கு. மனுஷன் ஒரு பொட்டு நகை கூடப் போட்டுக் கொள்ளாமல் கட்டிய சேலை துணியோடு ராசாத்தியைக் கூட்டிப் போயிருந்தான். தங்கப்ப கவுண்டர், அப்போது தலைகுனிந்தவர்தான். அதற்கான பட்டப் பெயரையே சம்பாதித்து விட்டார். அலையாத இடமில்லை. தேடாத ஊரில்லை.

ஒரு வருசம் கழித்துத்தான் இருக்கிற இடம் தெரிந்தது. காளை வாங்கக் குன்னத்தூர் சந்தைக்குப் போன பழனிச்சாமி கருப்பட்டி விற்றுக்கொண்டிருந்த ராசாத்தியைக் கண்டுகொண்டார். அவர் சோழந்துறையில் ஆற்றுப் பக்கத் தோட்டக்காரர். ராசாத்தி அவரை வீட்டுக்குக் கூட்டிப்போய்ச் சோறு தண்ணியெல்லாம் போட்டு மறுநாள் காலையில் அனுப்பிவைத்திருக்கிறாள். எல்லாரையும் பற்றி விசாரித்திருக்கிறாள். தான் இங்கே இருப்பதாக யாரிடமும் சொல்லிவிட வேண்டாமென்று காலைப் பிடித்துக் கேட்டுக்கொண்டிருக்கிறாள்.

பழனிச்சாமி வெகுநாள் வரை, மனசுக்குள் வைத்து அடக்கிப் பார்த்திருக்கிறார். சோழந்துறையில் பஸ்ஸுக்காகக் காத்திருந்த தங்கப்ப கவுண்டரைத் தனியே கூட்டிப்போய்ப் பக்குவமாய்ச் சொல்லியிருக்கிறார். அப்போது, ராசாத்தியின் அம்மா செத்துப் போய் ரண்டு மாதமாகியிருந்தது.

ராத்திரியெல்லாம் சாராயம் குடித்துவிட்டுப் புலம்பிக் கொண்டிருந்த தங்கப்ப கவுண்டரை, தங்கச்சி சின்னம்மாள் தான் ஒரு எட்டுப் போய் பார்த்து வரச் சொன்னாள். பழனிச்சாமி யோடு ஒரு தரம் போய்வந்த தங்கப்ப கவுண்டர் அடிக்கடிப் போய்ப் பார்த்து வந்தார். அப்போது ராசாத்தி வயிற்றில் கண்ணுச்சாமி ஏழு மாசம். முத்தையன் மரம்தான் ஏறிக் கொண்டிருந்தான்.

கண்ணுச்சாமிக்கு ரண்டு வயது முடியும்போது, முத்தையன் மரத்திலிருந்து நழுவித் தலைக்குப்புற விழுந்துவிட்டான். ராத்திரியெல்லாம் மூச்சிருந்தது. பழனிச்சாமி மூலமாகத் தகவல் கிடைத்தது. தங்கப்ப கவுண்டர் போய்ப் பார்க்கையில் முத்தையன் சுடுகாட்டில் சாம்பலாகியிருந்தான். கண்ணுச்சாமியைக் காலடியில் போட்டுத் தலையில் அடித்துக்கொண்டு அழுதாள்

ராசாத்தி. தங்கப்ப கவுண்டர் குமுறிக் குமுறி அழுதார். பார்த்தவர்களெல்லாம் பரிதாபத்தோடு கண்ணீர் விட்டார்கள். மகளைக்கூட்டி வருவது சரியில்லையென நினைத்தார் தங்கப்ப கவுண்டர். அடிக்கடிப் போய்ப் பார்த்து வேண்டியதைக் கொடுத்து வந்தார். அதையும் இதையும் செய்து நாலுகாசு செலவழித்து கண்ணுச்சாமியைப் படிக்கவைத்துவிட்டாள். வெள்ளாமை விளைச்சல் சரியில்லாமல் போனாலுங்கூட ராசாத்திக்குக் கொடுப்பதை நிறுத்தவில்லை. கண்ணுச்சாமியை, குன்னத்தூர் பிரசிடெண்ட் சிபாரிசு செய்து பூளமேட்டு ஒர்க்ஷாப்புக்குக் கணக்கு வழக்குப் பார்க்க அனுப்பியிருந்தார். கண்ணுச்சாமிக்கு நல்ல படிப்பு. பி.காம் படித்திருக்கிறான். அதைக் கேட்கிற போதெல்லாம் மனம் பூரிப்பார் தங்கப்ப கவுண்டர் .

வண்டிப்பாதையோடு இணைந்தது ஒற்றையடிப் பாதை. அங்கிருந்து கூப்பிடு தூரத்தில் தென்னந்தோட்டம் இருந்தது.

“ம்மா. . .”

மாடுகத்துவதைக் கேட்டதும் தங்கப்ப கவுண்டரின் கண்கள் கசிந்தன.

“பேரப்புள்ளே! இந்த மாட்டப் பாரு! நானெப்ப வந்தாலும் சோடையெடுத்துட்டுக் கத்தும்.”

கண்ணுச்சாமிக்கு அதைக் கேட்க ஆச்சரியமாக இருந்தது. அவனுக்கு எப்போதுமே கூச்சம்தான். மௌனமாக நடந்தான்.

களத்தில் நுழைகையில், திண்ணையிலிருந்த சின்னம்மாள் வேகமாக வீட்டுக்குள் போனாள்.

போனவள் செம்புத் தண்ணீர் கொண்டு வரவும், இருவரும் வாசலை நெருங்கவும் சரியாக இருந்தது.

“பேரப்புள்ளே, பெட்டியெக்கொண்டா?” தங்கப்ப கவுண்டர் சூட்கேஸை அவனிடமிருந்து வாங்கித் திண்ணையில் வைத்தார்.

சின்னம்மாள் கொடுத்த தண்ணீரை வாங்கி முகம் கழுவிவிட்டு அண்ணாந்து மீதியைக் குடித்தான்.

“வா, சாமி! அம்மா நல்லா இருக்கறாளா?”

“ம். . . ” கண்ணுச்சாமி திண்ணையில் அமர்ந்தான்.

“கூச்ச நாச்சப்படாத! நா வேறவ இல்லே. ஒனக்கு அப்பத்தா ஆகுது.”

"பேரப்புள்ளே, நானுனக்கு அப்பாருன்னா, இது ஓனக்கு அம்மச்சியாவுது, மறந்துடாதெ!"

"இதென்ன புதுக்கதையா இருக்குது?"

"அப்பறஞ் சொல்றனாயா, வவுத்துக்கு என்ன செஞ்சு வச்சிருக்கறே?"

"கோழிக்கறி வேகுது."

இருட்டு கவிழ்ந்துகொண்டிருந்தது.

"கவுண்டரவுங்க இருக்கறாங்களா?"

"யாரது?" வீட்டுக்குள் நுழைந்த தங்கப்ப கவுண்டர் திரும்பியபடி கேட்டார்.

"நாந்தானுங்க பூசாரி!"

"ஆரு, பண்டாரமா? வெயில்ல நடந்து வந்ததுல கண்ணு இருட்டுக்கட்டுது. என்ன சமாச்சாரம்?"

"ஊருக் கவுண்டரு, உங்களெக் கையோட கூட்டியாறச் சொன்னாங்க."

"என்ன சங்கதி?"

"இந்த வருச காளியாத்தா கோயிலு சாட்டலாமுன்னு இருக்கறாங்க."

"சரி, இப்ப வந்துட்டு இருக்கறன்னு சொல்லு."

பூசாரி போய்க்கொண்டிருந்தான். சின்னம்மாள் விளக்கைப் போட்டாள். மாடு கத்தியது. தங்கப்ப கவுண்டர், நறுக்கி வைத்திருந்த சோளத்தட்டையை எடுத்து மாட்டுக்குப் போட்டு விட்டு அதன் முதுகை இலேசாக நீவிவிட்டார். மாடு மெள்ள நெளிந்து கொடுத்தது.

"பசிக்குதா பேரப்பிள்ளே? சோத்தத் தின்னுட்டுக் குளிக்கறயா? இல்லே, குளிச்சுப் போட்டுத் திங்கறயா? எப்படிச் செஞ்சாலும் சரி! குளிக்காம இருந்தராதே, தூக்கம் வராது."

"பேரப்புள்ளீன்னா, நல்லாத்தாங் கேலி பேசறே."

"சரி, நேரமே காலமே சோத்தப் போட்ரு. நான் கெளம்பறே. எல்லாங் காத்துக் கெடப்பாங்க. ஊரு விசயம். சுடியா முடியாது. பேரப்புள்ளே, நல்லாத் தூங்கு. காத்தாலைக்குப் பேசிக்கலாம்." தங்கப்ப கவுண்டர் துண்டை உதறித் தோளில் போட்டுக் கொண்டு நடந்தார். அவருடைய கைக்குடையைத்

திண்ணையிலிருந்து எடுத்துக்கொண்டு வீட்டிற்குள் போனாள் சின்னம்மாள்.

தங்கப்ப கவுண்டர் ஊர்க்கூட்டத்தில் தைரியமாகப் பேசி வெகுகாலமாகி விட்டது. ஊர்க்கவுண்டர் பெரியசாமியின் பக்கத்திலிருந்து கொண்டு காதோடு காதாக, சொல்ல வேண்டியதை அவ்வப்போது சொல்லுவார். பெரியசாமிக்குத் தங்கப்ப கவுண்டர் பக்கத்திலில்லா விட்டால் கை கால் ஓடாது. நேரடியாக எதையாவது சொல்லப் போய்க் கூட்டத்தில் எவனாவது ஏடமாடக் கேட்டுவிடுவானோ என்கிற பயம் தங்கப்பக் கவுண்டருக்கு. அவர் வாய் திறந்து கூட்டத்தில் பேசாவிட்டாலும் அவர் சொல்லுகிற நியாயம்தான் எடுபடும்.

களத்தைக் கடந்து தங்கப்ப கவுண்டர் போனதும் திண்ணையிலிருந்து சூட்கேசை எடுத்துக்கொண்டு வீட்டிற்குள் நுழைந்தான் கண்ணுச்சாமி. அவனுடைய கால்கள் இலேசாகக் கூசவே செய்தன.

3

விரைசலாய் நடக்கையில் காலடியில் தட்டுப்பட்ட தேங்காய்ப் புரடையை எட்டி உதைத்தான் துரை. அவனுடைய செம்மி நாய் நாக்கைத் தொங்கவிட்டபடிக் குலுங்கிக் குலுங்கிப் பின்னால் வந்தது. துரையின் கையிலிருந்த வீச்சரிவாள் தரையைத் தொடுகிற மாதிரியிருந்தது. செருப்புகள் சரக்கிட்டன; கட்டம்போட்ட பச்சை லுங்கியை மடித்துக் கட்டியிருந்தான். கணுக்கால் மயிரிழைகள் சிலிர்த்திருந்தன. அண்ணாந்து பார்த்த துரைக்குத் தென்னங்கீற்றுகள் விரித்த குடைகளாய்த் தெரிந்தன.

அங்கமுத்துவும் மாரப்பனும் அவனுக்குப் பின்னால் வந்துகொண்டிருந்தார்கள். பனை நாரால் வரிந்து கட்டிய தளைக்கயிறுகளை இருவருமே வைத்திருந்தார்கள். அவர்களின் பாதங்கள் காய்ப்பேறித் தடித்திருந்தன. இடது பக்க வேலிக்குள்ளிருந்த சிட்டுக்கள் கத்தியபடி வேகமாக எழுந்து பறந்தன. வண்டிப் பாதையோரமாக இருந்த ஒற்றையடிப் பாதையில் அவர்கள் நடந்தார்கள். புல்லின் மேல் படர்ந்திருந்த பனித்துளிகள் பாதங் களைச் சில்லிடச் செய்தன. வண்டிப்பாதை, தோட்டத்தின் கற்றாழை வேலிக்குள் அடங்கி யிருந்தது.

கிழக்கு வெளுத்துச் கொஞ்ச நேரமாகியிருந்தது. நான்கைந்து பெண்கள் குடங்களில் தண்ணீர் சுமந்து கொண்டு வந்தார்கள். தோட்டத்துத் தண்ணீர் கரிக்கும். கொள்ளுக்குப் பொருத்தமாயிருக்கும்.

மற்ற தோட்டத்துக் கிணற்றுத் தண்ணீர் அவ்வளவு ருசியா யிருக்காது. அக்கம்பக்கத்துக்காரர்கள் இந்தத் தண்ணீரைப் பயன்படுத்துவதைப் பெருமையாகச் சொல்லிக்கொள்வார்கள். இதனால் நல்ல தண்ணித் தோட்டமென்றே அதைப் பற்றிப் பேசுவார்கள்.

"ஆளுக்கொரு மரத்துல ஏறுங்க. மூத்த கொலையாப் பாத்து நூறு காய் வெட்டியுட்டாப் போதும்." துரை சொல்லிக் கொண்டே, சட்டைப் பாக்கட்டிலிருந்த சிகரெட் பெட்டியையும் தீப்பெட்டியையும் எடுத்துக்கொண்டு பசேலென்றிருந்த புல்லின் மேல் குந்தினான்.

அங்கமுத்துவும் மாரியப்பனும் தளைக்கயிறுகளைக் கால்களில் மாட்டிக்கொண்டு, கைகளைத் தென்னை மரத்தில் நன்றாகத் தேய்த்துவிட்டு ஏறத் தொடங்கினார்கள். செம்மிநாய், துரையின் முதுகுப் பக்கமாய் நின்றுகொண்டு வேலியைப் பார்த்தபடியிருந்தது.

ஆளுக்கு இரண்டு குலைகளாக, கைக்கத்தியால் அங்கமுத்து வும் மாரியப்பனும் அறுத்துவிட்டார்கள். தரையில் விழுந்த குலைகளிலிருந்து சிதறிய தேங்காய்கள் மஞ்சள் செடிகளைச் சாய்த்துவிட்டுப் புரண்டன.

"அப்பிடியே ஆளுக்கு ரெண்டு பச்செ மட்டைகளெ வெட்டி உடுங்க."

வெட்டிவிடப்பட்ட பச்சை மட்டைகள் வேகமாகத் தரையில் வந்து விழுந்து சப்தமிட்டன.

"தென்னம்பாளைகளை, வெட்டறதுங்களா?" மரத்திலிருந்த படியே, துரையைப் பார்த்துக் கேட்டான் அங்கமுத்து.

"பந்தலுக்கு, அது இருந்தாத்தான், நல்லா இருக்கும். வெட்டியுடு!" துரை சிகரெட் புகையை வேகமாக ஊதினான்.

தென்னம்பாளைகளை, இரண்டு பேருமே வெட்டிக் கீழே தள்ளிவிட்டு மரங்களிலிருந்து இறங்கத் தொடங்கினார்கள்.

செம்மி நாய் திடீரெனக் குரைக்கத் தொடங்கியது. அதனுடைய குரைப்புச் சத்தம் கேட்கவே பயமாயிருந்தது. அதைத் தொடர்ந்து எதிர்த் திசையிலிருந்து கருமி நாயும் வெள்ளை நாயும் குரைத்தபடி வேகமாக ஓடி வந்தன. அந்த இடத்தில், ஒரு பெரிய கலவரத்தை நடத்துவது மாதிரியிருந்தது அவற்றின் குரைச்சல்கள். குந்தியிருந்த துரை மெல்ல எழுந்து நின்றான். அவனுடைய கையிலிருந்த வீச்சரிவாளை

ஓங்கியபடியே நாய்களை விரட்டினான். முத்தைய கவுண்டரும் காளிச்சாமியும் நீண்ட கொடுங்கோல்களோடு வேகமாக வந்து கொண்டிருந்தார்கள்.

"ஆர்ரா, அவ மரத்துமேலே?" காளிச்சாமி, கொடுங்கோலைக் கீழே போட்டுவிட்டு வேட்டியை இறுக்கிக் கட்டிக்கொண்டான்.

"யே, நாந்தா, சும்மா தொறக்காதே."

"கேக்காமெ, யாரு உன்னெத் தேங்கா போடச் சொன்னது?" காளிச்சாமி காரமாகவே கேட்டான்.

"என்ற தோட்டத்துல, என்ற மரத்துல தேங்கா போடறதுக்கு ஆரக்கேக்கோணும்? ஒரு மயிராண்டி கேக்க முடியாது."

"தென்னமரமுஞ் சேந்துதா எங்களுக்குக் குத்தகைக்கு அடைச்சிருக்குது."

"குத்தகைக்கு அடைச்சா எல்லாமே ஒனக்குச் சொந்தமாயிருமா?"

"வருஷமானா, எண்ணி வெச்சுக் குத்தகெ வாங்கறீங்க. குடுக்கலீன்னா உட்ருவீங்களா?"

"தொரே தம்பி! என்னது. நல்ல நாளும் பொல்லா நாளும் இல்லாமெ காத்தாலே?" முத்தைய கவுண்டர் மெதுவாகப் பேசினார்.

"சாமி சாட்டியிருக்குது. நோம்பிச் செலவுக்கு நூறு தேங்கா வேணுமுன்னு அப்பங்கிட்ட வந்து கேட்டாங்க. அப்பஞ் சொல்லுச்சுனு வந்து போட்டே."

"நாங்க, இங்கிருக்கறது எதுக்கு? எங்ககிட்டெ ஒரு வார்த்தெ சொல்லீட்டுச் செய்யறது."

"எங்க மரத்துல தேங்கா போட எவம் பண்ணாடி?"

"தொரெ, வார்த்தெ மாறுது! வம்புக்கின்னே வந்திருக்கறயா?"

"நீதா வம்பு பண்ணறே. நாங்க வெச்சு உண்டாக்குன மரங்க. எங்களுக்குச் சொந்தமில்லாமெ வேற யாருக்குச் சொந்தம்?"

"தென்ன மரங்களையும் சேர்த்தித்தா குத்தகெ கட்டீட்டு வாரம்."

"குத்தக குடுத்தா எல்லாமே சொந்தமாயிருமா? எங்கப்பனுக்கு நீயா புள்ளையாப் பொறந்தே?"

"தம்பி, நீ வல்லு வலுசலு. ஒனக்கு வெவரந்தெரியாது. நீ போயி ஒங்கப்பனெ வரச் சொல்லு."

"ஏய், தோட்டத்துக்கு நாம் பண்ணாடியா, இல்ல நீ பண்ணாடியா?"

"ஓங்கப்பனக் கண்டுதாங் குத்தகைக்குப் புடிச்சு உழுவறம். ங்கொப்பனக் கூட்டியா, பேசிக்கலாம்." முத்தைய் கவுண்டர் நிதானமாகவே சொன்னார்.

"அதுக்கெல்லாம் நேரமில்லே, நீயே போயிக் கூட்டியா பேசிக்கலாம்."

"குத்தகைக்குப் புடிக்கறதுக்கு முன்னாடி வாசல்ல வந்து நின்னுட்டு 'அப்பா சாமீன்'னு கெஞ்சுனீங்க. இப்ப மிஞ்சறீங்க. ஒக்கார எடங்குடுத்தா படுக்கறதுக்கு எடங்கேக்கறீங்களா? ங்கப்பனச் சொல்லோணும். ம் . . . எடுத்து எண்ணி வையுங்கடா."

அங்கமுத்து முன்னால் கிடந்த குலையை எடுக்கப் போனான்.

"டேய்! தொடாதெ! அவுங்கப்ப வந்து சொல்லட்டும். எடுத்துட்டுப் போவலாம்."

அங்கமுத்து தயங்கியபடியே நின்றான். வேகமாக இறங்கி ஒரு குலையைத் தூக்கினான் துரை.

"டேய்! இதுவரெ மருவாதிக்குப் பொறுத்திட்டடம். இனித் தொட்டே, நடக்கறதே வேறெ."

"பக்கத்துல வந்தே, தலை வேறெயாத் தெறிச்சுப் போவும்."

"வெட்டுடா பாக்கறே." காளிச்சாமி கையிலிருந்த கொடுங்கோலை இறுக்கிப் பிடித்தபடி துரையை நெருங்கினான்.

கையிலிருந்த வீச்சரிவாளை வேகமாக வீசினான் துரை. காளிச்சாமி கொடுங்கோலால் அதை வேகமாகத் தட்டிவிட்டான். வீச்சரிவாள் கையிலிருந்து நழுவியதும் காளிச்சாமியின் சட்டையை எட்டிப் பிடித்துக்கொண்டான். ஒருவரையொருவர் இழுத்துக் கீழே தள்ளிக் கட்டிப் புரண்டார்கள். அங்கமுத்து வேகமாக ஓடத் தொடங்கினான். முத்தைய கவுண்டருக்குக் கைகாலெல்லாம் பதறியது. காளிச்சாமியைக் கீழே கிடத்திக் கன்னம் கன்னமாக மாறிமாறிக் குத்தினான் துரை. முத்தைய கவுண்டர் கையிலிருந்த கொடுங்கோலால் துரையின் முதுகில் சாத்தினார். மாரியப்பன் வேகமாகத் தடுக்க வந்தான். "நில்லுடா அங்கயே!" முத்தைய கவுண்டர் வெறியோடு கத்தினார். மாரியப்பன் அப்படியே நின்றுகொண்டான்.

"ஐயோ! கொன்னு போடாதீங்க! உட்ருங்க!" மாரியப்பன் தான் கெஞ்சினான்.

துரை களைத்துப் போய் எழுந்து வீச்சரிவாளைத் தேடினான். காளிச்சாமி, அவனுடைய கால்களை இழுத்துக் கீழே தள்ளினான். துரை குப்புற விழுந்த வேகத்தில் முத்தையக் கவுண்டர் அவனை அமுக்கி முழங்கால் முட்டியை வைத்து அழுத்திக் கொண்டார். காளிச்சாமி வேகமாக வந்து துரையின் கைகளைப் பின்னுக்கு மடித்துக் கட்டினான். இருவரும் துரையைப் பிடித்து தூக்கித் தென்னை மரத்தோடு சாய்த்துப் பிடித்து அமுக்கிக்கொண்டார்கள்.

"டேய், சுப்பா! கவுத்தெ எடுத்தாடா!" காளிச்சாமிதான் களத்திலிருந்து வந்துகொண்டிருந்த சுப்ப மாதாரியை பார்த்துச் சொன்னான். வேகமாகத் திரும்ப ஓடினான் சுப்பமாதாரி.

மூன்றுபேரும் மாறிமாறிப் பெருமூச்சு விட்டுக் கொண்டிருந்தார்கள்.

துரை தாறுமாறாகத் திட்டினான். காளிச்சாமியும் முத்தைய கவுண்டரும் துரையை மாறிமாறி அறைந்தார்கள்.

"ஓட்றா மாரீப்பா! பெரிய கவுண்டரெக் கூட்டியா! கையோட துப்பாக்கியெ எடுத்துட்டு வரச் சொல்லு. ஓட்றா!"

மாரியப்பன், தலைக்கயிற்றைக் கீழே போட்டுவிட்டு ஓடத் தொடங்கினான்.

சுப்பமாதாரி தாம்புக் கயிற்றோடு வந்தான். அதை வெடுக்கெனப் பிடுங்கிய முத்தைய கவுண்டர், துரையைத் தென்னை மரத்தோடு சேர்த்துக் காட்டினார். துரை களைப்போடு பெருமூச்சு விட்டான்.

வெடிக்கார வேலா கவுண்டர் மூங்கில் தடியோடு வேகமாக ஓடிவந்துகொண்டிருந்தார். அவருக்குப் பின்னால் பத்துப் பனிரெண்டு பேர்கள் வேகவேகமாக ஓடி வந்தார்கள். வெடிக்கார வேலா கவுண்டருக்குப் பின்னால் வந்துகொண்டிருந்தான் செங்கண்ணன்.

"அவுத்துடுங்கடா பையனெ!" வெடிக்கார வேலா கவுண்டர் கத்திக்கொண்டே மூங்கில் கம்பை வீசினார். காளிச்சாமியின் தலையில் கம்பு பட்டுப் படபடவென்று ரத்தம் கசிந்தது. செங்கண்ணன் வேகமாக நடந்து வெடிக்கார வேலா கவுண்டரைக் கட்டிப் பிடித்துக்கொண்டான். அங்கமுத்து ஓடிப்போய் துரையை அவிழ்த்துவிட்டான். காளிச்சாமியின் தலையிலிருந்து கசிந்த ரத்தத்தைத் துண்டால் துடைத்துக் கொண்டே காயத்தின் மேல் பெருவிரலை வைத்து அழுத்தினார் மாரப்ப கவுண்டர். முத்தைய கவுண்டர் வெலவெலத்து

நின்றார். வாய்க்கு வந்தபடியெல்லாம் திட்டிக்கொண்டே வீச்சரிவாளை எடுக்கப்போனான் துரை. அவனைக் கட்டிப் பிடித்துக்கொண்டார் தன்னாசி கவுண்டர்.

நான்கைந்து பேரோடு, பெரியசாமி கவுண்டரும் வந்து சேர்ந்தார். அவரைப் பார்த்ததும்தான் கொஞ்சம் அடங்கினார் வெடிக்கார வேலா கவுண்டர்.

"என்னப்பா இது? நீங்கெல்லாம் குடித்தனம் பண்றவங்களா, இல்ல கொலை பண்றவங்களா? ஊர்ல, நாங்க நாலுபேரு இருக்கறமுங்கற மருவாதி இல்லயா? அடிதடி போட்டு எக்குத் தப்பாப் போனா யாரு கையெக் கட்டி நிக்கறது? ஒரு வரமுறையே இல்லியா? ம் . . . நாந்தா நியாயங் கேக்கறேன். ஊருல சாமி சாட்டியிருக்குது. நல்லது நடக்கறப்ப இப்பிடியா?"

"ஊருக்காரங்க நீங்க. இங்க நடக்கக் கூடாதது நடந்து போச்சு. இப்பவே, இவனுகளெ பண்ணயத்தெக் காலி பண்ணச் சொல்லுங்க. போட்ட முட்டுவளி சட்டுவளியெல்லா இந்த நிமிஷமே குடுத்தர்றே. வேறெ ஒண்ணும் பேசப்படாது." வெடிக்கார வேலா கவுண்டர் தீர்மானமாகப் பேசினார்.

"ந்தாப்பா அவனுக்குக் காயம் பெருசா?"

"இல்லீங்க. லேசாத்தாம் பட்டிருக்குது."

"சேரி. போயி இத்தெனச் சுண்ணாம்பு வெச்சு அழுத்தியுடு. அப்பறமாப் பாக்கலாம். எல்லாம், அப்பிடி அப்பிடியே உட்காருங்க."

சுற்றியிருந்தவர்களெல்லாம் புல்லின் மேல் அங்கங்கே குந்தினார்கள். துரை பொறுமையிழந்து இடையிடையே காறித் துப்பினான்.

முத்தைய கவுண்டர் ஒவ்வொன்றாய் மெல்லச் சொல்லி முடித்தார். நரைத்த மீசையைத் தடவியபடியே மௌனமாய்க் கேட்டார் பெரியசாமி கவுண்டர். வாயிலிருந்த வெற்றிலை பாக்கு எச்சிலைத் துப்பும்போதெல்லாம் விரல்களை உதட்டில் வைத்துக்கொண்டே குந்தியிருந்த கூட்டத்தைப் பார்த்துக் கொண்டார். தங்கப்ப கவுண்டர் கூட்டத்தில் இல்லாமலிருந்தது முடையாகத் தெரிந்தது அவருக்கு. துரை தலைகுனிந்தபடித் தரையைக் குச்சியால் கீறிக்கொண்டே இருந்தான்.

"எங்க, அவன் மாரீப்ப? ஏ, கவுண்டரு சொன்னதெல்லாஞ் செரிதானா?" மாரப்ப கவுண்டரின் குரல் தனியாகக் கேட்டது.

"சரிதானுங்க. பண்ணாடி!"

“எப்பிடியோ, நடக்கக் கூடாதது நடந்துட்டுது. சாமி சாட்டியிருக்குது. சாமிக்குத் தேங்கா வேணுமிங்குற சாக்குல நடந்துபோச்சு. சாமி தலையில சொமையெ வெச்சிட்டு ஒத்துமையாக் காரியம் பாக்கோணும்.”

“அதெப்பிடி முடியுமுங்க? பஞ்சம் பொழைக்க வந்தவனுக்குப் பரிஞ்சு பேசறீங்க! நல்லா இருக்குது நியாயம். வெட்டு ஒண்ணு துண்டு ரண்டா, நானே சொல்லிப் போடறேன். எத்தென பணஞ் செலவானாலுஞ் சேரி. குடுத்தர்றே. அவனுக, பண்டம் பானையெல்லாம் எடுத்துட்டு தோட்டத்தெக் காலிபண்ணியுட்றோணும்.”

“திடுதிடுப்புனு இப்பிடிச் சொன்னா எப்படீங்க? பண்டம் பாத்தரமெல்லாம் எடுத்துக்கிட்டு எங்கே போயிநிக்க? குத்தகெ சத்தகெ பாக்கியிருந்தாச் சொல்லுங்க. கடனெ ஒடன வாங்கிப் போட்டு வெள்ளாமே பண்ணிருக்கறே. இந்த ஒரு வருச உட்டுக்குடுங்க. வெள்ளாமே கைக்கு வந்ததும் எடுத்துட்டுக் காலி பண்ணிக்கறேன்.”

“வெடிக்காரரே, இதுலயும் ஒரு நியாயமிருக்குது. முத்தையனும் ராவு பவலுன்னு இல்லாமெ பாடுபட்றான். நடந்தது நடந்து போச்சு. அடுத்த ஆடியோட குத்தகெ முடிஞ்சு போவும். ஏன்னா, தொரே பண்ணனதுலயும் தப்பிருக்குது. வல்லு வலுசலு முறுக்கம் சாஸ்தி. ஒரு வார்த்தெ சொல்லிட்டு செஞ்சிருக்கோணும். தூரந் தொலையில இருந்து வந்து, நம்மளெ நம்பி இருக்கறவங்களே மோசம் பண்ணக் கூடாது. ஒரு தடவ விட்டுக்குடு பாக்கலாம். சாமி சாட்டியிருக்கறப்ப நம்ம ஊருல ஒரு அசகு பிசகு நடக்கக் கூடாது. என்ன, நாஞ்சொல்றது சரியா?” பெரியசாமி கவுண்டர் கூட்டத்தைப் பார்த்துக் கேட்டார்.

எல்லாரும் மௌனமாகக் குந்தியிருந்தார்கள்.

“என்ன மாரப்பா? நாஞ்சொல்றது சரியில்லேன்னாப் பேசு.”

“பெரியவுங்க நீங்க சொல்றதுல தப்பு வருமுங்களா?” மாரப்ப கவுண்டருக்குச் சம்மதமென்றால், நியாயம் முடிந்த மாதிரிதான்.

“என்ன சொல்றீங்க வெடிக்காரரே!”

“பெரியவுங்க பாத்து சொல்றதுக்குக் கட்டுப்படறே. அவனோ வல்லு வலுசலு. எக்குத் தப்பாப் போனா எங்கிட்ட சொன்னாக் கேட்டுக்கறேன். அநாவசீமா இனி இப்பிடி நடந்தா ஒத்துக்க மாட்டேன். சொல்லிப் போட்ட.”

"ஏப்பா தொரே, நீ என்ன சொல்லறே?"

"அய்யனவுங்க என்ன சொல்றாங்களோ அப்பிடியே கேட்டுக்கறனுங்க."

"ங்கொண்ண, மாணிக்கம் எங்க போனா? காதுல கேட்டிருந்தா நிக்கமாட்டானே?"

"பருத்திச் செடிக்கு மருந்து வாங்க டவுனுக்குப் போயிட்டானுங்க."

"மரத்துக்குஞ் சேத்தித்தானே குத்தவெ பேசியிருக்குது?"

"அதெல்லாம் பேசப்படாது. அவன் படைச்சவெ. நீதா, எல்லாத்தையும் தள்ளிக் குடுத்துட்டுப் போவோணும்." மாரப்ப கவுண்டர் சொல்லிக்கொண்டே எழுந்து கொட்டாவி விட்டார்.

"இன்னிக்குச் சொல்றதுதான். வெதைச்சதே அறுத்துட்டு வேற எடம் பார்த்துக்கோணும். வம்புதும்பு இல்லாமெப் பண்ணயம் நடக்கட்டு. கணக்கு வழக்கு இருந்தாப் பின்னு பொறவு பார்க்கலாம். அம்மன் கொலுவுல இருக்கறப்ப யாரும் இதப்பத்திப் பேசப்படாது. இது இப்பவே முடிஞ்ச மாதிரி. மனசில வெச்சுட்டு சாடெமாடையாப் பேசப்படாது."

"ஏப்பா, காளிச்சாமி காயம் பெருசா?"

"சுமாரா இருக்குதுங்க!"

"எதுக்கூ சடைய வைத்தியங்கிட்டக் காட்டு. சீப் புடிச்சுக்கப் போவுது."

"போயிப் பாக்கறனுங்க!"

"வாங்க, மோரு குடிச்சிட்டுப் போவலாம்." முத்தைய கவுண்டர், ஊர்க் கவுண்டரைப் பார்த்துச் சொன்னார்.

"அதெல்லாம் இன்னோரு நாளைக்குப் பாத்துக்கலாம். போயி சோறு தண்ணி குடியுங்க. வெடிக்காரரே ஆள் உட்டு தேங்காயெ எடுத்துட்டுப் போவச் சொல்லுங்க. ஏ, நீங்க குடியிருக்கிற தோட்டத்துல தேங்காயில்லயா?"

"எல்லாம் எளசுங்க. சாமிகோவில் செலவுக்குன்னு கேட்டாங்க. போயிப் போட்டுக்குடுன்னு சொன்னே."

"ம்... தலைக்கு வந்தது காலோட போச்சுன்னு நெனச்சுட்டு போயி சோலியப் பாருங்க."

"அவியவிய காரியத்தப் பார்க்கலாம் நடங்க!"

“டேய் அங்கமுத்து, தூக்க முடிஞ்சதத் தூக்கீட்டு தோட்டத்துக்கு வாங்க. பொம்பளெ ஆளுகளெ வரச் சொல்லி மிச்சத்தெக் கூடையில் கொண்டாரச் சொல்லு.”

துரை சொல்லிக்கொண்டே, தனியாகக் கிடந்த தேங்காயை வீச்சரிவாளால் கொத்தித் தூக்கிக்கொண்டு நடந்தான். கூடியிருந்த கூட்டம் கரைந்தது. மாரப்ப கவுண்டரின் தலையில் சொத்தென்று இலேசாக ஏதோ விழுந்தது. விரல்களால் தலையைத் தொட்டுப் பார்க்க நசநசவென்றிருந்தது. காக்கை அவர் தலையில் எச்சமிட்டிருந்ததைக் கண்டு செங்கண்ணன் மெல்லச் சிரித்தான்.

“ச்சீ... கருமம்! இன்னொருக்காத் தலை முழுவோணும்.” மாரப்ப கவுண்டர் முணுமுணுத்தப்படி கடைசியாக நடந்து போனார்.

4

மூன்றே நாட்களிருந்தன பௌர்ணமிக்கு. நிலவு வந்து வெகு நேரமாகியிருந்தது. காளி கோவிலில் தமுக்கடிப்பது தெளிவாகக் கேட்டது, தெய்வானைக்கு. காளிச்சாமியின் தலையை மடியில் கிடத்தி அவனுடைய தலைக்கட்டை வருடுவதும் கண்ணீர் விடுவதுமாகத் திண்ணையில் கிழக்குப் பார்த்திருந்தாள்.

தெய்வானை பஸ்ஸை விட்டு இறங்கி வெற்றிலை வாங்கப்போனபோது பெட்டிக்கடை அலமேலுதான் அவளுக்குச் சொன்னாள், காளிச்சாமி டாக்டரிடம் வந்துவிட்டுப்போனதாக. தெய்வானைக்கு நெஞ்சுக்குள் பதறியது. கைக்குழந்தையை இடுக்கியபடி பையன் தங்கராசின் கையைப் பிடித்துக்கொண்டு வேகவேகமாக நடந்தாள். நடக்க நடக்க வழி முடிந்தபாடில்லை. ஊர் கண்ணுக்கு எட்டியபோது தெய்வானைக்கு மனத்தில் தெம்பு கூடியது. சரளைக்கல் பாவிய வண்டிப் பாதை குழியும் குண்டுமாக இருந்தது, நடையின் சிரமத்தைக் கூட்டியது. வண்டிவாசியென்று எதுவும் அப்போதைக்கு வரவில்லை. ஊரைத் தாண்டி மேற்குப் பக்கமாகச் செல்லும் ஒற்றையடிப் பாதையில் தெய்வானை வேகமாக நடையைத் தொடர்ந்தாள். அவளுக்குப் பின்னால் தங்கராசு ஓடிவந்தான்.

களத்தைத் தாண்டும்போதே தெய்வானை வாய்விட்டு அழுதாள். திண்ணையில் படுத்திருந்த காளிச்சாமியின் கைகளையும் கால்களையும் தடவிக்கொண்டே அழுதாள். கைக்குழந்தையும்

தங்கராசும் சேர்ந்து அழுதார்கள். மெள்ளக் கண் விழித்த காளிச்சாமி முழங்கையை ஊன்றி எழுந்து சுவரில் முதுகைச் சாய்த்துக்கொண்டான். இடது கையில் தங்கராசை அணைத்துக் கொண்டான். அவனுடைய கால்களில் முகத்தைப் படிய வைத்துத் தேம்பினாள் தெய்வானை.

"ஒண்ணுமில்லே. எனக்கு ஒண்ணுமில்லே! லேசாக் காயம், அவ்வளவுதான். டாக்டர்கிட்டெக் காட்டி ஊசி போட்டிருக்குது. பயப்படாதீங்க. நான் இருக்கறேன்."

காளிச்சாமியின் கண்கள் கலங்கிவிட்டன. பையனை மடியில் கிடத்திக்கொண்டு தெய்வானையின் தலையைத் தடவி விட்டான்.

"தெய்வானை இப்பத்தா வர்றியா? இன்னிக்கு நடந்த தகறாருல நீ வர்றது கூட மறந்துபோச்சு! நடந்தே வந்தையா இல்ல ஏதாவது வண்டி புடிச்சியா?" கிணற்றடியிலிருந்து வந்த முத்தைய கவுண்டர் குரல் கம்மியது.

"பஸ்ஸெ உட்டு எறக்குனதுதாங் கேடு. கடைக்காரி சொன்னா. ஈரக்கொலை கலங்கிப்போச்சு. ஒரே அடியா ரண்டையும் இழுத்துட்டு வந்து சேர்ந்தே. கண்ணுல கண்டப்பத்தான் உசிரு வந்ததுங்க."

"ஆரு செஞ்ச புண்ணியமோ? தலைக்கு வந்தது காலோட போச்சு. ராணீ, இங்க வாம்மா!" முத்தைய கவுண்டர் பேத்தியைத் தூக்கித் தோளோடு சாய்த்துக்கொண்டார்.

"தங்கராசு, ஊர்ல அம்முச்சி நல்லா இருக்குதா?"

"ம்... நோம்பிக்கு வர்றன்னு சொல்லுச்சு."

"தெய்வானை, போயி அடுப்பப் பத்த வையி. கொழந்தீக பசியோட கெடக்குதாட்டா இருக்குது."

தெய்வானை அடுப்படிக்குப் போனாள். அரித்து ஆக்கி எல்லோரையும் உண்ணவைத்துத் தானும் உண்டாள். குழந்தைகள் தூங்கிய பிறகுதான் திண்ணைக்கு வந்தாள். முத்தைய கவுண்டர் வாசலில் கிடந்த சோபாவில் கண்களை மூடிக்கிடந்தபடி வெற்றிலை மென்றுகொண்டிருந்தார்.

நடந்ததையெல்லாம் துருவித் துருவி மாமனாரிடம் கேட்டுத் தெரிந்துகொண்டாள்.

"அழுவாத தெய்வானை! நீ அழுவறதப் பார்த்தா எனக்கும் கண்ணுக் கலங்குது!"

“மாமா, எக்குத்தப்பா நடந்திருந்தா என்ற கதி என்னாவறது? ரண்டையும் வெச்சுட்டு மாயோணுமே.”

“அப்பிடியெல்லாம் வராது! காளியாத்தா தயவுல பெருசா ஒண்ணும் நடக்குல.”

“அந்தப் பாழாப்போனவ கைக்குக் கசப்பு நோவு வர. என்றசாமியெ இப்பிடி அடிச்சுப் போட்டானே!”

“அக்கிரமகார நாய்க! அவங்கிட்ட குத்தகைக்கு உழுவாதேன்னு படிச்சுப் படிச்சு சொன்னாங்க. நான் பாவி கேக்கலயெ.”

“பெரிய மாம வந்து பார்த்தாங்களா?” காளிச்சாமியின் அண்ணன் கண்ணையனைப் பற்றித்தான் கேட்டாள் தெய்வானை.

“காரமடைச் சந்தைக்கு மப்பு மப்பலா இருக்கறப்ப போனவ இன்னங்காணம். காதுல கேட்டிருந்தா நிப்பானா? ஓடியாந்திருப்பானே!”

“அக்கா வந்தாளுங்களா?”

“சேதி கேட்டு, போட்டது போட்டபடிக் கெடக்க ஓடியாந்துட்ட. நீ வாரத்துக்கு முன்னாலதா கொழந்தயெக் கூட்டீட்டுப் போறா.”

கண்ணையன் கடலை விதைப்புக்கு முத்து வாங்கச் சாக்கோடு சந்தைக்குப் போயிருந்தான். கந்தம்பாளையத்துக்கு வடபக்கம் தான் அவனும் குத்தகைக்கு உழுதுகொண்டிருந்தான். மணல் காட்டில் நிலக்கடலை விதைக்க முன்னுழவு போட்டிருந்தான். விதை வாங்கப் போனவன் இன்னமும் வரவில்லையென்பதில் கொஞ்சம் கலக்கமிருந்தது. வந்திருந்து விவரம் கேட்டிருந்தால் ஓடி வந்திருப்பான் இந்நேரம்.

கண்ணையனுக்கு, ஒரு பையனுக்கு மேல் இன்னமும் எதுவும் பிறக்கவில்லை. நல்ல பாட்டாளி. பருத்தி போட்டிருந்ததில் முட்டுவலி கூடியிருந்தது. பணத்துக்குத் தடுமாறிக்கொண்டிருந்தான். பருத்தி வெடித்திருப்பதைப் பார்த்தால் முந்நூறு பொதியாகும் போலிருந்தது. அந்தப் பக்கமாய்ப் போயிருந்த முத்தைய கவுண்டர் மாந்தோட்டத்திற்கும் போயிருந்தார். மூத்த மருமகள் தங்கம்மாள்தான் இருந்தாள். பேரன் ராசாமணி பாயில் தூங்கிக் கொண்டிருந்தான். காளிச்சாமியின் பையனுக்கு ஒரு வருஷம் இளையவன். தங்கராசுக்கு இந்த வருஷம் மாசியோடு ஐந்து வயது முடிகிறது. கண்ணையன் சோழந்துறைக்குப் போயிருப்பதாகச்

சொன்னாள் தங்கம்மா. அவள் கொடுத்த காப்பித் தண்ணியைக் குடித்துவிட்டுத் திரும்பியிருந்தார். மஞ்சள் நட்டதில் முட்டுவலிச் செலவு முத்தைய கவுண்டரின் கையையும் கடித்தது. பருத்தி எடுத்துவிட்டால், கண்ணையனின் கையில் காசு புரளும். நிலைமையைச் சமாளித்துக் கொள்ளலாமென்று இருந்தார். மஞ்சள் தோண்ட மூன்று மாதமிருந்தது. பருத்தி நல்லபடியாய் ஏறி விற்கிறதாகச் சோழந்துறை பூச்சி மருந்துக் கடையில் கேள்விப்பட்டிருந்தார். மஞ்சளும் நல்ல விலைக்குப் போகும். தளதளவென்று வளர்ந்திருக்கிறது. தண்ணீருக்கும் தட்டுப்பாடு கிடையாது. குழி போட்டிருந்ததால் போனவேசைக்கும் வெள்ளாமை தப்ப முடிந்தது. மழை நன்றாகவே பெய்திருக்கிறது. குளம், குட்டையெல்லாம் நிறைந்திருக்கிறது.

சாமி சாட்டியிருந்ததில் கொஞ்சம் சங்கடந்தான் முத்தைய கவுண்டருக்கு. கந்தம்பாளையத்திலிருந்து தங்கச்சி மருமகனையும் மருமகளையும் நோம்பிக்குக் கூப்பிட்டுவிட்டு வந்தார். பெரிசாய் எதுவும் செய்ய முடியாது.

காளிகோவிலில் தமுக்கடிக்கிற சத்தம் உச்சத்தில் கேட்டது. மணியடிக்கிற சத்தமும் இடையிடையே எழுந்தது. ஊரே கூடியிருக்குமென்று நினைத்தார் முத்தைய கவுண்டர். தூரம் தொலையிலிருந்து சொந்த பந்தமெல்லாம் வந்திருக்கும். மழை வேறு பெய்திருப்பதால் கும்மாளத்துக்குக் குறைவிருக்காது. கூலி நாலிக்குப் போகிறவனெல்லாம் கூடக் கடன் உடன் வாங்கித் தாராளமாகச் செலவு செய்வான். சாட்டு முடிந்து நூறு கிடாய் களுக்கு மேல் வெட்டக் கூடுமென்று கணக்குப் போட்டுக் கொண்டிருக்கிறார் ஊர்க்கவுண்டர்.

ஊர்க்கவுண்டர் பெரியசாமிக்கு ஒரு குறையுமில்லை. தலைக்கட்டுக்குத் தலைக்கட்டு பேர் விளங்குகிறது. பேரன் பேத்தியெல்லாம்கூட நான்கு நாட்களுக்கு முன்னமே வந்து விட்டார்கள். அவருக்குச் சுற்றிச் சுற்றிப் பத்து வள்ளம் பூமி காணிகள். மனுசன் நியாயம் தவறாமல் பேசுவார்.

“ஏனுங்க மாமா, இந்த வெள்ளாமையோட பூமியெக்காலி பண்றதாச் சொல்லிப் போட்டீங்களாமா?”

“ஆமா, என்ன பண்றது. நெஞ்சுங் கொடலும் அஞ்சாம அக்கிரமம் பண்ணறவனுகளோட எத்தனெ காலத்துக்கு மாரடிக்கறது. கை காலுச் சொவமா இருந்தாப் போதும். அதுக்குள்ளே ஏதாவது பூமி கெடக்காமலா போவும்? தோளம் பாளையத்துல ஒரு பூமி குத்தகைக்கு வர்றதா பேச்சு அடிபடுது. நோம்பி கழியட்டும், ஒரு எட்டுப் போயிப்பாத்துட்டு வாறன்.”

“அதெப்பிடீங்க மாமா உட்றது, போன வருசந்தா கெணத்தப் பத்து மொழம் வெட்டுச்சு. குழி வேற போட்டுது. அவஞ் சொன்னான்னு திடுதிப்புனு எப்பிடிக் காலி பண்றது? ஊருல நமக்கும் நாலு சனம் இருக்குமில்லே?”

“அவனுகளைக் கண்டா ஊரே வாயடங்குது. அக்கம்பக்கம் அவனுக சொந்த பந்தம் வேற. வாய் தொறந்தா காரியங்கெட்டுப் போவும். எப்பிடியோ அந்த ஆத்தா உட்ட வழி.”

“நல்லா இருக்குது நியாயம்? கொறையாக் கெடந்த மண்ணெ உசுரக்குடுத்துல்ல திருப்பிப் போட்டீங்க. ஒரு சாளெ சப்பட ஒழுங்கா இருந்துதா? நாம தோனி உருப்பாடு பண்ணுனம். லேசுல உட்டுட்டுப் போவ முடியுமா?”

“அவம் படைச்சவ. அவஞ் சொல்றதத்தா கேப்பாங்க. ஆரு வர்றது?” நெற்றிப் பொட்டில் கை வைத்து வெளிச்சத்தைத் தடுத்தபடிக் கவனித்தார் முத்தைய கவுண்டர்.

நடுக்களத்திற்கு வந்துவிட்ட கண்ணையன் வேட்டியை மடித்துக்கட்டிக்கொண்டே சுற்றிலும் ஒருதரம் பார்த்துக் கொண்டான். மாட்டுத் தொழுவத்தில் படுத்திருந்த நாய்கள் வாலை ஆட்டி முறுவியபடி அவனுக்குப் பக்கத்தில் வந்தன. கட்டுத்தரையிலிருந்து கன்றுக்குட்டி கீறலாகக் கத்தியது. வாசலுக்கு வந்தவன், காளிச்சாமியைக் கவனித்தான். அவனுடைய மனம் பதறியது. தெய்வானை மெல்ல எழுந்து காளிச்சாமியின் தலைக்குக் கீழே பூளப்பூ தலைகாணியை வைத்தாள். அப்புறம் அவள் வீட்டிற்குள் போனாள்.

“காயம் பலமா?” காளிச்சாமியின் தலைக்கட்டை நெருக்க மாகப் பார்த்தபடிக் கேட்டான் கண்ணையன்.

“பெருசா இல்லே! ரத்தந்தா கொட்டி போச்சு!”

“இந்த அளவுக்கு அவனெ உட்டுறதா. கையில கத்தி கொடுவாளு இல்லே! ஒரே போடாப் போட்டு அப்பன் மவன் ரெண்டுபேரையும் ஒரே எடத்துல பொதைச்சிருக்கோணும்.”

“ம் . . . அவம் படைச்சவெ. எத வேணாலுஞ் செய்யறா, நாம அப்பிடி முறுக்க முடியுமா? வாயக்கட்டி வவுத்தக்கட்டி சீவனஞ் செய்ய வேணும்.”

“சும்மாவா பூமியைக் குடுத்துருக்கறானுக. களத்துல வெள்ளாமே கெடக்கக் கெடக்க வந்து பங்குக்கு நிக்கறானுக.”

“நாம என்ன பண்ண முடியுஞ் சாமி. நம்ம தலையில் அவன் எழுதி வெச்சிருக்கறான். இப்பிடிச் சின்னப்படோணும்னு. அதெ மாத்தி எழுத முடியுமா?”

“நடக்கக்கூடாதது நடந்திருந்தா ஆரு பொண்டு புள்ள தெருவுல நிக்கறது?”

“என்ன பண்றது? ஆச்சுப் போச்சுனா துப்பாக்கியத் தூக்கீட்டு நிக்கறானுக.”

“நிப்பானுக! நிப்பானுக! எத்தனெ நாளைக்குத்தா இந்தக் கும்மாளமுன்னு பார்க்கலாம்.”

“போன காரியம் செயமாச்சா?”

“மூணு மூட்டெ முத்துக் கெடைச்சுது. வார வண்டியில் ஏத்தி உட்டுட்டு வந்துட்டே. நானிருந்தா அவங்கையெ முறிச்சுத் துணிச்சிருப்பேன்.”

“செரி, அது கெடக்கட்டும், ஒன்ர பாடு எப்பிடி? வெதப்புக்குக் கூலிநாலி குடுக்கக் கையில எதாவது இருக்குதா?”

“போன வாரந்தா பையங்கழுத்துல கெடந்த சங்கிலியே அடவு வெச்சேன். அவ கழுத்துல கெடந்ததெல்லாம் அடவுல. தோட்டத்துக்கார நடையா நடந்துட்டு பிச்சுத் திங்கறான்.”

“எங்கையிலயும் காசு இல்லே. தங்கம்மா வெவரத்தச் சொன்னா. காளிச்சாமி பொஞ்சாதி கழுத்துல கொடிகெடக்கு. அண்ணனுக்குகுடே, பருத்தி போட்டதும் திருப்பிக்கலாம்னு சொல்லிப் பார்த்தன். காளிச்சாமி ஒரே அடியா முடியாதுன்னு சொல்லிப்போட்டான். எங்கையில இருந்தா பயப்பட மாட்டேன்.”

“நானும் அலையாத எடமில்லே. கேக்காத ஆளில்லே. நோம்பி கழியட்டும். தேவனாபுரத்துக்கு ஒரு எட்டுப் போயிட்டு வாறன்.”

“எப்பிடியோ ஒரு தடவை சமாளிச்சுப் போடு. கையில வெச்சுட்டு வஞ்சகம் பண்ணமாட்டே. தெய்வானை கழுத்துல கெடக்கறது அது ஒண்ணுதா. அவ ஆத்தா போட்டதுன்னு கழட்டாம வெச்சிருக்கறா.”

“நானே காளியெக் கேட்கட்டா?”

“கேட்டுச் சங்கடம் வராதுன்னாக் கேளு.”

“இப்ப வேண்டா. ரண்டு நாளுக் கழிச்சு வர்றேன்.”

“மாமா, இந்தாங்க!” காபித் தம்ளருடன் நின்றாள் தெய்வானை.

“அய்யனுக்கு?”

“அவிய வெத்தலே போட்டுட்டாங்க. குடிக்க மாட்டாங்க.”

காபியை வாங்கிக் குடித்து முடித்த கண்ணையன் தம்ளரைத் திண்ணையில் வைத்தபடி காளிச்சாமியை பார்க்க, அவன் தூங்கிக்கொண்டிருந்தான்.

“அவன் நல்லாத் தூங்கறான்! காத்தால வந்து பாக்கறன். எந்திருச்சான்னா, நான் வந்துட்டுப் போனன்னு சொல்லு. சாக்கிரதயாப் பாத்துக்க தெய்வானெ, நா போயிட்டு வாரனுங்க ஐயா!” கண்ணையன் சொல்லிவிட்டு நடையைத் தொடர்ந்தான்.

“வழியெப் பாத்துப் போ! ஒருத்தங்கிட்டயும் வாயி கொடுக்காதெ. நேரா ஊட்டெ போயித்தூங்கு.” முத்தைய கவுண்டர் சோபாவிலிருந்து எழுந்து திண்ணைக்குப் போனார். தெய்வானை வீட்டிற்குள் புகுந்தாள்.

5

வாழைப்பூ தலையில் இடிக்கிற மாதிரி பச்சைப் பந்தலுக்கு முன்னால் நின்றிருந்தாள் அம்மணி. மயில் கழுத்து நிறத்தில் பட்டுச்சேலை கட்டியிருந்தாள். கை நிறையக் கண்ணாடி வளையல்கள்; ட்யூப் லைட் வெளிச்சத்தில் மின்னிச் சலசலத்தன. கழுத்தில் வெள்ளைக்கல் பதித்த ஒடுக்கமான பதக்கம் போட்டிருந்தாள். வருகிறவர்கள், போகிறவர்களிடமெல்லாம் சிரிக்கச் சிரிக்கப் பேசிக்கொண்டிருந்தாள். தலை நிறைய மல்லிகைப் பூ வைத்திருந்தாள். அம்மணிக்கு சீரான பல்வரிசை. அடர்த்தியான தலைமுடியின் சில இழைகள் சாந்துப் பொட்டுக்கு மேலாகப் புரண்டன.

கரகமெடுத்த மாணிக்கமும் கண்ணையனும் செங்கண்ணனும் மஞ்சள் வேட்டி கட்டி மாறிமாறிக் கோவிலுக்குள் போய்வந்தார்கள். கை வீசி நடக்கையில் மஞ்சள் கங்கணம் விழுந்துவிடுவது மாதிரி ஆடியது. ஊர்ப் பெண்களும் உறவுப் பெண்களும் குழந்தைகளோடு அங்கேயும் இங்கேயும் போய் வந்தார்கள். கலகலப்புக்குச் சொல்லி முடியாது.

போதாதற்கு 'குமரன் சவுண்ட் சர்வீஸ்' ஸ்பீக்கர்கள் அலறிக்கொண்டிருந்தன. அங்கேயும் இங்கேயும் ஊர்க்காரர்களின் குரல்கள் உயர்ந்து அடங்கிக்கொண்டிருந்தன. ஊஞ்சமரச் சிமிர்களில் காற்று வீச அவைகள் தளும்பின. வெவ்வேலா மரங்களிலும் புளிய மரங்களிலும் மின்விளக்கு வெளிச்சம் படிய அவைகளின் சிமிர்கள் அசைந்தன. புளிய மரத்தடியில் மேற்குப் பார்த்துக் காவி

நிறத்தில் மண்குதிரைகள் நின்றன. அவைகளுக்கு இடது புறத்தில் வெள்ளை நிறத்தில் மண் குதிரைகள். சேணத்திலும் முகறையிலும் கடிவாளத்திலும் வர்ணங்கள் தீட்டி அங்கங்கே வர்ணக் கண்ணாடிகளோடு அவைகள் மின்னின.

ஊஞ்ச மரத்தடியிலும் புளிய மரத்தடியிலும் பொங்கல் அடுப்புக்கள் வரிசையாக எதிரெதிர்ச்சாரியில் இருந்தன. அவை எரிவதைப் பார்க்க, கார்த்திகைத் தீபங்கள் மாதிரித் தெரிந்தன அம்மணிக்கு. முதல் சுற்றிலேயே செல்லம்மாளும் அம்மணியும் பொங்கல் வைத்துக் காளியம்மனுக்குப் படையலிட்டு விட்டார்கள். செல்லம்மாள் மகன் மயிலானைக் கூட்டிக்கொண்டு தோட்டத்துச் சாலைவரை போயிருந்தாள். பொங்கல் முடிந்து படையலிட்ட பின்னால் மாவிளக்கு எடுத்து ஊர்வலம் போக வேண்டும். கள்ளிப்பட்டிக்காரர்களெல்லாம் அன்றைக்கு ஓடியோடி அலைந்துகொண்டிருந்தார்கள். கூத்தும் கேலியும் கிண்டலும் சிரிப்புமாய் அவர்களைப் பார்க்க ஒரே வேடிக்கையாக இருந்தது கண்ணுச்சாமிக்கு. இருளண்டிக் கிடக்கும் காளிகோவில், வெளிச்சத்தில் பளபளத்தது. குட்டியப்ப கவுண்டர் தோட்டத்திலிருந்து மின்சாரம் எடுத்திருந்தார்கள்.

பெரியசாமி கவுண்டர் தன் வயதொத்த சகாக்களோடு அரச மரத்து மேடையில் சம்மணம் போட்டிருந்தார். ஒவ்வொன்றும் ஆகிவிட்டதா எனக் கவனம் பிசகாமல் கேட்டுக்கொண்டிருந்தார். ஓடியோடி வந்து யோசனை கேட்டார்கள், குறை சொன்னார்கள். அத்தனைபேரையும் சமாளித்துக்கொண்டிருந்தார். தங்கப்ப கவுண்டர் அப்போதும் தலைகுனிந்துகொண்டுதான் மெதுவாகப் பேசிக்கொண்டிருந்தார். மாரப்ப கவுண்டர், கல்யாணமாகாத பெண்களுக்கு மாப்பிள்ளைகளைத் தேடிக் கணக்குப் போட்டுக்கொண்டிருந்தார். வெடிக்கார வேலாகவுண்டர் அங்கேயும் இங்கேயுமாக நடந்துகொண்டிருந்தார். துரை, தமுக்கடிக்கிறவர்களை விரட்டிக்கொண்டே தாளத்திற்குத் தகுந்த மாதிரி கால்களை எடுத்துவைத்துக் கைகளை உயர்த்தி அசைத்துக்கொண்டிருந்தான். அவனுடைய கால் சலங்கைகள் ‘ஜல் ஜல்’ எனத் துள்ளிக்கொண்டிருந்தன.

கோவிலின் கிழக்குப் பக்கத்தில் சாக்குப்பை நாய்க்கர் சிரிக்கச் சிரிக்க எதையோ சொல்லிக்கொண்டிருந்தார். சாமியாடிக் கவுண்டர் கோலாட்டத்திற்கு ஆள் சேர்த்துக் கொண்டிருந்தார். பொம்மைக் கட்டை சிகரெட் பிடித்துக் கொண்டிருந்தார். அய்யாவு ஆச்சாரி பொங்கல் வைக்கிற இடத்தைச் சுற்றிவந்து கொண்டிருக்கும் விடலைப் பயல்களைக் கவனித்தபடியிருந்தார். கோவில் மைதானத்தில் கீச்சுக் கீச்செனக் கத்தியபடிக் குழந்தைகள் ஓடிப்பிடித்துக்கொண்டிருந்தன.

அம்மணி இன்னமும் அங்கேயேதான் நின்றிருந்தாள். பாப்பாத்தியும் பவானியும் அவளிடம் வேகமாக வந்து கொண்டிருந்தார்கள். அவர்களுக்குப் பின்னால் ஒரு சோட்டுப் பெண்கள் கும்பலாக வந்தார்கள். வண்ணப் புடவைகளுக்கு நடுவில் அங்கங்கே வெள்ளைப் புடவைக்காரிகளின் நடமாட்டமிருந்தது.

"அம்மிணி! அம்மிணி! இன்னிக்கும் கும்மியடிக்கலாம்."

"அஹ்... ஹா! இன்னிக்கு அவ அவ பட்டுக்கட்டீட்டு பூட்டீட்டுத் திரியறாளுக... எவ வருவா கும்மியடிக்க?"

"நீயுந்தா பட்டுக்கட்டீருக்கறே. யாரு இல்லீன்னா, இன்னிக்கு அடிச்சா உண்டு. அப்பறம். எப்பச் சாமி சாட்டறாங் களோஅப்பத்தான்!"

"வா! அம்மிணி! கொஞ்ச நேரத்துக்குத்தான். அப்பற மாவெளக்கு எடுத்தா முடிஞ்சுது!"

"லே, பொண்டுகளா! என்ன சமாச்சாரம் ஒரே கூட்டமாக் கூடீட்டீங்க?" பெரியசாமிக் கவுண்டர், தோளில் கிடந்த துண்டை உருவித் தலையில் கட்டிக்கொண்டே கேட்டார்.

"ஒண்ணுமில்லீங்க! கும்மியடிக்கலாமுன்னு."

"ஆரு வேண்டான்னா! போயி அடியுங்க."

"அந்த ரேடியோவெ கொஞ்ச நிப்பாட்டச் சொல்லுங்க. வாளுவாளுன்னு காதப் பொளக்குது."

"டேய், ராமா இங்கே வா!"

அரசமரத்தடியில் நின்றிருந்த ராமன் வேகமாய் வந்தான்.

"அந்த ரேடியோப் பொட்டிக்காரனக் கொஞ்ச நிப்பாட்டச் சொல்லு! பொண்டுக கும்மியடிக்கறாங்களாமா?"

காளிகோவில் திண்ணைக்குப் பந்தல் வழியாக நுழைந்தான் ராமன்.

மழை பெய்து ஓய்ந்த மாதிரியிருந்தது. தமுக்கடிக்கிற சத்தமும் சலங்கைகளின் சத்தமும் தனித்துக் கேட்டன. ஆடிக் கொண்டிருந்தவர்களில் ஒருவனைக் கூட்டத்திலிருந்து பிரித்துக் கூட்டிப்போனான் கண்ணையன்.

"போங்க பொண்டுகளா! கும்மியடி போங்க!" பெரியசாமி கவுண்டர் அரசமரத்தடியைப் பார்த்து நடந்தார்.

கலகலவென்று பெண்கள் ஓடினார்கள்.

"தன்னானே நன்னானே!

தானே நன்னே நன்னானே!"

அம்மணி வட்டத்துக்கு நடுவே நின்றுகொண்டு பாடினாள். வட்டத்திலிருந்து பெண்கள் கும்மியடிப்பதும் நிமிர்வதும் நடப்பதும் அதை ஏற்றுப் பாடுவதுமாய்ச் சுற்றினார்கள்.

"மண்குதிரெ ஏறி வந்தா மாமன்மவெ."

"ஆமா மாம மவ!"

"மரிக்கொழுந்து வாங்கீ வந்தா மாமன்மவெ"

"ஆமா மாம மவ!"

"மல்லிகைப்பூ எங்கேயின்னா அத்தே மவ ஆமா அத்தே மவ"

"மனசுக்குள்ளே இருக்குதுன்னா அத்தே மவ."

"ஆமா மாம மவ!"

"மனசவுட்டு எடுக்கச் சொன்னா அத்தெ மவ."

"ஆமா அத்தெ மவ!"

"மாந்தோப்புக்கு வான்னு சொன்னா மாம மவெ."

"மாலெ தந்தா வருவனின்னா அத்தெ மவ"

"ஆமா அத்தே மவ."

"மரிக்கொழுந்தே வீசியுட்டா மாம மவெ."

"ஆமா மாம மவெ!"

"மண்குதிரெ ஏறிப் போனான் மாம மவெ."

"ஆமா மாம மவ!"

"மாறி நின்னு சிரிச்சுகிட்டா அத்தெ மவ"

"ஆமா அத்தெ மவ!"

"தன்னானே நன்னானே நன்னானே!

தானே நன்னே நன்னானே."

அம்மணியின் குரல் கணீரென்றிருந்தது. கலகலவென்று ஒருசில பெண்கள் இடம் மாறி ஓடி நின்றார்கள்.

"அம்மிணி, இன்னொரு பாட்டுப் பாடு!"

பாப்பாத்தி கெஞ்சாத குறையாகக் கேட்டாள்.

"இந்த ஒண்ணோட செரி, அப்பறம் யாரையாவுது கூப்புடுங்க."

“சும்மாதாம் பிளுக்கரே. மாவெளக்கு எடுக்கற வரைக்கும் பாடறது.” பவானி கொஞ்சம் எரிச்சலோடு கேட்டாள்.

“லே, பவானி! சும்மா கெட. அம்மிணி, நீ பாடறவரைக்கும் பாட்டுச் சொல்லு.”

“தன்னனா தனனனா தன்னே நானானா”

“தன்னே நன்னே தனன்னானே”

“தங்கத்தேர் வேணுமின்னுன”

“தாமரைப்பூ, பாட்டுச் சொல்லும்”

“வெள்ளித்தேர் வேணுமின்னு”

“வெள்ளரளி பாட்டுச் சொல்லும்”

“பூந்தேரு வேணுமின்னு”

“பொன்னரளி பாட்டுச் சொல்லும்”

“மாணிக்கத்தேர் வேணுமின்னு”

“மல்லிகைப்பூ பாட்டுச் சொல்லும்”

“தேரு வந்து நிக்கையிலே”

“ஆரு வந்து பூ வெடுத்தா”

“தேரும் போன பின்னே”

“தெருவெல்லாம் பூ அழுவும்”

“தன்னனா தனனனா தன்னா நானானா

தன்னே நன்னே தனன்னானே”

கும்மிச் சத்தம் ஓய்ந்ததும், கோலடிக்கும் சத்தம் கேட்டது. கும்மியடித்தவர்கள் கலைந்து அந்தப் பக்கமாகப் போனார்கள். மாணிக்கம் கோலடித்துப் பாடிக்கொண்டிருந்தான்.

“தாதைதையத் தாதைதையத் தாதைதையத்தா”

“காளிவரம் வேணுமின்னு பத்ரகாளியே”

“பத்ரகாளியே!”

“கல்லும் முள்ளும் தாண்டி வந்தோம் பத்ரகாளியே”

“பத்ரகாளியே!”

“காசு பணம் சேர வேணும் பத்ரகாளியே!”

“பத்ரகாளியே!”

“நோய் நொடியும் போக வேண்டும் பத்ரகாளியே”

“பத்ரகாளியே”

“கவெல மறந்து பொழைக்க வேணும் பத்ரகாளியே”

“பத்ரகாளியே”

“காலமெல்லாம் துணையிருப்பாய் பத்ரகாளியே”

“பத்ரகாளியே!”

கண்ணுச்சாமிக்கு இதையெல்லாம் பார்க்கக் கோலாகலமாக இருந்தது. அம்மணியின் பாட்டைக் கேட்கிறபோது மனது தாளமடிப்பது போலிருந்தது. அவளுடைய பாட்டுக்களை ஓசையில்லாமல் மனதுக்குள் சொல்லிப் பார்த்து ஏகாந்தத்தில் வெறித்திருந்தான். தன்னுடைய ஊரிலும் நோம்பிச்சாட்டு நடப்பதைப் பார்த்திருந்தான். அவையெல்லாம் கண்ணுச்சாமிக்கு வேடிக்கையாக மட்டுமே பட்டது. அம்மணியின் நினைப்பு அவனுக்கு அடிக்கடி வந்துபோனது. அவளுடைய சிரிப்பும் துருதுருப்பும் கண்ணெடுக்காமல் பார்க்கத் தூண்டுவதாயிருந்தது. அம்மணி பெண்களுக்கு நடுவே துள்ளித் துள்ளி அலைவது மாதிரியிருந்தது. அவளைக் கவனிப்பது அவனையும் மீறி நடக்கிற மாதிரியிருந்தது. கண்ணுச்சாமிக்குத் தன்னை யாரோ கவனித்துக் கொண்டிருக்கிற மாதிரியும் தோன்றியது. அவன் தனக்குள் சிரித்துக்கொண்டான்.

“எந்தப் பொண்ணு பிடிச்சிருக்குது, சொல்லு. பரிசம் போடலாம்.” மாரப்ப கவுண்டரின் குரல் பக்கமாகக் கேட்டது.

“நீங்களா, நான் ஆரோன்னு பயந்துட்டனுங்க.”

“எதுக்கு பயப்படறே. கூசாமச் சொல்லிப் போடுங்க! அப்பிச்சியெ நான் பாத்துக்கறேன்.”

“பொண்ணு புடிச்சதும் நேரா வர்றனுங்க.”

“இத்தென பொண்ணுல ஒண்ணு கூடப் புடிக்கலயா? நல்ல ஆளுவாச்சே.”

“கவலெப்படாதீங்க. உங்களெ மறக்க மாட்டேன்.”

“சீக்கிரம் பார்த்து ஒண்ணெப் புடிச்சுக்க. இல்லீன்னா நானே ஒண்ணெப் புடிச்சு கட்டி வெச்சுருவே!” மாரப்ப கவுண்டர் யாரையோ தேடிக்கொண்டு போவது மாதிரியிருந்தது.

தமுக்கடிக்கும் சத்தம் விரைசலாகக் கேட்டது. கோலாட்டம், கும்மியாட்டமெல்லாம் அடங்கியிருந்தது. பூசாரியின்

மணிச்சத்தம் கணீரென்று கேட்டது. சாக்குப்பை நாய்க்கரும் பொம்மக்கட்டையும் முண்டியடித்துக் கொண்டு முன்னால் போனார்கள். அவர்களின் கால்மிதிகளை வாங்கினவர்கள் முணுமுணுத்தார்கள்.

பூசை முடிந்ததும், பெண்கள் மாவிளக்குத் தட்டுக்களை எடுத்துக்கொண்டு பந்தலுக்கு வெளியில் வந்து நான்கு வரிசைகளில் ஒருவர் பின்னால் ஒருவராக நின்றார்கள். தினைமாவும் அரிசி மாவும் எள்ளுமாவும் பித்தளைத் தட்டங்களில் சின்னச் சின்ன உருண்டைகளாக இருந்தன. ஒவ்வொரு தட்டிலும் ஒரு உருண்டையில் விளக்கு மாதிரி அமைத்து எண்ணெய் ஊற்றிப் பஞ்சுத் திரியில் தீபத்தை வைத்திருந்தார்கள். அம்மணியும் பவானியும் முதலில் நின்றார்கள்.

திரும்பிநின்ற பெரியசாமி கவுண்டருக்குப் பெருமை தாளவில்லை. மீசையை அழுத்தமாய் நீவிவிட்டுக் கொண்டிருந்தார். தங்கப்பக் கவுண்டர் சுற்றிச் சுற்றிக் கண்ணுச்சாமியைத் தேடினார். அவன் அரச மரத்தடியில் நின்றுகொண்டு சாக்குப்பை நாயக்கரிடம் எதையோ சொல்லிக்கொண்டிருந்தான்.

தீபாலங்காரத்துடன், மாவிளக்கு ஊர்வலம் கிளம்பியது. பாட்டப்பனும் பேச்சியண்ணனும் ஆளுக்கொரு தீப்பந்தத்தை எடுத்துக்கொண்டு முன்னால் நடந்தார்கள். பலருடைய தட்டுக்களில் காகிதப் பூக்கள் குத்தப்பட்டிருந்தன.

கரகமெடுத்தவர்களுக்குப் பக்கமாகச் செங்கண்ணனும் பூசாரியும் நடந்தார்கள். பூசாரியின் கையில் தீபாரதனைத் தட்டும் மணியும் இருந்தன. கண்ணையனும் அவனுடைய சகாக்களும் உரசியபடி நடந்தார்கள். துரை அடிக்கடி ஏதோ சத்தமிட்டுக் கத்தியபடி தன்சகாக்களோடு வந்துகொண்டிருந்தான். சாக்குப்பை நாய்க்கரும் பொம்மைக்கட்டையும் சாமி ஆடிக்கவுண்டரும் அய்யாவு ஆசாரியும் கூட்டத்தின் நடுவில் வந்துகொண்டிருந்தார்கள். அவர்களோடு கண்ணுச்சாமியும் சேர்ந்துகொண்டான். அவனுக்குப் பின்னால் பெரிய அளவுக்குக் கூட்டமிருந்தது. ஈரக்காற்றும் பௌர்ணமி வெளிச்சமும் கள்ளிப்பட்டிக்காரர்களை ஆனந்தப்படுத்தின.

கள்ளிப்பட்டிக் கிராமம் பௌர்ணமி வெளிச்சத்தில் பளிச்சென்று இருந்தது. நான்கு திசைகளிலுமிருந்து வந்து ஒன்று சேருகிற சரளைக் கல் பாதைகளின் இரு பக்கங்களிலும் கடைகளும் கோவிலும் வண்டிப் பட்டறைகளும் வீடுகளும் இருந்தன. கிழக்குப் பகுதியிலிருந்து வருகிற பாதை கோலாம்பாளையத்திலிருந்து கிளம்புகிறது. இந்தப் பாதையின் வலதுபுறத்தில் மசையன் குட்டை

இருக்கிறது. அதன் கிழக்குப் பகுதியில் செங்கல் அறுக்கும் சூளைகள் இரண்டு மூன்று இருந்தன. இந்தப் பாதையைத்தான் களப்பலூர் சந்தைக்குப் போய்வரப் பயன்படுத்துவார்கள். களப்பலூர் சந்தை அந்த வட்டாரத்துக்காரர்களுக்குப் பல வகையிலும் தோதுப்படுகிறது. சோழந்துறைக்குப் போகிற பாதை வடக்குப் பக்கமாகச் செல்கிறது. தெற்குப் பக்கமாகச் செல்கிற பாதை மாதாரி வளவு வழியாகக் காத்தான் கரடு வரை செல்கிறது. அதைப் பாதையென்று மட்டும் சொல்ல முடியாது. காத்தான்கரடில் பெய்கிற மழைத் தண்ணீர் மசையன் குட்டைக்கு வந்து சேருகிற பள்ளமாகவும் இருந்துவருகிறது. மேற்குப் பக்கமாகப் போகிற பாதை ஊரில் எல்லையோடு நின்றுவிடுகிறது.

வீடுகளெல்லாம் விசாலமாகவே இருக்கும். கள்ளிப் பட்டியில் ஊருக்குள் போய் வரத் தாராளமாய் வீதிகள் இருந்தன. பல வீடுகளின் கூரைகளில் நாட்டு ஓடுகள் வேயப்பட்டிருந்தன. அவை மழைக் காலத்திற்கும் வெய்யில் காலத்திற்கும் பொருத்தமாக இருக்கும். கூரைகள் அழுக்குப் படிந்து களையில்லாமலிருக்கும். புதிதாகக் கட்டப்பட்ட வீடுகளில் சீமைஓடு வேய்ந்திருந்தார்கள். அவை பளிச்சென்றிருந்தன. ஒவ்வொரு வீட்டுக்கும் விசாலமான வாசல்கள் இருந்தன. தானியங்களைக் காயப் போடவும், தூற்றிப் புடைக்கவும், ஆடு மாடுகள் கட்டவும் வசதிப்பட்டன. விட்டுவிட்டு வீடுகள் இருந்தன. கட்டி முடிக்கப்படாத ஈஸ்வரன் கோவில் ஊரின் நடுவிலிருந்தது. கிழக்கு மேற்காகப் போய் வர மூன்று வீதிகள் இருந்தன.

நடுவீதியின் குறுக்காக விசாலமான பந்தலோடு ஒரு விநாயகர் கோவில் இருந்தது. அதற்குப் பக்கத்தில் குறுகலான சேந்து கிணறு. அதைத் தொட்ட மாதிரி அரசமரம். அரச மரத்தில் காலையிலும் மாலையிலும் பறவைகள் கத்திக்கொண்டிருக்கும்.

பகலில் வயதானவர்களின் நடமாட்டம்கூட அதிகமாக இருக்காது. நான்கைந்துபேருக்குக் குறையாமல் விநாயகர் கோவிலில் இருப்பார்கள். மற்றவர்களெல்லாம் காடுகரைக்குப் போய்விடுவார்கள். இல்லையென்றால், ஆடு மாடுகளை ஓட்டிக்கொண்டு காத்தான் கரடுப் பக்கம் மேய்ச்சலுக்குப் போய்விடுவார்கள். பலருக்கு அவரவர் தோட்டங்களிலேயே வீடுகள் இருக்கும். அவர்களுக்கு ஊருக்குள்ளும் வீடுகள் இருந்தன. இரண்டு பக்கமும் போய்வருவதுண்டு. நான்கு பாதைகளும் சந்திக்கிற இடத்தில் மட்டும் ஒரு தெரு விளக்கு எரியும். மற்றபடி ஊருக்கு வெளிச்சம் நிலாவினால்தான்.

அன்றைக்கு நிலா வெளிச்சத்தோடு மாவிளக்குகளின் வெளிச்சமும் சேர்ந்துகொண்டது. ஊருக்குள் மாவிளக்கு ஊர்வலம் செல்லுகையில் சில பெண்கள் வந்து சேர்ந்துகொண்டார்கள். பெரியசாமி கவுண்டர் வீட்டின் முன்னால் ஊர்வலம் கொஞ்ச நேரம் தேங்கியது. விநாயகர் கோவில் வீதியில் வரும்போது பூசாரி மணியடித்துப் பூசை செய்துவிட்டு அடுத்த வீதிக்குள் நுழைந்தார். மாவிளக்கு ஊர்வலம் அவரைத் தொடர்ந்தது. தமுக்கடிக்கிற சத்தம் நாலா திசைகளிலும் எதிரொலித்தது. நாய்கள் அங்கங்கே விடாப்பிடியாய்க் குரைத்துக்கொண்டிருந்தன.

காளிகோவில் மைதானத்திற்கு ஊர்வலம் திரும்பியபோது நிலா மேற்கே சாய்ந்திருந்தது. மரச்சிமிர்களின் விசிறலில் உடம்பு சிலிர்ப்பதை உணர்ந்த கண்ணுச்சாமி முன்புறமாகக் கைகளைக் கட்டிக்கொண்டான். அவன் பேச்சுத்துணைக்கு ஆளில்லாமல் அவதிப்பட்டுக்கொண்டே வேடிக்கை பார்த்தான். தங்கப்ப கவுண்டர், ஊர்க் கவுண்டரை விட்டுப் பிரிகிற மாதிரி இல்லை. அம்மணி கூட்டத்தில் மறைந்துவிடுவதையும் திரும்பவும் வெளிப்படுவதையும் கவனித்துக்கொண்டிருந்தான் கண்ணுச்சாமி.

கடைசிப்பூஜை முடிந்ததும் கூட்டம் மெள்ளக் கலையத் தொடங்கியது. அம்மணியும் பவானியும் பாப்பாத்தியும் கூடிக் கூடி நின்று பேசிக்கொண்டிருந்தார்கள். கண்ணுச்சாமி விபூதி வாங்குகிற சாக்கில் பூசாரியை நெருங்கினான். பூசாரி கையில் தட்டை ஏந்தியபடிக் கோவிலுக்குள் போவதும் வருவதுமாக இருந்தார். கண்ணுச்சாமி விபூதி வாங்கவும் அம்மணி கையொற்றி நீட்டவும் சரியாக இருந்தது. இருவரின் கைகளும் இலேசாக மோதிக் கொண்டன. கண்ணுச்சாமி கூச்சத்தோடு புருவங்களுக்கிடையில் விபூதியை மெல்லத் தேய்த்துக்கொண்டிருந்தான் வாங்கிய விபூதியைக் கையிலேந்தியபடி அம்மணி அவனைக் கூர்ந்து கவனிப்பதை, தலை நிமிர்ந்தபோது கண்ணுச்சாமி கவனித்தான்.

“வெலகுங்க! வெலகுங்க,” துரை கத்திக்கொண்டே தன் சகாக்கள் சூழ முன்னால் வந்தான். அவன் மோதிய வேகத்தில் கண்ணுச்சாமியின் கையிலிருந்த விபூதி சரிந்து உதிர்ந்தது. முகம் சுளித்தவனாய் கண்ணுச்சாமி மெள்ள நடந்து பந்தலின் முன்னால் நின்றான்.

அம்மணி வெளியே வரும்போது நேரமாகியிருந்தது. வழியில் நின்றிருந்த கண்ணுச்சாமியைத் தொலைவிலேயே கவனித்துவிட்டாள். கையிலிருந்த தட்டிலிருந்து தினைமா உருண்டையை எடுத்தாள். கண்ணுச்சாமியை நெருங்கியதும் அம்மணி இலேசாகச் சிரித்தாள்.

“பார்த்தாப் பாவமா இருக்குது! இந்தாங்க, புடியுங்க,” கையிலிருந்த தினைமாவை, மார்போடு கட்டியிருந்த அவன் கைகளுக்கிடையில் திணித்துவிட்டு நடந்தாள் அம்மணி. அவளுக்குச் சரியான குறும்பு என்றபடி தினைமாவைக் கையில் வைத்துக்கொண்டு திருதிருவென விழித்தான் கண்ணுச்சாமி.

அம்மணியும் பவானியும் பாப்பாத்தியும் வெட்கத்தோடு சிரித்தபடி ஊஞ்சமரத்தடியில் போய்க்கொண்டிருந்தார்கள். அம்மணி அப்படி சொன்னதும், அதைத் தொடர்ந்து நடந்ததும் கண்ணுச்சாமியைக் குழப்பின. கலகலப்பும் சலசலப்பும் அடங்கும்வரை ஓரமாக நின்றிருந்தான் அவன்.

“போலாமா? பேரப்புள்ளே!”

கண்ணுச்சாமியைத்தான் கேட்டார் தங்கப்ப கவுண்டர்.

“ஒன்னட பேரனா தங்கப்பா?”

“சொன்னனே மறந்துட்டீங்களா? வஞ்சிபாளையத்துல இருக்கிற என்ற தம்பி பேரந்தா. கூடத் தொணையா இருந்துக்க வந்திருக்கிறான்!”

“சொன்னே! சொன்னே! கொழப்பத்துல மறந்தே போச்சு,” சொல்லிக்கொண்டே கொட்டாவி விட்டார் பெரியசாமி கவுண்டர். தங்கப்ப கவுண்டருக்குத் தன் விசயத்தில் பிசகு வரவில்லையென்பதில் பெருமையாக இருந்தது கண்ணுச்சாமிக்கு. துரை கூச்சலிட்டுக் கத்தியபடியே தன் சகாக்களோடு போய்க்கொண்டிருந்தான். ஒவ்வொன்றையும் பார்க்க வேடிக்கையாக இருந்தது கண்ணுச்சாமிக்கு. தூரத்தில் போய்க் கொண்டிருந்த தங்கப்ப கவுண்டரைத் தொடர, கால்களை எட்டிவைத்தான் அவன்.

6

சோழந்துறையிலிருந்து வருகிற பாதை கள்ளிப்பட்டிக்குள் நுழைகிறபோது இடப்பக்கத்தில் இரண்டாவதாக இருப்பது அய்யாவு ஆசாரியின் வண்டிப்பட்டறை. முதலாவதாக இருப்பது கோணியப்ப ஆசாரியுடையது. கலகலப்பாக இருப்பது, அய்யாவு ஆசாரி பட்டறைதான். உளியும் சுத்தியலும் சதா மோதிக்கொண்டிருக்கிற சத்தம் நாளெல்லாம் கேட்டுக்கொண்டிருக்கும். சக்கரங்கள் கழற்றப்பட்ட வண்டிகள் இரண்டோ மூன்றோ தவறாமல் இருக்கும். ஆரக்கால்கள் செருகப் பட்ட கும்பக்கட்டை பளபளப்பாக நிழலில் சாய்த்துவைக்கப்பட்டிருக்கும். வண்டிப்பட்டா அடிப்பதற்கான குழியும், பட்டாக் காய்ச்சுகிற இடமும் அடுத்தடுத்து இருக்கும். அவ்வப்போது எரு புகைந்துகொண்டிருக்கும். சக்கரம் சுழலுகிற சத்தமும் உலையில் நெருப்பு வெடித்துச் சிதறுகிற வெளிச்சமும் மதியத்துக்குப் பிறகு தவறாமல் இருக்கும்.

அய்யாவு ஆசாரி பட்டறையின் குத்துக் காலில், முதுகைச் சாய்த்துக் குந்தியிருந்தான் கண்ணையன். இரண்டு நாட்களுக்கு முன்னால் சோளத்தட்டை ஏற்றிக் கொண்டு சந்தைக்குப் போய்க்கொண்டிருந்த அவனுடைய வண்டி ஒரு குழியில் இறங்கி இருசு வளைந்துவிட்டது. இருசை நிமிர்த்தி வண்டியை ஓட்டினால்தான் காளைகள் இழுக்கத் தோதுப்படும். நேற்றைக்கு வெயிலிருக்கும்போதே அவிழ்த்து விடப்பட்ட வண்டி அப்படியே நின்றிருந்தது. விசாரித்துவிட்டுப் போகவந்த கண்ணையன்

எதையெதையோ பேசிக்கொண்டே இருந்துவிட்டான். பேச்சுத் துணைக்கு அருணப்ப கவுண்டரும் மாரப்ப கவுண்டரும் இருந்தார்கள். அவர்கள் கண்ணையனுக்குப் பருத்தி எத்தனை பொதியாகும் என்கிற கணக்கைப் போட்டுக்கொண்டிருந்தார்கள். வாயில் கொஞ்சம் ஊற்றாவிட்டால் அய்யாவு ஆசாரிக்கு வேலை ஓடாது. கை ஓய்ந்தால் யாரைப் பற்றியாவது, எதையாவது பேசிக் கொண்டிருக்க வேண்டும். அவருக்குக் கொஞ்சம் தடியான உடம்பு. அவ்வப்போது மூச்சிரைக்கும். இருந்தாலும் உட்கார்ந்த கிடையை விட்டு நகர மாட்டார். தலையில் கட்டிய துண்டு நழுவாமல் வேலை செய்வார்.

அய்யாவு ஆசாரியைப் பற்றிப் பல கதைகள் சொல்லப்படும். அதில் உண்மையும் இருக்கும். இருந்தாலும் இப்படியெல்லாம் நடக்குமா என்கிற மாதிரி நினைக்கத் தோன்றும். வசமாக யாராவது மாட்டிக்கொண்டால் எதையாவது கறக்காமல் விடமாட்டார். கருகருவென்ற உடம்பு உலை அடுப்பின் வெளிச்சத்தில் பளபளக்கும். சளசளவென்று வியர்வை வடிந்து கொட்டினாலும் கனத்த கத்தியின் பிடியை விடமாட்டார். மூச்சு முட்ட அடித்துத் தீர்த்துவிட்டுத்தான் ஒதுங்குவார். அவருக்கு இரண்டு மனைவிகளென்று ஊருக்குள் பேசிக்கொள்வார்கள். அவர் வெகுகாலம்வரை கள்ளிப்பட்டியில் ஒண்டிக் கட்டை யாகவே இருந்தார். திடீரென்று ஊரில் காணாமல் போய் விடுவார். போட்டது போட்டபடிக் கிடக்கும். இல்லாவிட்டால், சுப்பையனும் ராமப்பனும் பட்டறையில் எதையாவது தட்டிக் கொண்டிருப்பார்கள். எதிர்பாராமல் திரும்பி வருவார். அதைப்பற்றி யாராவது பேசிக்கொண்டிருந்தால் ரெண்டு பொண்டாட்டிக்காரன் எந்த வீட்டுக்குப் போயிருப்பானோ என்று நினைக்கத் தோன்றும். தன் குடும்பத்தைப் பற்றிக் கேட்பவர்களுக்குத் தனக்கு இரண்டு பொண்டாட்டி என்று சொல்லுவார். குழந்தை குட்டியென்று எதுவுமில்லை அவருக்கு. இரண்டுபேருமே அழகு சொல்லி முடியாது என்று சொல்லிவைத்திருக்கிறார். அருணப்ப கவுண்டரைத் தன் ஊருக்குக் கூட்டிப்போவதாய் வெகுநாட்களாகச் சொல்லிக் கொண்டிருந்தார். அருணப்ப கவுண்டரும் அந்த நாளை எதிர்பார்த்துக்கொண்டிருக்கிறார்.

கள்ளிப்பட்டியில் குடும்பம் நடத்த வேண்டிய நிலைமை வந்தது அய்யாவு ஆசாரிக்கு. கடைசியாக ஊருக்குப் போயிருந்த போது அவருடைய பெண்சாதிக்கும் சந்தை வியாபாரிக்கும் தொடுப்பு இருப்பதாகக் கள்ளுக்கடையில் பேசிக்கொண்டதைக் கேட்டுவிட்டார். ராமாத்தாள் அப்படிப்பட்டவளல்ல என்று தெரியும் அய்யாவு ஆசாரிக்கு. எப்படியும் தன்னோடு கூட்டி

வந்து விடவேண்டுமென்று அவருக்கு முனைப்பு. மாமியார் வீட்டு வாசற்படியில் கால்வைக்க முடியாது. கல்யாணத்தில் ராமாத்தாளுக்குச் செய்து போட்ட மூன்று பவுன் செயினைக் கந்துவட்டிக் காளப்பனிடம் அடகுவைத்துவிட்டார். கந்துவட்டிக்குக் காசை மிச்சப்படுத்த முடிந்தது. மீதியைக் குடிக்கும் கூழுக்குமே செலவுசெய்ய வேண்டியிருந்ததால் நகையைத் திருப்ப முடியவில்லை. நகையைத் திருப்ப யோசித்த போதெல்லாம் நிறையவே குடித்தார். ஆயிரம் ரூபாயை அவரால் சேர்க்க முடியவில்லை. கள்ளிப்பட்டியில் தங்கியதில் ஐந்நூறு ரூபாய்க்கு மேல் சேர்த்துவிட்டார். குடிப்பதற்குத் துணையாக யாராவது அவரைக் கூட்டிக்கொண்டு போவார்கள். அவரே, குடிக்கக் கூட்டிப் போனாலும், காசைப் பட்டறையில் வைத்துவிட்டு மறந்துபோய்விட்டதாகச் சொல்லிச் சமாளிப்பார். கூட வந்தவர் பணம் கொடுத்துவிடுவார்.

கடைசியாக, ஒரு யோசனை செய்தார். திடீரெனத் தன் மூத்த சம்சாரம் செத்துப்போய்விட்டதாகத் தனக்குத் தெரிந்தவர்களிடமெல்லாம் சொன்னார். அடக்கம் செய்யக் காசில்லையென்று முகத்தைத் தொங்கப்போட்டுக்கொண்டு அலைந்தார். ஒரு வழியாகப் பலரிடமிருந்தும் பணம் சேர்ந்தது. அன்றைக்கே புறப்பட்டுப்போனவர் ஒரு வாரம் கழித்து ஒரு சாக்குமூட்டையோடு தன் பெண்சாதியைக் கூட்டிக்கொண்டு வந்துவிட்டார். தனக்கு ஒரே பெண்சாதிதான் என்பதை எவ்வளவு குடித்திருந்தாலும் வெளியில் சொல்லமாட்டார். யாராவது அதை நினைவுபடுத்தினாலும் தட்டிக் கழித்துவிடுவார். ராமாத்தாள் தான் இரும்பு காய்ச்சுகிறபோதெல்லாம் சக்கரம் சுழற்றுகிறாள். தனக்கு முடைவரும்போதெல்லாம் இப்படி ஏதாவது தந்திரம் செய்து சமாளிப்பார் அய்யாவு ஆசாரி.

கருக்குக் கருக்கென்றிருந்தது கண்ணையனுக்கு. தோட்டத்துக்கார நடராச கவுண்டர் தாறுமாறாகப் பேசிக் கொண்டிருப்பதாகச் சேதி வந்தது அவனுக்கு. குத்தகைப் பாக்கி மூணாயிரத்தை எண்ணிவைக்காவிட்டால் பருத்தியெடுக்க விடப்போவதில்லையெனச் சவால்விட்டுக்கொண்டிருந்தார். அவர், வெடிக்கார வேலா கவுண்டருக்குச் சகலன். துரை தேங்காய் பறிக்க ஆள் கூட்டிப்போய் நடந்த தகராறைக் கேள்விப்பட்டதி லிருந்து அவரும் கறுவிக்கொண்டிருந்தார். அவருடைய பாய்ச்சல் தன்மீதும் விழக்கூடுமென பயந்திருந்தான். காளிச்சாமி சகாயம் செய்தால் காரியம் சுலபமாகிவிடும். கண்ணையன் விஷயம் தெரிந்திருந்தும் காளிச்சாமி அலட்டிக்கொள்ளாமலே இருந்தான். அதைப் பார்க்கச் சங்கடமாக இருந்தது கண்ணையனுக்கு.

கேட்டுச் சங்கடமாவதைவிடக் கேட்காமலே சங்கடமாவது தேவலாமென்றிருந்தது அவனுக்கு.

அருணப்ப கவுண்டர் வட்டிக்குப் பணம் தருபவர்தான். சிலருக்கு வலியவே வந்துகூட உதவியிருக்கிறார் அவர் என்பது தெரியும் கண்ணையனுக்கு. மாரப்ப கவுண்டரும் கடன் வாங்கித் தந்து சகாயம் செய்கிறவர்தான். கண்ணையனே கேட்கட்டுமென்று காத்திருப்பார்கள். அவனுக்கு இப்படியொரு இக்கட்டு எப்போதுமே வந்ததில்லை. அய்யாவு ஆசாரி மூலமாக முண்டிப்பார்த்தால் எதாவது தட்டுப்படும் என்றும் கண்ணையன் யோசித்துக்கொண்டிருந்தான். வட்டிக்குப் பதிலாகத் தானியமோ தவசமோ கொடுத்தால் வாங்கிக்கொள்வார். அருணப்ப கவுண்டர் சதா வெற்றிலைபோட்டு மென்றுகொண்டே இருப்பார். வட்டிக்குப் பதிலாக வாங்கிய தானியத்தை எந்தச் சந்தையில் எப்போது விற்றால் கூடுதலாய் இலாபம் கிடைக்குமென்று கணக்குப்போடுவார். யார் யாருடைய பூமியில் என்னென்ன விளைந்திருக்கிறதென்றும், எத்தனை இலாபம் கிடைக்குமென்றும் யோசித்து முடிவுக்கு வருவதில் மாரப்ப கவுண்டரும் சளைத்தவரல்ல. அவரவர்களுக்கென்று கொஞ்சம் நிலபுலன் இருந்தாலும் கூடுதலான வரவு செலவு செய்வதில் இருவருமே இலேசுப்பட்டவர்களல்ல. அங்கங்கே தடைபட்டுக் கிடக்கும் கல்யாணங்களையும் அப்படி இப்படிப் பேசிச் சரிசெய்துவிடுவார்கள். அவர்களுடைய முனைப்பு அம்மணியை வெடிக்கார வேலா கவுண்டர் மகன் மாணிக்கத்துக்கு முடித்துவைப்பதில் தீவிரமாயிருந்தது. செங்கண்ணன் அசைந்துகொடுப்பதாயில்லை. வெடிக்கார வேலா கவுண்டரும் தார்க்குச்சியில் காளைகளை அடித்து விரட்டுகிற மாதிரி இருவரையும் விரட்டிக்கொண்டிருக்கிறார். அவரைக் கண்டால் இருவருக்குமே கொஞ்சம் நடுக்கம்தான்.

“சாமி! ஓடியாங்க! நம்ம தோட்டத்துல மம்மானியா ஆளுக வந்து பருத்தி புடுங்கறாங்க! தோட்டத்துக்காரக் கவுண்டரு வந்து நிக்கறாங்க. கவுண்டச்சியவுங்க ஓங்களெ கையோட கூட்டியாரச் சொன்னாங்க!” சுப்பன் மாதாரி தலையில் கல் விழுந்த மாதிரி சொல்லிக்கொண்டே பதறினான்.

கண்ணையனுக்கு அடிவயிறு கலங்கியது. கோபம் குபீரெனக் கிளம்பியது. வேகமாக எழுந்து இடுப்பு வேட்டியை ஒருதரம் உதறி இறுக்கக்கட்டிக்கொண்டான் கண்ணையன்.

“வந்துதுடா வம்பு!” சொல்லிக்கொண்டே, எழுந்து துண்டை உதறினார் அருணப்ப கவுண்டர்.

அய்யாவு ஆசாரி தட்டிக்கொண்டிருந்த சுத்தியைக் கீழே போட்டுவிட்டு, பாதைக்கு வந்து வடக்குப் பக்கமாகப் பார்த்தார். இரண்டு லாரிகளும் ஒரு டிராக்டரும் தொலைவில் பாதையோரமாக நின்றுகொண்டிருந்தன. குழந்தைகள் அவற்றைச்சுற்றி ஓடி விளையாடின.

“பாத்தா எக்கச்சக்கமா ஆளுகளெக் கொண்டு வந்திருப்பானுக போலத் தெரியுது!” அய்யாவு ஆசாரி தலையிலிருந்த துண்டை அவிழ்த்துக்கட்டிக்கொண்டே வந்தார்.

“கண்ணையா, தனியாப் போவாதெ, அவனுக ஏதாவது தகராறுக்கு வருவானுகன்னு நெனச்சது சரியாப் போச்சு! வெநாங் கோயில்ல ஊர்க்கவுண்டரும் தலை குனிஞ்சாக் கவுண்டரும் பேசிக்கிட்டிருந்தாங்க. கையோட கூட்டீட்டு வா. போயி என்னன்னு கேக்கலாம். தனியாப் போவாதெ!” அருணப்பக் கவுண்டர் அவனை அனுப்பிவைத்தார்.

கண்ணையன் விறுவிறுவென விநாயகர் கோவிலை நோக்கி நடந்தான்.

“பருத்தி வெள்ளாமெ, நடராசன் மனசக் கெடுத்துட்டுது. பொறாமையில் பிச்சுத் தின்னுப் போடுவொனாட்டா இருக்குது.”

பெரியசாமி கவுண்டரும் தங்கப்ப கவுண்டரும் முன்னால் வர, கண்ணையனும் ஆறேழு பேரும் கூட்டமாக வந்தார்கள். சாக்குப்பை நாய்க்கர் டீக்கடையிலிருந்தவர்களும் வேகமாக வந்தார்கள். அருணப்ப கவுண்டரும் மாரப்ப கவுண்டரும் அய்யாவு ஆசாரியும் அவர்களோடு சேர்ந்துகொண்டார்கள்.

லாரிகள் நின்ற இடத்தில் கண்ணுச்சாமி நிதானித்துத் திரும்பிப் பார்த்தான். அக்கம்பக்கமிருந்தவர்களும் கூட்டமாக வேகுவேகென்று வந்துகொண்டிருந்தார்கள். பக்கத்திலிருந்த புளியமரத்தடியில் நான்கைந்துபேர் குந்தியிருந்தார்கள். அதன் ஓரமாகச் சென்ற வண்டிப் பாதையில் எல்லாருமாக நடந்தார்கள்.

கண்ணையனுக்கு நெஞ்சு பதறியது. பருத்திக் காட்டில் பெண்கள் இறங்கியிருந்தார்கள். அவர்களின் முந்தானைகளில் பருத்தி ஒரு கூடை அளவுக்கு இருந்தது. கூலி கொடுக்கப் பணம் தேடிக்கொண்டிருந்துவிட்டான் கண்ணையன். பணமிருந்திருந்தால் போன வாரமே பருத்தியெடுத்திருப்பான். நடராச கவுண்டர் முந்திக்கொண்டார். காலை வெய்யிலில், பருத்தி வெண்ணெய் நிறத்தில் வெடித்துக் கிடந்தன. பார்ப்பவர்கள் கண்பட்டுவிடுமென்று

அடிக்கடி தங்கம்மாள் சொல்லிக் கொண்டிருந்தது, நினைவுக்கு வந்தது கண்ணையனுக்கு.

வரப்பில் நின்றுகொண்டு கூலிக்காரப் பெண்களைச் சத்தம் போட்டு விரட்டிக் கொண்டிருந்தார் நடராச கவுண்டர். அவருக்குப் பக்கத்தில் வெடிக்கார வேலா கவுண்டரும் மாணிக்கமும் நின்றுகொண்டு கைநீட்டிப் பேசிக்கொண்டிருந்தார்கள். துரை, கூலிக்காரப் பெண்களுக்கிடையில் பருத்திக் காட்டுக்குள் அங்குமிங்குமாக அலைந்துகொண்டிருந்தான். நிறையப் பேர் நீளமான கம்புகளோடு வரப்புகளில் நடந்துகொண்டிருந்தார்கள். ஒட்டுமொத்தமாகப் பார்க்கச் சந்தைக் கூட்டம் போலிருந்தது. கண்ணுச்சாமி திரும்பிப் பார்த்தான். முத்தைய கவுண்டருக்கு முன்னால் காளிச்சாமி வந்துகொண்டிருந்தான். அவர்களுக்குப் பின்னால் சுப்பன் மாதாரி மெள்ள வந்தான்.

“தம்பி, நடராசு! ஒரு நியாயமிருக்குது!”

“இருக்கட்டும்! ஆரு வேணான்னா?”

“அதைப் பேசிப்போட்டுக் காரியத்தப் பார்க்கலாம். நாங்க, ஊர்க்காரங்க சேர்ந்து வந்திருக்கறோம்.”

“ஊருக்குக் கட்டுப்படறவங்க, மரத்தடிக்குப் போலாம். வெயிலு சுருக்குனு ஏறுது.”

தோட்டத்துக்கார நடராச கவுண்டருக்கு வாட்டசாட்ட மான உடம்பு. கச்சிதமாய்ப் பிடித்துவைத்த மாதிரியிருந்தது. அந்தக் காலத்துப் படிப்பு. பத்தாவதுதான் என்றாலும் அதற்குத் தகுந்த நடத்தையும் அப்படித்தான். அந்தக் காலத்தில் அவர்தான் கிராப் வெட்டிக்கொண்டவர். கருப்பானாலும் இலட்சணத்துக்குக் குறைவில்லை. முழுக்கைச் சட்டைதான் போட்டுக்கொள்வார். அதிகம் பேசமாட்டார்; பேசத் தொடங்கினால், மாறிமாறி அது ஓயாமல் போய்க்கொண்டிருக்கும். அவரென்றால், எல்லாருக்குமே மரியாதை தோன்றும். கொடியூரில் அவருக்கு இரண்டு வள்ளத் தோட்டமுண்டு. இரண்டு கிணறுகளிலும் ஓயாமல் பம்புசெட் தண்ணீர் இறைக்கும். பண்ணயம் பெரியதாய் இருந்தாலும், பண விசயத்தில் அவரிடம் சரியாக நடந்துகொள்ள வேண்டும். இதுவரை இழுத்தடித்துவிட்டதில் கண்ணையன் மேல் தீராத கோபம் அவருக்கு. அவருடைய நடத்தையில் ஒருவித நியாயம் இருக்கும்.

புங்கமரக் காற்று பிசுபிசுவென்றிருந்தது. அதனடியில் பசும்புல் மொசுமொசுவென வளர்ந்திருந்தது. உட்காருவதற்குத் தோதாக இருந்தது. பெரியசாமிக் கவுண்டர் சுற்றிலுமிருந்தவர்களைப்

பார்த்து உட்காரச் சொன்னார். கூட்டம் அங்கங்கே குந்தியது. பருத்திக் காட்டில் திரிந்தவர்களும் வந்து அமர்ந்தார்கள்.

"நியாயத்தெப் பேசலாமா?"

"பேசலாம்! பேசலாம்," கூட்டத்திலிருந்து குரல்கள் வெளிப்பட்டன.

கண்ணுச்சாமி ஆத்திரத்தோடு பருத்தியெடுக்கிற கூலிக்காரப் பெண்களைப் பார்த்தான். ஒரு நீண்ட மூச்சுடன் பெரியசாமி கவுண்டரைக் கவனித்தான்.

"நீங்க இப்பிடி நடந்துக்கறது எங்களுக்கு சங்கடமா இருக்குது. ஓங்க கோபத்துக்கு ஒரு நியாயமிருக்குமின்னு எனக்குப் படுது. எங்க காதுல போட்டிருந்தா நாங்களே ஒழுங்கு பண்ணியிருப்போம்."

"கண்ணையா, இங்க பாரு! நடராசு சொல்றதக் கேட்டயா? ஒனக்கு வெவரம் இல்லே! ஆரு ஆருகிட்ட எப்பிடி நடந்துக்கறதுன்னு தெரிய மாட்டீங்குது. நீயெல்லாம் பண்ணயம் பண்ணித் தீட்டறது இப்பிடித்தான்." பெரியசாமி கவுண்டர் நரைத்த கட்டை மீசையைத் தடவிக்கொண்டே கேட்டார்.

"ஓடியோடி நானும் கேட்காத எடமில்லீங்க ஐயா. இப்பிடி நடக்குமுன்னு நான் நெனைக்கவே இல்லை. ஆரும் ஒதவுல. கொஞ்சம் பொறுத்தா குடுத்தரலாமுன்னு இருந்தே. அதுக்குள்ளே முந்தீட்டாங்க."

"கண்ணையங் கஷ்டத்தையும் பார்த்துட்டுதா இருக்கறம். நடராசு பாத்து எப்பிடியோ ஒரு தடவெ மாப்புக் குடுத்தாப் பரவால்ல." மாரப்ப கவுண்டர் மெதுவாகச் சொன்னார்.

"இப்ப, குத்தகெக்காரஞ் சொல்றதுதான் எல்லோருக்கும் ஏறுது. பாட்டம் பூட்டச் சம்பாரிச்சு வெச்ச சொத்தைக் கண்டவந் தின்னுட்டுப் போடறதுக்கு எவன் உடுவான். ஊரானுக்கு வர்றது வேற. தனக்கு வர்றது வேறயா? நல்லா இருக்குது பேசற நியாயம்." வெடிக்கார வேலா கவுண்டர் சீறினார்.

"போன வருசக் குத்தகையே ரண்டாயரம் பாக்கி நிக்குது. இந்த வருசக் குத்தகையும் பாக்கி சொல்லுவா. கேட்டுக்க முடியுமா?" நடராச கவுண்டர் நிதானமாகவே கேட்டார்.

"தப்புத்தானுங்க. பருத்தியெடுக்கக் கூலி நாலிச் செலவுக்கே பணமில்லாமெ அலைஞ்சுகிட்டிருக்கறேன். எங்கியோ ஒரு பக்க கடனெ ஒடனெ வாங்கிச் சரி பண்ணி எடை போட்டுட்டாப் பணம் வந்துரும். சாமீன்னு இந்த வருசம் வெளைஞ்சிருக்குது. ஒரு தவணை குடுங்க."

“அதெல்லாம் நடக்காது. பருத்தியெடுத்து எடைப் போட்டுக் குத்தகெ சத்தக கூலியெல்லாம் எடுத்துட்டுதா பணத்தெக் குடுக்கறது.”

“இப்படிச் சொன்னா எப்பிடிங்க? பொண்டு புள்ள கழுத்துல கெடக்கறதயெல்லாம் கழட்டி அடகு வெச்சிட்டே. வாயக்கட்டி வவுத்தக் கட்டிப் பாடுபட்டே. மூணு வருஷமா போடாத முட்டுவளியெல்லாம் போட்டாச்சு. இன்னம் ரண்டு வருஷங் குத்தகைக்குக் குடுத்தா பொழைச்சுப்பே. இல்லீன்னா கிணறு குட்டை பார்க்க வேண்டியதானுங்க.”

“நடராசு, பொறுத்தெல்லாம் பொறுத்தே, இந்த ஒருவாட்டி விட்டுக்குடு. அவனுங் குடியானவ. கொழந்தெ குட்டிக்காரன் பொழைச்சிட்டுப் போவட்டும்.”

“ஐயா, சொல்ற வார்தையெ ஊருக்காரங்க சொல்றதா எடுக்கறே. நீங்கெல்லா அவனுக்குப் பரிஞ்சு பேசறீங்க. அவனுக்கு ஒத்தாசெ பண்ணிப் பணத்தெ நீங்க குடுங்க பார்க்கலாம்.”

அங்கிருந்தவர்களெல்லாரும் மௌனமாகத் தலை குனிந்தார்கள். தங்கப்ப கவுண்டர் மெள்ள நகர்ந்து பெரியசாமி கவுண்டரிடம் மெதுவாக எதையோ சொல்வதைக் கவனித்தார் வெடிக்கார வேலா கவுண்டர்.

“தம்பி நடராசு! போன வருசக் குத்தகை பாக்கியெ நம்ம தங்கப்பங் குடுத்தர்றதாச் சொல்றாரு.”

“அப்ப இந்த வருஷக் குத்தகையெ ஆரு குடுக்கறது?”

“பருத்தியெடுத்து எடைப் போட்டதும் குடுக்கச் சொல்றோம். அதுக்கு நாங்க பொறுப்பு.”

“அதெல்லாம் ஆவாது. எனக்குத் தலைமேலெ செலவு கெடக்குது. இந்த வருஷக் குத்தகையும் இப்பவே குடுத்தறனும்.”

“குடுத்தா பேசாமெ ஆளக் கூட்டிக்கிட்டுப் போயிடுவீங்களா?” அய்யாவு ஆசாரிதான் கேட்டார்.

“ம்... போயிடறம். ஆனா இந்த வருசத்தோடு பண்ணயத்தெக் காலி பண்ணோனும்.” வெடிக்கார வேலா கவுண்டர்தான் பேசினார்.

“இப்பிடிச் சொன்னா எப்பிடிங்க?”

“ஏட்டிக்குப் போட்டி பேசிட்டிருந்தா எப்ப நியாயம் பேசி முடியறது?”

"அவனும் ஒரு குடியானவன்னு நெனச்சுட்டு பேசுனாச் சரியா இருக்கும்."

"என்ன நியாயம் பேசீட்டு? நெஞ்சுல ஈரப்பதம் இல்லாமெ?"

"ம்... படைச்சவன் பேசத்தான் செய்வா!"

"எல்லாம் இருக்கறதுதா. ஊட்டுக்கு ஊடு வாசப்படி. நேந்து கலந்து பொழச்சாதாம் பொழப்பு."

"அஹ்... ஹா! போவையில எல்லாத்தையும் வாரிக் கட்டீட்டுப் போவற மாதிரி."

"அட, நாளைக்கு அவனவம் பொண்டு புள்ளைக பொழைக்க வேண்டாமா?"

"அதென்னமோ நியாயந்தான்!"

கூட்டத்தில் சளசளவென்று ஆளுக்கொன்றாகச் சொன்னார்கள்.

"சரி, கடைசியாக என்ன சொல்ற தம்பி நடராசு?"

"போனதெல்லாம் போவட்டும். நான் இப்பச் சொல்றதுதான். போன வருஷத்துப் பாக்கியும் இந்த வருஷத்துக் குத்தகையும் இன்னிக்கே எண்ணி வெச்சாகணும். அடுத்த வருஷம் பூமி பார்க்கறதுன்னா மொதல்லேயே குத்தகை பாக்கிசாக்கியில்லாம குடுத்தறோணும். சரியா?" திரும்பவும் மயான அமைதி.

"எம் பொண்டாட்டி கழுத்துல இருக்கிற செயினக் கழட்டிக் குடுக்கறேன். ஒரு ஐயாயிரம் கண்ணையனுக்குக் குடுத்துர்றே" அய்யாவு ஆசாரி, காதோடு காதாக அருணப்ப கவுண்டரிடம் கேட்டார்.

"ஏப்பா? அவனோட அப்பனும் தம்பியும் மூச்சுவிடாம நிக்கறாங்க?"

"அவங்ககிட்டயும் இல்லாத கொடுமைதான். கண்ணையன் எல்லா வெவரத்தையும் சொல்லித்தான் வெச்சிருக்கிறான்."

"கண்ணையென ஒரு வார்த்தெ கேட்டுக்குவம்."

"கண்ணையா!" அய்யாவு ஆசாரி கூப்பிட்டார்.

பக்கத்தில் வந்த கண்ணையனிடம் விவரமாகச் சொன்னார் அருணப்ப கவுண்டர். பருத்தியெடுத்து எடை போட்டதும் பணத்தைத் திருப்பிவிடுவதாய்ச் சொன்னான் கண்ணையன். பெரியசாமி கவுண்டரிடம் போய் விவரமாகச் சொன்னார்

அருணப்ப கவுண்டர். பெரியசாமி கவுண்டருக்கு நரைமீசை சிலிர்த்தது.

"தம்பி நடராசு! நீ சொல்றபடியே நடந்துக்கலாமுன்னு சொல்றாங் கண்ணையன்." பெரியசாமி கவுண்டரின் குரலில் தெம்பு வந்தது.

"பணம்?"

"இப்ப வெதாங் கோயிலுக்கு வந்து சேந்துரும். பருத்தியெடுக்கிறவியளப் பிரிச்சு உடு!"

"டேய்! சின்னப்பா! களத்துல பருத்தியெக் கொட்டீட்டு லாரி ஏறச் சொல்லு."

துரையின் முகம் வாடிப்போயிருந்தது. அய்யாவு ஆசாரியை விறைத்துப் பார்த்தார் வெடிக்கார வேலா கவுண்டர். கண்ணையன் புறங்கையால் கண்களைத் துடைத்துக்கொண்டு பெரியசாமி கவுண்டருக்குப் பக்கமாகப் போனான்.

"நடங்க, எல்லாம்!"

கூட்டம் தோட்டத்தை விட்டு மெள்ள நகர்ந்தது. முத்தைய கவுண்டரும் காளிச்சாமியும் மௌனமாகக் கடைசியில் நடந்தார்கள். தங்கம்மாள் களத்தில் நின்றுகொண்டு கிழக்கில் பார்த்தாள். பருத்தியெடுத்த கூலிக்காரப் பெண்கள் வந்து கொண்டிருந்தார்கள்.

7

வழக்கம்போலவே சாக்குப்பை நாய்க்கர் சுறுசுறுப்பாகப் பாய்லருக்குப் பக்கத்தில் நின்றபடி டீ போட்டுக்கொண்டிருந்தார். கடையில் எப்பவும் நான்கைந்து பேர் தவறாமல் இருப்பார்கள். வடை, வாழைக்காய் பஜ்ஜி அவர் கடையில் சூடாகக் கிடைக்கிற நேரம். மனைவி பங்காரம்மாள் வடைகல்லுக்குப் பக்கத்தில் வெந்து கொண்டிருந்தாள். புகைக் கீற்றுச் சன்னலின் வழியாகப் போய்க்கொண்டிருந்தது. காற்று மாறி வீசும்போது சாக்குப்பை நாய்க்கரையும் புகை சூழ்ந்துவிட்டு நகரும். சாக்குப்பை நாய்க்கர் டீக்கடை பிரசித்தமானது. தோலாம்பாளையத்திலிருந்து சோழந்துறைக்குப் போகிறவர்கள் தவறாமல் கடைக்கு வந்து காலாறிவிட்டுப் போவார்கள். சோழந்துறைக்கு விறகுகொண்டுபோகிற வலையர் களும் அங்கு வந்து விறகுச் சுமையை இறக்கி வைத்துக் களைப்பாறிவிட்டுப் போவார்கள் விநாயகர் கோவிலில் பேசிச் சலித்தவர்களும் டீ குடிக்க வருவார்கள். மதியத்திற்குப் பிறகு மிக்சர் போடுவார். எல்லாமே பொழுதுசாய்வதற்குள் முடிந்துவிடும். ஆனால் டீ மட்டும் தவறாமல் கிடைக்கும். கடையில் யாருமில்லாவிட்டால், மரப்பெஞ்சில் சாய்ந்து துண்டைத் தலைக்கு வைத்து கண்மூடிக்கிடப்பார். அவருக்கு எப்போதுமே கோழித்தூக்கம்தான். சரசரப்புக் கேட்டாலே விழித்துக்கொள்வார்.

சாக்குப்பை நாய்க்கருக்குத் தன் பெயரே மறந்து போனதில் ஆச்சரியமாயிருந்தது. யாரும் அவரை

'நாய்க்கரே' என்றுதான் கூப்பிடுவார்கள். பழக்கப்பட்டவர்கள் அவரைச் சாக்குப்பை சேர்த்துக் கூப்பிடுவார்கள். அவர் பெயர் தாமோதரன் என்று யாருக்கும் தெரியாது. அவரைக் கேட்க யாருக்கும் தைரியம் வராது. அவர் அடிதடிக்காரரல்ல. ஆனாலும் பயமிருக்கும். ஒவ்வொருவரைப் பற்றியும் நன்றாகவே தெரிந்திருப்பார். வயது அவருக்கு அறுபதுக்குப் பக்கமிருக்கும். பார்த்தால் அப்படிச் சொல்ல முடியாது. சாம்பல் நிறத் தலைமுடியைக் கிராப் செய்துகொள்வார். ஒடுக்கமாய்ச் சிறிதான வெள்ளை மீசை முகத்துக்குப் பொருத்தமில்லாமலிருக்கும். மெலிந்த தோற்றத்தில் நல்ல வெளுப்பு. கலகலப்பாகவே பேசிக்கொண்டிருப்பார். காக்கியில் அரைக்கால் சட்டை. மல்துணியில் பாடி. சவரம் செய்யப்பட்டு மினுமினுக்கும் முகத்தில் அங்கங்கே இலேசான கோடுகள். காதுகளில் இலேசாகத் துருத்திக்கொண்டிருக்கும் கறுப்பு முடிகள். யாரையும் இழுத்து வைத்துப் பேசுகிற பழக்கம். சுருக்கென்று சொன்னாலும் தாங்கிக் கொள்ளுகிற மனம்.

கடைக்கு வருகின்றவர்களைக் கிண்டிக் கிண்டி விவரங்களைக் கேட்டுக்கொள்வார். அவ்வப்போது யோசனைகளையும் இலவசமாகவே தருவார். மனைவியை அழைக்கிற விதமே அலாதியானது. "பங்காரு!" என ஒய்யாரம் போட்டுக் கூப்பிடுவார். கூப்பிட்டபோதெல்லாம், பங்காரு பாதி உடம்பைத் தென்னங்கீற்றில் மறைத்தபடி எட்டிப்பார்ப்பாள். நல்ல சிவப்பு பங்காரு. இரண்டு பெண் குழந்தைகள்; கல்யாணமாகிப் போய் விட்டார்கள். நினைப்பு வந்தால் போய்ப் பார்த்துவிட்டு வருவார்கள். சோழந்துறையில்தான் சம்பந்தம்.

நடந்துவந்துகொண்டிருந்த கண்ணுச்சாமியைக் கூப்பிட்டார் சாக்குப்பை நாய்க்கர். அவன் தயங்கினான்.

"பேண்ட்டு சர்ட்டுப் போட்டா கடைக்கு வரக் கூடாதுன்னு அர்த்தமா? வா தம்பி, ஒரு டீ அடிச்சிட்டுப் போலாம். உன்ர அப்பாருக்கு ஒடம்பு நடமாடறதே நாம் போடற டீனாலதான்."

கண்ணுச்சாமிக்கு என்னவோ போலிருந்தது. தயங்கித் தயங்கிக் கடைக்குப் போனான்.

"வா, தம்பி! உட்காரு. மொதல் மொதலா வர்றே. ஒரு டீ குடிச்சிட்டுப் போ!" சொல்லிக்கொண்டே அவர் பாய்லரிலிருந்து தண்ணீர் பிடித்தார்.

மரப்பெஞ்சில் ஓரமாகக் கர்ச்சீப்பை விரித்து அமர்ந்தான் கண்ணுச்சாமி. பக்கத்திலிருந்த பொம்மைக் கட்டை தன்னுடைய கனத்த உடம்போடு கொஞ்சம் நகர்ந்தார். அவருக்குப் பக்கத்தில்

சாமியாடிக் கவுண்டர் பீடி குடித்துக்கொண்டிருந்தார். பீடிப்புகை கண்ணுச்சாமிக்குக் குமட்டியது. சாக்குப்பை நாய்க்கர் கொடுத்த டீயைக் குடித்துக்கொண்டிருக்கையில் ரட்டைக் குத்தகை வந்து சேர்ந்தார். மேற்குப் பக்கமாய் வந்துகொண்டிருந்த பீச்சாமுத்து எதிரில் பட்ட ஆராயம்மாளோடு எதையோ பேசிக் கொண்டிருந்தான். டீ போடத் தொடங்கினார்.

“பீச்சாமுத்துக்கு பொம்பளையெளக் கண்டாலே ஒரு சோரு வந்துருது. பாரு, வாலாட்டிக்கிட்டுக் கொழையற நாய் மாதிரி. பொம்பள தடத்துல போயரப்படாது! இழுத்து வெச்சுப் பேசாட்டி மனசு பொறுக்காது. அவம்பேரு பேச்சியண்ணன். ஆருக்கும் நெனப்பில்லே. குடிகாரன்னாலும் செரியான குடிகாரன். மசனித் தோட்டத்துல அவம்பட்ட பாட்டெப் பாத்துருக்கோணும். மலைக்குப் போயிட்டு வந்திருக்கிறான் மொளகா நாத்து வாங்கியார; போனப்ப எந்த வலைச்சியோ சாராயத்தெ எக்குத் தப்பா ஊத்தியுட்டுட்டா. தோப்புல ஒரு சொப்புக் கள்ளெயுங் குடிச்சுப் போட்டான். மப்பு எப்படியிருக்கும். ஓரெட்டு எடுத்து வெக்க முடியல. தென்னமட்ட மேலே சுருண்டு படுத்துட்டான். அவங் கொரட்டையுடறதப் பார்க்கோணுமே. செனை எருமையாட்டா. அரை மப்புத் தெளிஞ்சுது. தடுக்கு மட்டைக்கடியிலே வழுவழுன்னு எதோ நெளியற மாதிரி இருந்தது. நல்லா முழுச்சுப் பார்த்திருக்கிறான். ‘ஐயோ! பாம்பு’ன்னு கத்துனது தான் மாயம். வயித்தலயும் வாயிலயும் பீச்சித்தள்ளிப்போட்டான். பாத்தவங்க வாயி சும்மா இருக்குமா? பீச்சாமுத்துன்னு பிரியமாக் கூப்பிடப் பழகி போச்சு! பாம்புன்னா பெரிய பாம்பு. ஏழடி இருக்கும். கோதும்பிநாகன். அன்னியோட கள்ளுக் குடிக்கறதெ விட்டுப் போட்டான். ம்... அவங்கதெ அப்பிடி.”

சாக்குப்பை நாய்க்கர் பேசத் தொடங்கிவிட்டால் அவராகச் சளைக்கிறவரை விடமாட்டார். கண்ணுச்சாமிக்குச் சிரிப்பு வந்தது.

“ஐயா, நான் போயிட்டு வர்றேன்!” ஒரு ரூபாய் நோட்டை நீட்டினான் கண்ணுச்சாமி.

“சும்மா இரு தம்பி! மொதல் மொதல்னு வந்திருக்கறே, காசு வாங்கமாட்டே!”

கண்ணுச்சாமி திரும்பவும் அமர்ந்துகொண்டான்.

“தம்பி ஆரு? புதுசா இருக்குதே!” ரட்டைக் குத்தகைதான் கரகரத்த குரலில் கேட்டான். அவனுக்கு உடம்பு கல்மாதிரி இருந்தது.

“தெரியல ஒனக்கு? நம்ம தலை குனிஞ்சாக் கவுண்டரோட பேரன். பெரிய வேலை பாக்குது. நோம்பியன்னைக்குக் கோயில்ல பாக்கலையா?”

“பார்த்த மாதிரி இருந்தது. அதுதாங் கேட்டெ.”

“கண்ணையா வெவகாரத்தெ அவருதா சுலுப்பா முடிச்சு வெச்சாரு. நல்ல மனசு! திடுதிடுப்புனு யாரு ரண்டாயிரத்தத் தூக்கிக் கொடுப்பார். அவரிலீன்னா அன்னிக்கு ரவளை நடந்து அல்லோகல்லோலப்பட்டிருக்கும்.”

“அய்யாவு ஆசாரிகூடப் பரவால்லெ. பொண்டாட்டி கழுத்துல கெடந்த நகையெ வாங்கி அடகு வெச்சுக் காச வாங்கி எறிஞ்சுபோட்டா!”

“கண்ணையனுக்கு நல்லநேரந்தா. பருத்தி நானூறு பொதி ஆவிப் போச்சு. கடனொடனெயெல்லாம் விட்டெறிஞ்சு போட்டான்.”

“உனக்கென்னப்பா ரட்டைக் குத்தகை?”

“நாய்க்கரு சும்மா இருக்க மாட்டாரு. நான் போயிட்டு அப்புறம் வாறேன்.” சொல்லிக் கொண்டே நடந்தான் ரட்டைக் குத்தகை.

“போறானே இவங்கதையெக் கேட்டயா தம்பி? ஆளுக்குச் சுளி அபாரம். ரட்டைக் குத்தகைன்னு இவனுக்குப் பட்டப்பேரு. ஊருக்கு மேற்காலே ரட்டைத் தொளைக்கெணறு. அந்தத் தோட்டத்துல ஒரு பாதியெக் குத்தகைக்குப் போட்டிருந்தான். கபளெக் கெணறு. காளியம்மா புருசன் வேலய்யன் இன்னொரு பாதியெ சொந்தத்துல உழுதிட்டிருந்தான். கபலை எறச்சிட்டு இருந்திருக்கறானுக. வேலய்யன் சூடிக்கவுத்தெ இழுத்து பரியெ நிமித்திட்டு நாலெட்டு வெச்சு வடக்கவுத்தல உக்கார்ந்திருக்கறான். பொட்டுனு கவுரு அறுந்துபோச்சு. சரசரன்னு கவுரோட தலைகீழாக் கெணத்துக்குள்ளே போயிட்டான். தலையில் அடிச்சிட்டு காளியம்மா ஓடியாந்தா. கண்ணாலமாவி ரண்டு வருசம்தான். புருசனத்தின்னு போட்டாள். அவ பூமியெயும் இவனே குத்தகைக்குப் பேசிப்போட்டான். போக வர இருக்க ரண்டுபேருக்கும் ராசியாவீட்டுது. இப்ப மாசமா இருக்கறாளாமா? ஊருல ஆரும் கண்டுக்க மாட்டாங்க. இங்கதான் வருவான் போவான். கை வாயி சுத்தம். பேரென்னமோ சின்னசாமி. நல்ல மனுசந்தான்.”

சாக்குப்பை நாய்க்கர் கண்ணாடித் தம்ளர்களைக் கழுவிக் கொண்டே போனவனைப் பற்றிச் சொல்லிப் பெருமூச்சு

விட்டார். கண்ணுசாமிக்கு எழுந்துபோக விருப்பம்தான். நாய்க்கர் என்ன சொல்லுவாரோவெனத் தயங்கினான். அவரிடம் கள்ளிப்பட்டிக்காரர் ஒவ்வொருத்தரைப் பற்றியும் விவரங்களிருப்பதைக் கவனிக்க முடிந்தது அவனால்.

வண்டியொன்று கிழக்குப் பக்கமாகச் செல்வதைப் பார்த்த பொம்மைக் கட்டை, "நாய்க்கரே! காத்தாலெ வர்றேன்" எனச் சொல்லிக்கொண்டே கடையைவிட்டு வெளியேறினான். வண்டியைத் தொடர்ந்து ஓட்டமும் நடையுமாகப் போனான்.

"பொம்மக்கட்டெ இன்னொரு மாதிரி தம்பி! காத்தாலயும் பொழுதோடையும் இங்கெயே காத்துக் கெடப்பான். சந்தை வேவாரம், தவசந்தானியம் புடிச்சுட்டுப் போயி விப்பான். இப்பத்தா தங்கச்சிக்குக் கல்யாணம் முடிச்சான். காசுக்குத் தட்டுப்பாடு. முன்னெல்லாம் ஆளு சும்மா சம்முன்னு இருப்பான். கட்டபொம்மன்னு ஊரே கூப்புடும். மீசை தடியா வெச்சிருந்தான். கண்ணு ரண்டும் மொறைக்கற மாதிரி இருக்கும். இப்பக் கொஞ்சம் தண்ணி போட்டுப் பழகிட்டான். காசு கையுட்டுப் போனதுல இருந்து அவனெ யாரும் பெருசா நெனைக்கறதில்லே. முன்னல்லா வந்தான்னா பத்துப் பன்னண்டு செலவு பண்ணுவான். சடையண்ணா, சடையண்ணான்னு மொய்ச்சுத் தின்னு போடுவானுக. மீசையெப் பெருசுபடுத்திப் பேசுவானுக, ஆரு கண்ணுப் பட்டுதோ? மீசையிலெ புழுவுவெட்டு உழுந்துட்டுது. ஒரே அடியா, மீசையெ எடுத்துப் போட்டான். அவனெக் கண்டா இப்ப பொம்மக்கட்டைன்னு கேலி பேசறாங்க. நானும் அப்பிடித்தான் சொல்லுவ, சமயத்துல! மனுச நாஞ் சொன்னாக் கோவிச்சுக்க மாட்டான்."

"நாயக்கரே, ஒரு டீ போடு," வந்தபடியே சொன்னான் குமாரசாமி.

"என்னப்பா, காலுல கஞ்சி கமுந்தவனாட்டாப்பேசற. இட்டேரியில் ஆளு நிக்குதா?"

"நாய்க்கருக்கு ஊரு வம்பு பேசலீன்னா பொழுது போவாது!"

"நானாப்பா பேசற. ஊரே குசுகுசுன்னு உன்ர சங்கதியெப் பேசுது. எப்பக் கண்ணாலச் சோறு போடலாமுன்னு இருக்கற?" சொல்லிக்கொண்டே நாய்க்கர் பாய்லரிலிருந்து தண்ணீர் பிடித்தார்.

"நேரங்கால வரட்டும். உங்களையெல்லாம் உட்டுப் போட்டா செய்யப் போறன்?"

“என்னமோ அப்பா! சாக்கிரதயா நடந்துக்க. பெரிய எடம். காசு கப்பு வெச்சிருக்குறான். ஆளு அம்புதானாவே வரும். உன்னத்தாங் கட்டுவேன்னு ஒத்தக் காலுல நிக்குதாமா பவானி. புடிச்சது புளியங்கொம்பா புடிச்சிருக்கறே! உட்றாதெ. ஒரே சாதியாப் போனதுல ஊரு வாயடங்கிக் கெடக்குது.”

நாய்க்கர் போட்டுக் கொடுத்த டீயை வாங்கிக் குடித்துக் கொண்டே கண்ணுச்சாமியை ஒருவிதமாகப் பார்த்தான் குமாரசாமி. வெள்ளையும் சொள்ளையுமாக இருந்தவனை கண்ணுச்சாமியும் மெல்லக் கவனித்தான்.

“நாய்க்கரே வரட்டுமா!” எட்டணாப் பணத்தைக் கொடுத்து விட்டு வேகமாகப் போனான் குமாரசாமி.

“இவனுக்குச் சோழந்தொறையில் பலசரக்குக் கடை. பஸ்ஸுக்குப் போயிவர்ற பவானியெக் கணக்குப் பண்ணி போட்டா. புள்ளே சோக்கா இருப்பா, நோம்பியன்னிக்குப் பாத்திருந்தீன்னாத் தெரியும். இருட்டுக் கண்ட எடத்துல ஒளிஞ்சு ஒளிஞ்சு பேசிட்டிருந்தாங்க. இட்டேரியிலயும் வேலிக்கடியிலும் தெனமும் பேச்சு நடக்குதுன்னு வாரவிய போறவிய பேசிக்கறாங்க. ரண்டுபேரும் கவுண்டமாருக, வேற ஒத்தும ஒன்னும் கெடையாது. பவானி கொஞ்சம் மாறி நின்னா, இவனெ வேலையெத் தீத்துப் போடுவாங்க. ஊரு அப்படிப்பட்ட ஊரு. அதுதான் ஜாக்கிரதையா இருன்னு சொல்லி வெச்சேன்.”

கண்ணுச்சாமிக்கு இலேசாக அடிவயிற்றைக் கலக்குகிற மாதிரியிருந்தது. சாமியாடிக் கவுண்டரை ஒரு தரம் பார்த்தான். அவர் குழி விழுந்த கன்னத்தைத் தேய்த்துக்கொண்டே வெளியே கவனித்தார். அவரைப் பார்க்கிற யாரும் அவர் பெரிய யோசனையிலிருப்பதாய்த்தான் நினைப்பார்கள். கூலிநாலியெல்லாம் அவருக்கு அதிகமாகக் கிடைப்பதில்லை. புருவம்கூட நரைகண்டுவிட்டது. மெள்ளத்தான் நடப்பார். உடம்பெல்லாம் நரம்பு தெரிகிற அளவுக்கு மெலிந்து போயிருந் தார். கள்ளிப்பட்டியின் வடக்குக் கோடியில் கிழக்குப் பார்த்த வீடு அவருடையது. பாவமே என்று கொத்துக்காரர் அவரைக் கூட்டிப்போனால் நிறையவே மங்கல வாழ்த்துக் கிடைக்கும். அப்படியும் சளைக்காமல் வெட்டுக்குப் போய்வருவார் சாமியாடிக் கவுண்டர். மனைவி கூலிநாலிக்கு ஓயாமல் போய் வருவதால் ஓரளவுக்குச் சீவனம் நடக்கிறது.

“நாய்க்கரய்யா, நான் கிளம்பட்டுங்களா?”

“கொஞ்சநேரம் இரே தம்பி, அங்கெ போயித்தா என்ன எடுக்கப் போற? நாலு சனத்தைப் பார்த்துட்டுப் பேசிச் சிரிச்சிட்டு இருக்கிறதெ உட்டுப்போட்டு.”

“எல்லாரு கதையும் சொல்லறாரே! நாய்க்கரு கதையெ நாஞ் சொல்றங் கேளு தம்பி.” சாமியாடிக் கவுண்டர் சொல்லிக் கொண்டே மெல்லச் சிரித்தார்.

“கவுண்டரு என்ன சொல்றது. நானே சொல்றங் கேளு தம்பி... ! என்னெப் பத்தி எல்லாருக்குமே தெரியும். வடக்கே பெத்தப்பனூர்ல குத்தகைக்கு நாலு படித்தோட்டம் போட்டுட்டு இருந்தே. இருந்தேனா?”

“கொஞ்சம் இங்க வாங்க!” பங்காரு கீற்றுப் படலுக்குப் பக்கத்தில் நின்றுகொண்டு கூப்பிட்டாள்.

“நீ உள்ளே போ வர்றேன்.” நாய்க்கர் சொல்லிக்கொண்டே அவள் போவதைக் கவனித்துவிட்டு, கண்ணுச்சாமியைப் பார்த்துச் சொன்னார்:

“இப்ப உள்ளெ போனாளே, என்ற ஊட்டுக்காரி. செவப்பு எப்பிடி? எங்களுக்கு ரண்டு பொண்ணுக. பார்த்தாக் கிளியாட்டம் இருக்கும். ஒண்ணுக்கு ஒண்ணு மீறும். தோட்டத்துக்காரம் பசங்க நாயாட்டா நாக்கத் தொங்க போட்டுட்டு அலைஞ்சானுக. கருக்கு விருக்குனே இருந்தோம். ஒருவழியா வவுத்தக் கட்டி வாயெ கட்டிக் கண்ணாலத்தெ மூச்சு அனுப்பி வெச்சோம். அப்புறம் தோட்டத்துக்காரம் பசங்க எடக்குப் பேசுனானுக ‘தோட்டத்துக்குள்ளே ரவளெரச்சே பண்ணுனா உடமாட்டே. மருவாதியாக் குத்தகை வாங்கறதோட நின்னுக்கோணும்’னு சந்தையில் பேசிப்போட்டே. அதெ எவனோ காதுல கேட்டுட்டு போய் சொல்லிப் போட்டா. அன்னிக்கு ராத்திரி திண்ணையில படுத்து அசந்து தூங்கிப்போனே. ஆரோ பக்கத்துல வந்து தொடற மாதிரியிருந்தது. வாயெப் பொத்துனாங்க. அப்படியே சாக்குல போட்டுக் கட்டித் தூக்கீட்டுப் போனானுக. வந்துதடா வம்புன்னு கம்முன்னு படுத்துட்டே, அப்பறம் பாத்தா என்னெ மூட்டையோட கெணத்துல கட்டி மேலயும் கீழயும் இழுக்கறானுக. உருள சுத்தற சத்தம் கிரீச் கிரீச்ன்னு கேக்குது. ‘தோட்டத்தெ உடமாட்டெயா ஏன்டா’ன்னு ஒருசத்தம். ‘இப்பவே ஓடிப் போயர்றே, உட்டுடுங்க’ன்னு கத்துன. மேல இழுத்துப் போட்டுட்டு ஓடிப் போயிட்டானுக. சாக்கப் பிரிச்சுட்டுப் பார்த்தா பாங்கெணறு. குத்தகையும் வேண்டாம், ஒண்ணும் வேண்டான்னு ராத்திரியோட ராத்திரியா காலி பண்ணிட்டு வந்திட்டேன். அன்னிக்கோட போச்சு குடித்தனம் செய்யற

ஆசை. இப்ப எச்சில் கிளாசு கழுவறேன். மேலே இருக்கறவன் அன்னிக்கு எழுதுனத மாத்த முடியுமா? சொல்லு தம்பி. நீதாம் படிச்சிருப்பே!'

“அதென்னமோ நெசந்தானுங்க.” கண்ணுச்சாமி சொல்லிக் கொண்டே, கைகளை உயர்த்தித் திமிர்விட்டான்.

“கவுண்டரே இன்னஞ் சொல்லோணுமா? எல்லாமே வீட்டுக்கு வீடு வாசப்படி. ஒம்பேருகூட மறந்து போச்சு! நஞ்சப்பந்தான? லேசுல மறக்கமாட்டே.”

“நீ எதெத்தா மறக்கறே?”

“கவுண்டரு ரொம்ப நாளா சாமியாடீட்டு இருந்தாரு! நல்லாத்தா சாமி ஆடுனாரு! ஆறடி சவுக்கப் புடிச்சுட்டு சடீர் சடீர்னு போட்டுப்பாரு! ஒருத்தன் பக்கத்துல போவ முடியாது. சாமி சொன்னா சாமம் வரெ சொல்லுவாரு. பேயி பிசாசெல்லாம் ஓட்டுவாரு. எப்பப் பார்த்தாலும் காசிருக்கும். குடிக்கறதுலயும் கொறச்சல் இல்லே. அப்ப இவரக் கண்டா ஊரே நடுங்கும். தோலாம்பாளையத்துக்காரி வந்து மாட்டுனா. அவளும் கொழுகொழுன்னு இருப்பா. கவுண்டருக்கு அவ மேலே கண்ணு விழுந்துட்டுது. 'புருஷங்கார வைப்பாட்டி வீட்டுல கெடக்கறான். சேர்த்து வெய்யி'ன்னு அவ நடையா நடந்தா; முடியல. அவளெ கவுண்டரே சேர்த்துக்கிட்டாரு. பார்த்தா மச்சினங்காரன். நாலுபேருக்கு மத்தியில இழுத்து வெச்சு, ம் . . . அந்தக் கதையெ ஏங்கேக்றே போ தம்பி! கவுண்டரு கோவிலயே மறந்துட்டாரு. ம் . . . கவுண்டரு சோக்கெ அப்பப் பார்க்கணும்!” நாய்க்கர் சிரித்தபடியே வெளியே பார்த்தார். கூடில்லாத வில்லு வண்டியிலிருந்து துரை இறங்கிக்கொண்டிருந்தான். கையில் இரட்டைக் குழல் துப்பாக்கியிருந்தது. மாணிக்கம் வண்டியின் பார்ச் சட்டத்தில் சம்மணம் போட்டுக் கயிற்றைச் சேர்த்துப் பிடித்திருந்தான். காளைகள் பெருமூச்சுவிட்டபடி திமிறிக் கொண்டிருந்தன. வெடிக்கார வேலா கவுண்டர் வண்டிக்குள் சாய்ந்திருந்தார். இடதுபுறத் தோள்பட்டையோரம் துப்பாக்கி சாய்த்துவைக்கப்பட்டிருந்தது.

நேராகக் கடைக்கு வந்த துரை பத்துப் பொட்டலம் மிக்சர் கட்டச் சொன்னான். வாயடங்கிப் போன நாய்க்கர் உள்ளேபோய் மிக்சரைக் கூடையோடு கொண்டு வந்தார்.

“கட்டி வைக்கலயா? நேரமாச்சு. பேப்பர்லெ ஒண்ணாவே கட்டிப் போடு: ஒரே வெலையாக் குடுத்தர்றேன். என்ன, பத்து ரூவா ஆகுமா?”

“இருக்குமுங்க!” நாய்க்கர் பேப்பரில் மிக்சரை இரண்டு பெரிய பொட்டலமாகக் கட்டினார். கையிலிருந்த பத்து ரூவா நோட்டைக் கொடுத்துவிட்டுப் பொட்டலத்தை வாங்கிக் கொண்ட துரை விறைத்த மாதிரி கண்ணுச்சாமியைப் பார்த்தான்.

“துரைக்கவுண்டரு, மிலிட்டரியில் இருக்க வேண்டியவரு! வேட்டைக்குப் போறாப்பல இருக்குது. கீரிக்கறி கெடைச்சா ரண்டுதுண்டு குடுத்தீங்கண்ணா ... ”

‘ம்...’ ஒருவிதமாகப் பார்த்துவிட்டு வண்டிக்குப் போனான் துரை.

பின்னால் வந்துகொண்டிருந்த இன்னொரு வில்வண்டி தெற்குப் பார்த்தபடி நின்றது. துரையின் சகாக்கள் நான்குபேர் வண்டியில் இருந்தார்கள். அக்கம்பக்கம் இருந்தவர்களெல்லாம் வேடிக்கை பார்த்தார்கள். வண்டியில் ஏறிக்கம்பியை மாட்டிக் கொண்டே துரை அமர்ந்தான். மாணிக்கம் கயிற்றைச் சுண்ட, காளைகள் பாய்ச்சல்காட்டின. இரண்டு வண்டிகளும் போனபிறகு, சலசலப்புக் கூடியது.

“தம்பி! வண்டிக்குள்ளே இருந்தானே வெடிக்கார வேலாகவுண்டன். பரம சண்டாளன். நெனச்சதெ சாதிச்சுப் போடுவான். அவனெ மீறி ஒரு வார்த்தெ பேசப்படாது. அவங்கண்ணெப் பாத்தியா கோழிக் கண்ணாட்டா. சரி சரி! நேரமாவிப் போச்சு, எந்நேரந்தா உட்காந்திட்டிருப்பே, நேரமிருக்கறப்ப வந்துட்டுப்போ தம்பி.”

கண்ணுச்சாமி மெள்ள நடந்து கிழக்குப் பக்கமாகத் திரும்பினான்.

விறுவிறுவென்று வந்து சேர்ந்தான் ரங்க மாதாரி. கூடவே வந்தான் அவனுடைய பையன். அழுக்குக் காவியேறிய வேட்டியை முழங்கால் வரை இறுக்கிக்கட்டியிருந்தான் ரங்க மாதாரி. காக்கி ட்ராயர் அவன் பையனுக்கு. உடம்பெல்லாம் கருத்துச் சாறு படிந்திருந்தது. இருவருமே தோளில் துண்டுபோட்டிருந்தார்கள். கால்களில் புழுதிபட்டிருந்தது. கூரையில் செருகிவைத்திருந்த தேங்காய்த் தொட்டிகளை எடுத்துத் துடைத்து ஒன்றைப் பையனுக்குக் கொடுத்தான்.

“சாமி” ரங்கமாதாரி தொட்டியை நீட்ட நாய்க்கர் டீ ஊற்றினார். அதை வாங்கிக்கொண்டே பையனையும் வாங்கச் சொன்னான். அவனும் வாங்கிக்கொண்டான். இரண்டுபேரும் ஊதிஊதிக் குடித்துக்கொண்டிருந்தார்கள்.

தொங்கிப்போன முகத்தோடு போய்க்கொண்டிருந்த தேவணகவுண்டர் திரும்பி வந்தார்.

"ரங்கா! கன்னுக்குட்டி செத்துப்போச்சு! போயிக் கவுண்டச் சிக்கிட்டெச் சொல்லீட்டு எடுத்துட்டுப் போ! ந்தா!"

"சாமி!" இரண்டு ரூபாய் நோட்டை வாங்கிக் கொண்டே தலைக்கு மேல் கையெடுத்துக் கும்பிட்டான் ரங்கமாதாரி.

தேவணகவுண்டர் பாதையில் நடையைத் தொடர்ந்தார்.

டீ குடித்து முடித்ததும் தண்ணீர் வாங்கித் தொட்டிகளைக் கழுவிக் கூரையில் செருகினான் ரங்கமாதாரி. தேவண கவுண்டர் கொடுத்த நோட்டைக் கொடுத்து மீதியை வாங்கிக்கொண்டான். அப்பனும் மகனுமாகப் போய்க்கொண்டிருந்தார்கள்.

"ம்... இவனுக வந்தா ஒரு சவுகரியம். எச்சக் கிளாசு கழுவ வேண்டியதில்லே!" சொல்லிக்கொண்டே கடைக்குள் போனார் சாக்குப்பை நாய்க்கர்.

சாமியாடிக் கவுண்டர் சொல்லாமலே பாதைக்கு வந்து கிழக்கிலும் மேற்கிலும் பார்த்துவிட்டு வடக்குப் பக்கமாக நடந்தார்.

8

“ஓய் . . . சைக்கிள்காரரே!”

சோழந்துறையிலிருந்து சைக்கிளில் கள்ளிப்பட்டிக்கு வந்துகொண்டிருந்த கண்ணுச்சாமி விசுக்கென நின்றான். சைக்கிளை விட்டு இறங்கித் திரும்பிப் பார்த்தவனுக்குத் திக்கென்றிருந்தது. வேலியோரமிருந்த வேப்பமரத்தடியிலிருந்து அம்மணி வந்துகொண்டிருந்தாள். அதைத் தாண்டி ஓர் இட்டேரி மேற்குப் பக்கமாகப் பிரிந்தது. அங்கிருந்துதான் அவள் வந்துகொண்டிருக்கக் கூடுமென நினைத்தான் கண்ணுச்சாமி. அந்த நேரத்தில் அம்மணி தனியாக வருவது அவனுக்குக் குழப்பமாயிருந்தது. மாலை மயங்க இன்னும் நேரமிருந்தது. கூதல் காற்று கொஞ்சம் வேகமாக வீசியது. கள்ளிப்பட்டி அரைக்கல் தூரத்திற்கு அப்பாலிருந்தது.

அம்மணியிடம் என்ன பேசுவதென்றே தெரிய வில்லை அவனுக்கு. அவளைக் கடைசியாகப் பார்த்து மூன்று மாதமிருக்கும். காளி கோவில் சாட்டிய கடைசி நாளில் தினைமாவைக் கையில் திணித்துவிட்டுப் போனவளை அப்போதுதான் பார்த்தான்.

“ஏ . . .” பக்கத்தில் வந்துகொண்டிருந்த அம்மணியைப் பார்த்துக் கேட்டான் கண்ணுச்சாமி.

“எங்க அத்தெ படுத்துக் கெடையாக் கெடக்குதுன்னு சொன்னாங்க. பார்த்துப் போட்டு வர்றப்ப உன்னெப் பாத்தெ. சித்தெ சைக்கிள்லெ

உட்கார வெச்சு ஊருக்கிட்ட எறக்கியுட்டுரு. சீக்கிரமாப் போவோணும்."

தெற்கிலும் வடக்கிலும் வெகுதூரம்வரை பார்த்தான் கண்ணுச்சாமி. ஆள் நடமாட்டமில்லை. அம்மணியைச் சைக்கிளில் உட்காரவைத்துக்கொண்டு போவது அவ்வளவு சரியாகத் தோன்றவில்லை. சாக்குப்பை நாய்க்கர் சொன்னது அவனுக்குப் பயமாகவே இருந்தது.

"சைக்கிள்லெ வேண்டாம். துணைக்கு வேணும்னா நடந்தே வாறேன்." கண்ணுச்சாமிக்குச் சொல்லி முடிக்கையில் தொண்டை கரகரத்தது.

"யோவ், இந்த ஊர்ல ஒரு பொம்பளையெ அநாவசியமா ஒருத்த ஏறெடுத்துப் பார்க்க மாட்டா. அப்பிடித்தா பொம்பளை களும். ஒனக்கு வேணும்னா தொணயா வர்றேன். நட!"

"அப்ப, நான் சைக்கிள்லயே போறேன். நீ மொள்ள வா!"

"கருப்பனக் கூட அனுப்பறேன்னு அத்தெகாரி சொன்னா, நான்ந்தா வேண்டாமுன்னுட்டே. ஏ. முழிக்கறே?"

"ரண்டு பேரும் சேர்ந்து போனா... யாராவது பார்த்தா..."

"பார்த்தா புருசம் பொண்டாட்டீன்னு சொல்லிப் போடுவாங்களா? இந்த, அம்மிணி யாருன்னு ஊருக்கே தெரியும்."

"ஓம் பேரு அம்மிணியா?"

"பேரு பழனீம்மா. அம்மிணீன்னு சொன்னாத்தா தெரிஞ் சுக்குவாங்க."

"ஒங்க ஊர்ல ஒவ்வொருத்தருக்கும் ரண்டு பேரு வெச்சிக்கறாங்க!"

"அதென்னமோ அப்பிடித்தா. தலைகுனிஞ்சாக் கவுண்டருக்கு நீ என்ன ஆவோணும்?"

"பேரன்."

"பேரன்னா?"

"இன்னொரு நாளைக்குச் சொல்றேன்..."

"சொல்லாட்டிப்போ. தெரிஞ்சுக்கவா முடியாது."

"அந்தக் கதை இப்பப் பேசுனாத் தீராது. அதுதான்."

"சொல்லு! சொல்லு! எப்ப நேரங்கெடைக்குதோ?"

"கிடைக்காமயா போவும்!"

"கெடைக்கட்டும். கெடைக்கட்டும்."

"அந்த கதை கெடைக்காது!"

"பவானியெக் கேட்டா உம் பாட்டம் பூட்டங்கதையே சொல்லிப் போடுவா.?"

"அங்கயே கேட்டுக்க!"

"ஆமா, மாவெளக்கு எடுக்கறப்ப எதுக்கு என்னெப் பார்த்துத் திருட்டு ஆட்டு முழி முழிச்சே?"

"நான் முழிக்கறதே அப்படித்தான். ஊருக்குப் புதுசு."

"என்னமோ பெரிய வேலெ பாக்கறயாமா? ஆயிரம் சம்பளம் வாங்கறீன்னு பேசிக்கறாங்க."

"பூளமேட்டுல ஒரு பெரிய ஓர்க்ஷாப்புல கணக்கு வழக்குப் பார்க்கற வேலெ."

"கண்ணாலங்காச்சி மூக்கலீன்னாங்க!"

"மூக்கலாமுன்னுதா இருக்கறேன். ஒனக்கு இன்னம் கண்ணாலம் இல்லயாட்டாத் தெரீது."

"நான் ஒருத்தனுங்குங் கழுத்த நீட்ட மாட்டே, எவனையும் பிடிக்க மாட்டீங்குது."

"காலம் பூரா கன்னியாவே இருக்கப் போறயா?"

"இருந்துட்டுப் போறன்."

"கொஞ்சம் இரு!" கண்ணுச்சாமி சைக்கிளின் முன் சக்கரத்தின் காற்றைப் பிடுங்கி விட்டான்.

"ஏ இந்த அநியாயம் பண்றே?"

"ஊரு பக்கமாயிட்டுது. ஆராவது கண்டு கேட்டா, சைக்கிள் பஞ்சருன்னு சொல்றதுக்குத்தா."

"நீயும் பெரிய ஆளுதா. சொல்லியிருந்தா, நான் நின்னே வந்திருப்பேன். வண்டிவாசி வருமுன்னு இருந்தே. ஒண்ணயும் காணம். ஏய்யா, ஒங்கூட வந்தா சங்கடமா. பார்க்க நான் கண்ணுக்குப் பிடிக்கலயா?"

"அதெல்லாம் ஒண்ணுமில்லே. அனாவசியமா ஊர் வாயிலே உழுவணுமேன்னுதான்."

அம்மணி அப்புறம் பேசவேயில்லை. திரும்பவும் கண்ணுச்சாமி நாலாப் பக்கமும் பார்த்தான். நடமாட்டம் எதுவுமில்லை. கிழக்குப் பார்த்துக் காக்கைகள் நிறையவே பறந்துபோய்க் கொண்டிருந்தன. மலைமுகடுகளை மேகக்கூட்டம் மறைத்தபடி நகர்ந்துகொண்டிருந்தது. மரங்களுக்குப் பின்னாலிருந்த கள்ளிப்பட்டியின் விநாயகர் கோவில் பளிச்சென்று தெரிந்தது. அதைச்சுற்றி வீடுகளின் கூரைகள் தெரிந்தன.

"அன்னிக்கு எதுக்குத் தென மாவு குடுத்தே."

"அனாதையா நிக்கறயேன்னு பார்த்த. . . மனசு கேக்குல, குடுத்தே தின்னியா?"

"ம் . . . தின்னே! நல்லா இருந்துது."

"எங்கைராசி நல்லா இருக்குது. தலையெழுத்துச் சரியில்லேன்னு என்ற நங்கையா அப்பப்ப சொல்லீட்டுக் கெடப்பா!"

"அப்படியென்ன வந்தது? பார்த்தா நல்லாத்தான இருக்கற!"

"நல்லா இருந்தாப் போதுமா?"

"ஒனக்கு என்ன வேணுமிங்கற?"

"ஒரு நல்ல மவராசன் வேணுமிங்கறே,"

"இப்பத்தான சொன்னே, கன்னியாவே இருப்பேன்னு?"

"சும்மா பேச்சுக்குச் சொல்றதுதான்."

"இந்த வாயடிச்சீன்னா, நல்ல மவராச எங்க கெடைக்கப் போறான்?"

"உங்கட்டத்தாய்யா பேசப்பேசப் பிரியமா இருக்குது. வேற ஒருத்த பக்கத்துல வந்தாலே வயிறெல்லாம் எரியுது."

"அப்பிடி எங்கட்ட என்ன இருக்குது?"

"என்னமோ இருக்குது. அதுதாந் தெரீலெ. ஊரு வந்துட்டுது. இன்னொரு நாளைக்குப் பேசிக்கலாம்! யோவ், நின்னு வா, நான் போறன் முன்னால." அம்மணி மெல்லச் சொல்லிக் கொண்டே வேகமாக நடந்தாள்.

ஊருக்குள்ளிருந்து இரட்டை மாட்டு வண்டி பாரம் ஏற்றிக் கொண்டு வந்தது. கண்ணுச்சாமி சைக்கிளை ஸ்டாண்ட் போட்டு நிறுத்திவிட்டுப் பெடலை இடது காலால் வேகமாக மிதித்துப் பிரேக் போட்டான். சரக்கென்று சக்கரம் நின்றதும் சைக்கிளைத் தள்ளிக்கொண்டு நடந்தான். அம்மணி கூப்பிடுதூரத்தில் போய்க்

கொண்டிருந்தாள். அவளை நினைக்கையில் கண்ணுச்சாமிக்கு நெஞ்சு கனக்கிற மாதிரி இருந்தது. அம்மணியைப் பற்றி ஒரு குறையும் சொல்ல முடியாது. அப்படியிருந்தாள் பார்ப்பதற்கு. பழகுவதுகூட அப்படித்தான் தோன்றியது கண்ணுச்சாமிக்கு. சாக்கு மூட்டைகளை ஏற்றிக்கொண்டு எதிரில் வந்த வண்டி இலேசாகப் புழுதியைக் கிளப்பியபடி அவனைக் கடந்தது. அரச மரத்துக் கிளைகளுக்குள் பறவைகள் கீச்சீட்டுக்கொண்டிருந்தன. மெல்ல இருட்டுக் கட்டத் தொடங்கியிருந்தது. விளக்குப் பக்கத்தில் இன்னும் வெளிச்சம் வரவில்லை. விநாயகர் கோவில் பந்தலில் ஏழெட்டுப் பேர் இருந்தார்கள்.

நாய்க்கர் டீக்கடையில் அவருடைய குரல் தனியாகக் கேட்டது. எப்பவும் அப்படித்தான் கேட்டுக்கொண்டிருக்கும். மாணிக்கமும் சாமியாடிக் கவுண்டரும் வாசலில் எதிரெதிராக நின்று பேசிக்கொண்டிருந்தார்கள்.

“என்ன தம்பி, அப்பிடியே போற?” சாக்குப்பை நாய்க்கர் கடைக்குள்ளிருந்தபடியே கண்ணுச்சாமியைக் கேட்டார்.

“சைக்கிள் காத்து எறங்கிப் போச்சு. பஞ்சர் போடோணும் போல இருக்குது. வெளிச்சத்துலயே பார்க்கோணும். அப்புறமா வர்றன்.” கண்ணுச்சாமி சொல்லிக்கொண்டே சைக்கிளைத் தள்ளினான்.

கண்ணுச்சாமியின் சைக்கிள் புதியது. வேலைக்குப் போவதில் சிரமம் இருக்கவே, தங்கப்ப கவுண்டர்தான் வாங்கிக்கொள்ளச் சொன்னார். சோழந்துறைவரைக்கும்தான் சைக்கிள் வேண்டியிருந்தது. அப்புறம் பஸ்ஸைப் பிடித்துக் கொள்வான். பூச்சி மருந்துக் கடையில் சைக்கிளைவிட்டுப் போய்த் திரும்பிவரும்போது எடுத்து வருவான். காற்றடிக்கிற பம்ப்பு தோட்டத்தில் இருந்தது. பஞ்சரெல்லாம் கண்ணுச்சாமியே போட்டுக்கொள்வான். கள்ளிப்பட்டியில் ஒரு சைக்கிள் கடை இல்லாதது வருத்தமாகப்பட்டது கண்ணுச்சாமிக்கு.

ஊரைக் கடந்து தெற்குப் பக்கமாகப் போகிற இட்டேரியில் தான் கண்ணுச்சாமி தோட்டத்துக்குச் செல்ல வேண்டும். மசையன் குட்டைக்குத் தெற்கில் இரண்டு தோட்டம் தாண்டினால் காளி கோவில். காளிகோவிலுக்கு ஒரு தோட்டம் தாண்டினால் தங்கப்ப கவுண்டர் தோட்டம். கண்ணுச்சாமி போய்ச் சேர வேண்டியது அங்கேதான்.

கிழக்கில் ஒரு ஒற்றையடிப் பாதை வரப்புடன் போய்ச் சேர்ந்தது. கருக்கலில் அந்தப் பாதையில் அம்மணி வேகமாய்ப் போய்க்கொண்டிருப்பதைக் கொஞ்சநேரம்வரை நின்று

பார்த்தான் கண்ணுச்சாமி. தென்னைமர வரிசையின் கீழ் அந்தத் தோட்டத்துச் சாலையிலிருந்து வலது பக்கமாகப் போய் வாய்க்காலைத் தாண்டி நடந்தாள் அம்மணி. பயிர்கள் கரும்பச்சை நிறத்தில் காலுயரத்தில் தெரிந்தன.

அம்மணியின் தோட்டமும் மசையன் குட்டைக்குப் பக்கத்திலிருந்ததைப் பார்க்க, அவளைத் திரும்பவும் சந்திப்பதில் சிரமமில்லையென நினைக்கையில் மனத்திற்குத் தெம்பாக இருந்தது. இட்டேரியில் நுழைந்து சைக்கிளைத் தள்ளியபடி நடந்தான் கண்ணுச்சாமி.

9

மஞ்சள் காட்டில் கொத்துப் போட்டுக் களையெடுத்துக் கொண்டிருந்த பெண்களைப் பார்த்துக்கொண்டு நின்றிருந்தான் காளிச்சாமி. அவர்கள் ஒரே வரிசையில் முன்னும்பின்னுமாகக் குனிந்திருந்தார்கள். களைகள் அவ்வளவாக இல்லை. கள்ளிப்பூடும் கோரைப்புல்லும் அங்கங்கே கொத்துக் கொத்தாய் இருந்தன. காட்டுக் கீரைகளைப் பறித்து மடித்துக்கட்டியிருந்த முந்தானையின் ஒரு பகுதியில் செருகிக்கொண்டே பெண்கள் நகர்ந்து கொண்டிருந்தார்கள். வெய்யில் மெல்ல உறைத்துக் கொண்டே வந்தாலும் மலையிலிருந்து வருகிற கூதல் காற்று வேலையில் அலுப்புத்தரச் செய்யவில்லை. அங்கங்கே இருந்த எறும்புப் புற்றுகளிலிருந்து கிளம்பிய சுள்ளெறும்புகள் காலைக் கடித்ததில் முணுமுணுத்துக்கொண்டிருந்தார்கள் பெண்கள்.

கிழக்குப் பக்கத்தில் மூன்று படிக்காட்டில் கரும்பு நட்டிருந்தான் காளிச்சாமி. இந்நேரம் வரை கரும்புக் காட்டுக்குத் தண்ணீர் விட்டு விட்டுத் திரும்பியிருந்தான். கடைசித் தவணைத் தண்ணீர் பாய்ந்திருக்குமென்கிற நினைப்போடு மடையை வடக்குப் பக்கமாகத் திருப்பிவிட்டான். சலசலவென்ற தண்ணீர் புகையிலைக் காட்டுக்குப் போய்க்கொண்டிருந்தது. இந்த வருடம் இரண்டு படிக்காட்டில் புகையிலை போட்டிருந்தான். கிணற்றில் நூறடிக்குக் குழிபோட்டிருந்ததால் தண்ணீர் தாராளமாகவே இருந்தது. புகையிலை எப்படியும் நல்ல விலைக்குப் போகுமென்கிற கணக்கு காளிச்சாமிக்கு. சந்தை வியாபாரிகளிடம்

அவ்வப்போது விசாரித்துத் தெரிந்துகொள்வான். அவனுடைய நல்லநேரம் பூமி வஞ்சகமில்லாமல் விளைகிறது. களையெடுத்து முடிந்ததும் மஞ்சள் காட்டில் வெங்காயம் நட்டுவிட்டால் அவ்வப்போது தட்டுமுட்டுச் செலவுக்குக் காசுகிடைக்குமென நினைத்தான். இரண்டு மாடுகள் கறந்துகொண்டிருக்கின்றன. தெய்வானையின் பண்ணயம் அது. தினமும் பத்துப்படி பாலுக்குக் கறந்துவிடுவாள். வெள்ளைப் பசுக்களைக் கூட வளர்த்துக்கொண்டிருந்தான் காளிச்சாமி. இந்த ஈத்துக்குக் காராடும் செம்மறியாடும் ஐந்தாறு குட்டிகள் போட்டுவிடும். இரண்டுக்குமே வயிறு பெருத்திருந்தது. அடுத்த வெள்ளாமைக்கு ஒரு படிக்காட்டிலாவது திராட்சை வைத்துவிட வேண்டுமென்று நினைத்துக்கொண்டிருந்தான். கல்லுக் கால்களுக்கு இரண்டு மூன்றுபேரிடம் சொல்லிவைத்துவிட்டான். துரையுடன் ரகளைசெய்தபிறகு காளிச்சாமிக்கு அந்தத் தோட்டத்தில் பிடிப்பில்லை. போட்டிருக்கிற வெள்ளாமை அறுவடையானதும் பூமியைக் காலிசெய்து தந்துவிடுவதாகப் பேச்சு. பெரியசாமி கவுண்டர் தலையிட்டிருக்கிறார். ஊர்ப் பேச்சுக்குக் கட்டுபட வேண்டும். மீறிப் பேச முடியாது.

தண்ணீர் போய்க் கொண்டிருந்த வாய்க்காலில் சலக். . . சலக்கென நடந்து புகையிலைக் காட்டுப் பக்கம் போனான், காளிச்சாமி. அவனுடைய இடக்கையிலிருந்த மண் வெட்டியில், தண்ணீர் பட்டு மண் கரைந்தது. புகையிலை தளதளவென்று பெரியதாக விரிந்திருந்தது. இப்போதே நல்ல விலை. இன்னும் இரண்டு மாதம் கழித்தால் விலை ஏறி நிற்கும். நல்லதொகை சேர்ந்தால் சொந்தத்தில் நான்கு படிக்காடு வாங்கிவிடலாமென்கிற யோசனையிருந்தது. இந்த வருடம் பெய்த மழைக்கு இரண்டு மூன்று வெள்ளாமைக்குத் தண்ணீர்த் தட்டுப்பாடு வராது. கீழே குனிந்து தண்ணீரை மடைமாற்றிவிட்டு நிமிர்ந்தபோது உடலெல்லாம் வியர்வை நசநசத்தது.

வண்டிப்பாதையில் இரண்டுபேர் முன்னும் பின்னுமாகச் சைக்கிளில் வருவதைப் பார்த்த காளிச்சாமிக்கு அவர்கள் யாரெனச் சரியாகத் தெரியவில்லை. சுரீரென்று அடித்த வெய்யில் கண்களைக் கூசச் செய்தது. அவர்கள் தன்னைப் பார்க்கத்தான் வரக்கூடுமென நினைத்து காய்ந்த வாய்க்காலில் நடந்தான். குறுக்கு வரப்பிலிருந்த மாமரத்தில் தேன்கூடு பலாப்பழம் அளவுக்குத் தொங்கிக்கொண்டிருந்தது. அமாவாசைக்கு நான்கு நாட்களே இருந்தது. வலையன் காடனுக்குச் சொல்லியனுப்பி இரண்டு நாட்களாயிருந்தன. இதுவரை வரக்காணோம். வந்தால் இரண்டுபடி தேன் கிடைக்கும்.

மரத்தைத் தாண்டி வாய்க்காலில் நடக்கிறபோது வந்திருப்பது யாரெனத் தெரிந்தது காளிச்சாமிக்கு. வந்தவர்கள் சைக்கிள் களை மாட்டுக் கொட்டத்து நிழலில் நிறுத்திவிட்டு நின்றபடி காளிச்சாமியைப் பார்த்தார்கள்.

"வாங்க! வாங்க! ஏது அத்திபூத்தாப்புல திடுதிடுப்புனு!" பழனிச்சாமியும் குமாரசாமியும்தான் வந்திருந்தார்கள்.

"அப்புறம் சௌக்கியமா?"

"அதுக்கென்ன நல்லதுதா! நீங்கெல்லாம் எப்பிடி?"

"அதுக்கென்ன கொறைச்சலா? வாங்க!" சொல்லியபடியே வீட்டுக்குள் பார்த்தான் காளிச்சாமி. பாயோடு வந்த தெய்வானை, அதைத் திண்ணையில் விரித்துப்போட்டாள். பழனிச்சாமியும் குமாரசாமியும் அதில் உட்கார்ந்தார்கள். குடிக்கத் தண்ணீர் கொண்டுவர உள்ளே போனாள் தெய்வானை. காளிச்சாமி கிணற்றடியிலிருந்த தண்ணீர்த் தொட்டிப் பக்கமாகப் போனான். தண்ணீர் இறைத்துக்கொண்டிருந்த மோட்டரை நிறுத்தினான்.

பழனிச்சாமி நல்ல சிவப்பு. வயதைக் குறைத்துக் காட்டுகிற கட்டான உடம்பு. முன் தலை சொட்டை விழுந்ததில் கொஞ்சம் வயது கூடுதலாகத் தெரிந்தது. கணீரென்று நிதானமாகப் பேசுவார். எதையும் தெளிவாகப் புரியவைத்துவிடுவார். அவர் சொல்லுகிற நியாயம் கேட்கிற யாருக்கும் பிடிபட்டுவிடும். குமாரசாமிக்கு வாட்டசாட்டமான உடம்பு. துருதுருவென்று தோற்றம். கறுப்பு நிறமானாலும் நல்ல தோற்றம். பவானியைக் கைக்குள் போட்டு விட்டதில் யாருக்கும் ஆச்சரியமிருக்க முடியாது. பளிச்சென வேட்டி கட்டியிருந்தான். கட்டம்போட்ட நீலச்சட்டை மடிப்புக் கலையாமல் உடம்பைப் பிடித்தமாதிரியிருந்தது.

வீட்டைப் பார்த்த பழனிச்சாமிக்கு ஒரே ஆச்சரியம். எப்படி கிடந்த வீட்டை இப்படிப் பளிச்சென வைத்திருக்கிறாள் தெய்வானையென்று. விசாலமான வாசல். பளிச்சென்ற கதவின் மேல் விளிம்பில் காய்ந்துபோன மாவிலைத் தோரணம். உள்ளுக்குள் விசாலமான ஆசாரம். இரண்டுபக்கங்களிலும் எதிரெதிராக அறைகள். ஆசாரத்திலிருந்து புறவடைக்குப் போக ஒரு கதவு. பழனிச்சாமியை, வெகுகாலமாகவே காளிச்சாமி குடும்பத்துக்குத் தெரியும். சோளந்துறையில் ஆற்றுக்கு அப்பால் பழனிச்சாமி குடித்தனம் பண்ணிக்கொண்டிருந்தார். அவருக்கும் குத்தகைப் பண்ணையம்தான். வருகிற தகராறுகளில் தலையிட்டு சுமுகம் பண்ணுவார். குத்தகை கொடுக்கல்வாங்கல்களை நேர் பண்ணுவார்.

தெய்வானை கொடுத்த தண்ணீரைக் குடித்துவிட்டு குமாரசாமியிடம் செம்பைக் கொடுத்தார் பழனிச்சாமி. தெய்வானையோடு கலகலப்பாகப் பேசினார். சோழந்துறைக்கு வடக்கில் சின்னமனூரிலிருந்துதான் தெய்வானையைக் கட்டிக் கொடுத்தார்கள். குழந்தைகளைப் பற்றியெல்லாம் விசாரித்துத் தெரிந்துகொண்டார் பழனிச்சாமி. வாசலில் கையைக் கட்டி நின்றுகொண்டிருந்தான் காளிச்சாமி.

"காளீப்பா, உட்காரு! அய்யனவுங்கெ இல்லியா?"

"பொறவடையில வெறகு பொளந்துட்டிருக்காங்க."

"சித்த கூப்புடுடே. ஒரு சோலியா வந்தே. அவரும் இருந்தார்னா நல்லா இருக்குமுன்னு பார்க்கறே."

முத்தைய கவுண்டர் வந்ததும் விசாரிப்பெல்லாம் நடந்தது. வீடு கலகலப்புத் தட்டியது.

"நான் வந்திருக்கிற சோலி முக்கியம். கவனமாகக் கேட்டுக்கங்க. சர்க்காரு புதுச் சட்டம் போட்டிருக்குது."

"என்னன்னு?"

"ஒண்ணும் எழுதாமெ, வாய்ப்பேச்சுல குத்தகெ பேசி உழுவற, விவசாயிகளோட பேரையெல்லாம் பதிவு பண்ணோணும்னு."

"பதிவு பண்ணி?"

"குத்தகை இன்னதுதான்னு நிர்ணயம் பண்ணறது. குத்தகைக்காரங்களுக்குப் பாதுகாப்புக் குடுக்கறது, கடன் ஒடன் குடுக்கறது, இப்பிடி எத்தனையோ இருக்குது."

"அதுக்கு என்ன பண்ணோனும்?"

"தோட்டந் தோட்டமாய்ப் போயி குத்தகெக்காரங்களெ வந்து பதிவு பண்ணிக்கச் சொல்லீட்டு வர்றே. ஒரு வாரமா அது நடக்குது. சோழந்தொற பஞ்சாயத்து ஆபீஸ்லதா விசாரணை பண்ணிப் பதிவு பண்ணறாங்க. தெனமும் தாசில்தாரு வர்றாரு!"

"அதெல்லாம் வேண்டாப்பா நமக்கு. கைகாலுச் சொவமா இருந்தாப் போதும். பாடுபட்டுக் கஞ்சி குடிச்சுக்கலாம்."

"இப்பிடி சொன்னா எப்படீங்க? நாலு குத்தகெதாரரு இருந்தா ஒண்ணுக்கு ஒண்ணு சமயத்துல ஒதவும்."

"இந்த வெள்ளாமையோட கணக்கு வழக்கு தீத்துப் பூமியெக் காலிபண்ணிக் குடுக்கறதுன்னு பேச்சுக் குடுத்தாச்சு. இன்னொருத்தஞ் சொத்து நமக்கு வேண்டா! வேற சோலியிருந்தாச் சொல்லு."

"இவ்வளவு சொல்றங் கேக்க மாட்டீங்கறீங்க. காளிப்பா! நீதான் ஐயனுக்குச் சொல்லே."

"சொன்னாக் கேட்கமாட்டாரு. வம்புதும்பு வந்துட்டாத் தாங்க முடியாது."

"ஒங்களெ ஒண்ணும் பண்ணச் சொல்லுல. காதுங்காதும் அறியாமப் பதிவுபண்ணிப் போடலாம். பூமியெ ஒழிச்சு உடறம்னு, பேசியிருந்தா அப்பிடியே உட்ருங்க.

அதுக்கும் இதுக்கும் என்ன கெடக்குது? சர்க்காருதாஞ் சொல்லுது. அது நாளைக்குச் சும்மா உட்ருமா?"

"பழனிச்சாமி! எனக்கென்னமோ மனசுக்குச் சரியாப் படலே!"

"நல்லா ஓசன பண்ணீட்டு ஒரு நல்ல முடிவோட வாங்க. வர்றதுன்னா பஞ்சாயத்து ஆபீஸுக்கே வந்திடுங்க. அங்கதா நான் இருப்பேன்."

தெய்வானை கொண்டுவந்து கொடுத்த காபியைக் குடித்துவிட்டு எழுந்தார்கள்.

"கொமாரசாமி எங்க இந்தப் பக்கம்?" முத்தைய கவுண்டர்தான் கேட்டார்.

"சாக்குப்பை நாய்க்கரு கடையில நின்னுட்டிருந்தே; அண்ணனவுங்க வந்தாங்க. தடங் கேட்டாங்க. கூட்டியாந்தன். வாரமுங்க!" சொல்லிக்கொண்டே இருவரும் சைக்கிள் வைத்திருந்த இடத்திற்குப் போனார்கள்.

"காளியப்பா, தம்பி சொன்னது ஒனக்குப் புடிச்சுதா?"

"புடிக்குதோ, புடிக்கலியோ, அவரு சொல்றதுல தப்பு இருக்கறதாத் தெரியலெ. பேரைப் பதிவுபண்ணறதுதானெ. காசா பணமா? ஓரெட்டுப் போயிப் பாத்துட்டு வந்தர்லாம். வேகாத வெயில்ல மலையொரு கோடுகட்டி வந்ததுக்கு ஒரு மருவாதி வேணுமில்ல. ஓரெட்டுப் போயிட்டு வரலாம்."

"நாமதா பூமியெ ஒழிச்சுக் குடுக்கறதாச்சே. எதுக்குத் தம்பி இதெல்லாம்?"

"பேசுனபடியே ஒழிச்சுக் குடுத்தரலாம். பதிவுபண்ணி வெச்சுட்டா நாளைக்கு எதாவது காரியம்னா ஆகீட்டுப் போவுது."

"சரி, யோசென பண்ணி ஒரு வார்த்தை சொல்லலாம்; ஒங்கண்ணனையும் ஒரு வார்த்த கேட்டுக்கலாம்."

“கேளுங்க! தானும் பதிச்சிட்டு வந்திருக்குதோ என்னமோ. பழனிச்சாமியண்ணெ அங்கெயும் போயிட்டுதாம் போவும்.”

மஞ்சள் காட்டில் களைவெட்டிக்கொண்டிருந்த பெண்கள் நாலாத் திசைகளிலும் ஓடித் திரும்பிச் சாளையை நோக்கிக் கூச்சலிட்டு வந்துகொண்டிருந்தார்கள். அவர்கள் முந்தானையை இழுத்து முகத்தை மூடிக்கொண்டிருந்தார்கள். அவர்களைச் சுற்றித் தேனீக்கள் பறந்துகொண்டிருந்தன. தெய்வானையைப் பார்த்து ராந்தல் எண்ணெய்யை எடுத்து வரும்படிச் சொல்லிக்கொண்டே காளிச்சாமி மாட்டுக்காடிக்கு ஓடினான். ஓடினவன் இரண்டு கைகளிலும் கழித்தட்டுக்களையும் சாமைப் புல்லையும் தாவிக் கொண்டு வாசலுக்கு வந்தான். தெய்வானை எண்ணெய்யையும் தீப்பெட்டியையும் காளிச்சாமியிடம் கொடுத்தாள். கீழே கிடந்த கழித்தட்டையில் எண்ணெய் ஊற்றித் தீக்குச்சி கிழித்துப் போட்டான். குப்பென்று தீ எரிந்து புகை கிளம்பியது. பெண்கள் வாசலுக்கு வந்து சேர்ந்தார்கள். எவளோ குறும்புக்காரி தேன்கூட்டைக் கல்வீசிக் கலைத்திருக்கிறாளென்று நினைத்தான் காளிச்சாமி. வேலாயியையும் ராமக்காளையும் மருதம்மாளையும் தேன் பூச்சி கொட்டிவிட்டதாகத் தெய்வானையிடம் வந்து சொல்லிக்கொண்டிருந்தாள் கருணையம்மாள். ஒரு சிறிய கிண்ணத்தில் தேங்காய் எண்ணெய் கொண்டு வந்து கொடுத்தாள் தெய்வானை. கடித்த இடத்தில் தடவச் சொன்னார் முத்தைய கவுண்டர்.

“ஆரு புள்ளே கூட்டக் கலைச்சது,” காளிச்சாமி வாசலில் நின்றிருந்த பெண்களைப் பார்த்து அதட்டலாகக் கேட்டான்.

“நாங்க ஒண்ணும் பண்ணலீங்க. எங்களுக்குத் தெரியாதா? கூட்டெக் காக்கா கொத்தியிருக்குதுங்க. எல்லா சீரு பூருன்னு கெளம்பீடிச்சு!” அய்யம்மாள்தான் சொன்னாள்.

“காக்காய்க்கு வந்த கொளுப்பெப் பாரு!” முத்தைய கவுண்டர் எழுந்து புறவடைப் பக்கமாகக் கிளம்பினார்.

“நேரமானது ஆவிப்போச்சு. போயி சோத்தக் குடிச்சிட்டு கொஞ்ச முன்னாடியே கொத்துப் போடு, போங்க.” சொல்லி விட்டுக் கைகால் கழுவத் தண்ணீர்த் தொட்டிப் பக்கமாக நடந்தான் காளிச்சாமி.

கூலிக்காரப் பெண்கள் முணுமுணுத்தபடி தூக்குப் போசிகளை எடுக்க மாட்டுக் கொட்டத்திற்குப் போனார்கள்.

10

ஓதலமரத்தில் முதுகைச் சாய்த்துத் தெற்குப் பக்கமாக மாடுகள் மேய்வதைப் பார்த்துக் கொண்டிருந்தாள் அம்மணி. மேற்கில் பொழுது நன்றாகவே சாய்ந்திருந்தது. சேவல் கொண்டை மாதிரி சிதறிக்கிடந்தன ஓதலம் பூக்கள். மாட்டுக்காரப் பையன்கள் வந்தால் துண்டில் கட்டிப்போய்க் கோவில் மைதானத்தில் விளையாடுகிற சிறுசுகளுக்குக் கொடுப்பார்கள். மாதாரிப் பையன் வயிற்றுக் கடுப்புக் கண்டு கிடையாகக் கிடந்தால் அம்மணியே மாடுகளை ஓட்டிக்கொண்டு வந்திருந்தாள். மாடுகள் வெளிப்புல் மேய்ந்து காலாறினால் பால்கூடிக் கறக்கும். கட்டுத் தரையில் முடங்கிக் கிடந்தால் அவிழ்த்துவிடும்போது சண்டித்தனமும் செய்யும். மாடுகள் சரிவில் மேய்ந்துகொண்டிருந்தன.

ஓதலமரம் மசையன் குட்டையின் கிழக்கு ஏரியில் நடுப்பக்கமாக இருந்தது. சரிவில் நான்கைந்து புளிய மரங்கள் இருந்தன. நெருஞ்சிப் பூக்கள் பச்சை இலைகளுக்கு நடுவில் மஞ்சள் கல் பதித்த மூக்குத்தி மாதிரி சிதறிப் பூத்திருந்தன. மசையன் குட்டையில் காற்றுக்குத் தளும்பிய தண்ணீர் ஏரிக்கரையை மீறித் தெறித்தன. இரண்டொரு துளிகள் அம்மணியின் மேல் அவ்வப்போது வந்து விழுந்தன.

அம்மணி மெள்ள நடந்து ஏரிக்கரையில் நின்று தண்ணீரைப் பார்த்தாள். காயப்போட்ட சேலை காற்றுக்கு அலைகிற மாதிரி, தண்ணீர்ப் பரப்பு நெளிந்துகொண்டிருந்தது. தூரத்திலிருந்த கருவேல மரங்களுக்கிடையில் வெள்ளைத்துணிகளைப்போல

கொக்குகள் பறந்துகொண்டிருந்தன. மலைகளில் மஞ்சுக் கூட்டம் கவிந்து சரிந்துகொண்டிருந்தன. மலையோரக் காடுகள் பச்சைப் பசேலெனத் தெரிந்தன. மேற்கில் தென்னைமரக் கூட்டங்கள் அங்கங்கே விட்டுவிட்டுத் தெரிந்தன. கருவேல மரக் கூட்டத்துக்கு மேல் விநாயகர் கோவில் கோபுரமும் பெரியசாமி கவுண்டர் வீடும் தெரிந்தன. மரக்கூட்டம் வெட்டப்பட்டபோதெல்லாம் ஏரிக்கரையிலிருந்தே கள்ளிப்பட்டியைப் பார்க்கலாம். இப்போது, ஊரில் வீடுகளில்கூட மரங்கள் வளர்ந்திருந்தன. ஊர்ப்பக்கம் சோலியிருந்தால் செல்லம்மாவோடு போய்வருவாள். கல்யாணம், காதுகுத்து, சீர்சிறப்பு என்று வந்தால் மேளச் சத்தத்தோடு ஊர் அல்லோலகல்லோலப்படும். அப்போதுதான் நான்குபேரைப் பார்த்துப் பேசி பழக முடியும். மற்றபடி தோட்டத்திற்குள்தான் அலைந்துதிரிய வேண்டியிருக்கும்.

காளிகோவிலுக்கு இப்போதெல்லாம் போய்வர முடிகிறது அம்மணியால். வெள்ளிக்கிழமையானால் தீபம் போட்டு விடுகிறார் பண்டாரம். மழை நல்லபடியாகப் பெய்திருப்பதில் குடித்தனக்காரர்களுக்கு ஒரு விமோசனம். காடுகரைகளில் வெள்ளாமை செய்வதால் கூலிநாலிக்குப் போகிறவர்கள் பாடு தீர்ந்திருந்தது. இல்லாவிட்டால் கஞ்சியோ கூழோ குடித்துவிட்டு வீட்டுத் திண்ணையில் முடங்கிக்கிடக்க வேண்டியிருக்கும். அங்கே இங்கே கண்டதைப் பற்றிப் பேசிக்கொண்டிருக்க வேண்டும்.

ஊருக்குத் தெற்கில் மானம் பார்த்த பூமிகள்தான் அதிகம். சோளமோ சாமையோ தட்டைப் பயிறோ துவரையோ போட்டுவைப்பார்கள். மழை பக்குவமாகப் பெய்ததில் எல்லாவித வெள்ளாமையும் நல்லபடியாக இருப்பதாக செங்கண்ணன் சொல்லிக்கொண்டிருந்தான். வடக்குப் பக்கத்தில் தோட்டத்துக்குத் தோட்டம் கிணறுகளில் வஞ்சகமில்லாமல் தண்ணீர் கிடந்தது. கரும்பு, வாழை, மஞ்சளென்று பலதும் வைத்திருந்தார்கள். ஒருசில பக்கம் நெல்லுக்கூட விட்டிருப்பதாக செல்லம்மாளிடம் பேசிக் கொண்டிருக்கையில் சொன்னான் செங்கண்ணன். மிளகாய் நாற்றுக்குத் தோட்டம் தோட்டமாக அலைந்துவிட்டு வந்திருந் தான் அவன்.

ஒதலமரத்தடியில் கிடந்த கல்லில் குந்திய அம்மணி செங்கல் சூளைகளைக் கவனித்தாள். செங்கல் அறுக்கிறவர்கள் அங்குமிங்குமாகப் போய்வருவது தெரிந்தது. ஒருசூளை புகைந்துகொண்டிருந்தது. மரங்களுக்குக் கூடப் பஞ்சமில்லை. வலையர்கள் மரங்களை வெட்டிப்போட்டுக் கிடைக்கிற பணத்துக்கு, விறகுகளை விற்றுக்கொண்டிருக்கிறார்கள். வண்டிக்

கணக்காக வந்த மரங்களைக் கூப்புக் கட்டிப் போட்டிருந்தார்கள். செங்கல் சூளையில் சுப்பண்ணக் கவுண்டருக்குத் தாராளமாகப் பணம் வருவதாகக் காளிகோவிலில் பேசிக்கொண்டார்கள். கோவிலுக்குப் புதுச்சுவர் வைக்கச் செங்கல்தர ஒத்துக் கொண்டிருக்கிறார் சுப்பண்ண கவுண்டர்.

ஏரிக்கரையிலிருந்து வடகிழக்குப் பக்கமாகப் பாதைக்குப் போய்ச் சேருகிற ஒற்றையடிப் பாதையில் யாரோ நடந்து வருவதைப் பார்த்தாள் அம்மணி. வெள்ளைவெளேரென்ற சட்டையும் வேட்டியும் தரித்திருந்தான் அவன். நெருங்கி வருகையில் கண்ணுச்சாமிதான் அது எனத் தெரிந்தது. அவனைப் பார்த்தே வெகுநாளாகியிருந்தது. அம்மணிக்கு அவனைப் பற்றிய நினைப்பு பலதரம் வந்துபோனது. காளிகோவில் பக்கம்கூட அவன் வருவதைக் காணோம். ஊருக்குள் போய்வருகிறபோது கூட அவனைத் தேடுவாள். அத்தை வீட்டிற்கு அம்மணி போய் வந்த பிறகு, ஊரில் காரியமெதுவும் பெரியதாய் நடக்கவில்லை. அவன் வருவதையே வைத்த கண் வாங்காமல் பார்த்துக் கொண்டிருந்தாள் அம்மணி.

"வாய்யா, தடந்தெரியாமக் கல்லுமுள்ளுக்குள்ள சுத்தீட்டு வர்ற மாதிரி இருக்குது." நெருங்கிவிட்ட கண்ணுச்சாமியைப் பார்த்துச் சொன்னாள் அம்மணி.

கண்ணுச்சாமியின் கண்கள் விரிந்து புருவங்கள் உயர்ந்து வளைந்தன.

"ம்... நீ எங்கெ இங்கெ?" கண்ணுச்சாமிக்கு அதிர்ச்சியாக இருந்தது.

"மாடு மேய்க்க வந்தேன். அப்பிடியே சுத்திச் சுத்திப் பார்த்துட்டு வாரப்ப நீ வந்திட்டிருக்கறே. மலைச்சுப் போயிட்டே!"

"இன்னிக்கு எங்க கம்பனி லீவு. நாய்க்கரு கடைக்குப் போனே, பொழுது போவுல. அப்பிடியே நடந்துட்டு வரலாமுன்னு செங்கல் சூளைவரைக்கும் போனேன். குளத்தைப் பார்க்கலாமுன்னு வந்தா, நீ இருக்கறே."

"வாய்யா, புளிய மரத்தடிக்குப் போயி உட்காரலாம். யாராவது ஒண்டி சண்டியா வந்திட்டிருப்பாங்க."

"அப்பபடியே போனா எங்க அப்பாரு தோட்டத்துக்கு போவலாமில்லையா?" அம்மணியின் பின்னால் நடந்தபடி கேட்டான்.

"போவலாம்! வெள்ளாமை பண்ணி வேலி வெட்டி அடைச்சிருக்கறாங்க. வாய்க்கா இருக்குது. அதுல போனா காளி

கோவிலுக்குப் போயிரலாம். அங்கிருந்து உன்ர தோட்டத்துக்குப் போவலாம். சேறு கெடக்குது. தெக்கால ஏரியில போனா இட்டேரிக்குப் போயிரலாம். அப்புறம் தோட்டம் பக்கந்தானே.'

"சந்து பொந்தெல்லாம் தெரியுமா ஒனக்கு?'

"என்னய்யா இந்த மண்ணுலயே பொறந்து வளர்ந்து இதையெல்லாம் கூடத் தெரியலீன்னா எப்பிடி?"

"அது சரிதா, ஒனக்கு எப்பக் கண்ணாலம்?"

கண்ணுச்சாமி கிண்டலாகக் கேட்டான்.

"ஏ ... எதுக்குக் கேட்ட?"

"இல்ல, வேற மண்ணுக்குப் போயி அங்கயும் அது இதுன்னு தெரிஞ்சுக்குவியேன்னுதா ..."

"போய்யா! இந்த மண்ணெ உட்டுப் போட்டு நான் போற மாதிரியில்ல. வா, சித்த ஒக்காந்து பேசலாம்."

சரிவிலிருந்த புளியமரத்தடியில் கிடந்த கல்லில் படிந்திருந்த புளியம்பூக்களை உதறிவிட்டுக் குந்தினான் கண்ணுச்சாமி. அங்கிருந்து பார்க்கச் சரிவில் மாடுகள் மேய்வது மாத்திரம் தெரிந்தது. சரளைக் கல் பாதையோ, செங்கல்சூளையோ எதுவும் தெரியவில்லை. காற்று வீசுகிற சத்தம் மாத்திரம் கேட்டது. புளியம்பூக்கள் சிமிர்களிலிருந்து உதிர்ந்துகொண்டிருந்தன.

"மாடு மேய்க்கற வேலையா உனக்கு?"

"நான் சொந்தத் தோட்டத்துக்காரி. அதெ தெரீதே அதுதா, எங்க தோட்டம். மாட்டுக்கார நாலஞ்சு நாளா வல்லெ. வாயில்லாப் பண்டம் கட்டிக்கெடக்குதேன்னு மேய்ச்சலுக்கு ஓட்டியாந்தே. வந்தது நல்லதாப் போச்சு!" அம்மணி சொல்லி மெல்லச் சிரிக்கையில் அவளுடைய பற்கள் மாதுளம்பழ விதைகள் மாதிரியிருந்தன.

"எப்பிடி?"

"ஒன்னெப் பார்த்ததுதான்! சைக்கிள்ல வந்தியே, அன்னிக்கு ஒன்னெப் பார்த்தது. ஊர்ல இருக்கறயா போயிட்டயான்னு தெரியாம இருந்தேன்."

"அவ்வளவு சீக்கிரமாப் போவ முடியுமா? வேலைக்குப் போயிவர்ற சலிப்பு. எங்க அப்பாரு அங்கே இங்கே சுத்தாதேன்னு அப்பப்ப சொல்லீட்டிருப்பாரு!"

"அப்பிடியென்னய்யா பெரிய வேலை. நெஞ்ச முறிக்கிற மாதிரி?"

“உட்கார்ந்திட்டிருக்கிற வேலை. விசிறி சுத்திகிட்டு இருக்கும். போன் அடிக்கும். அவனிவன்னு எவனாவது வந்திட்டிருப்பான். தலைகாணி மாதிரிப் பெரிய பெரிய நோட்டு. குனிஞ்சு நிமிர்ந்து எடுக்கோணும். கணக்கு வழக்கு மாறிமாறி இருக்கும்!”

“அதெல்லாம் தெரியாது எனக்கு. நானென்னமோ காட்டுல மேட்டுல அலையறதுக்கு மேல இருக்காதுன்னு நெனைச்சே.”

“அதையெல்லாம் பார்த்தாலே தலைவலி வரும்.”

“அப்பிடீன்னா அதெ உட்டுத் தொலைச்சிட்டுக் குடித்தனத்தெப் பார்க்கறது.”

“அதுக்கு எனக்கு ஒடம்பு வளையாது. அதுக்கொரு நேரம் வரோணும்.”

“அன்னிக்கு என்னமோ சொன்னியே! இன்னொரு நாளைக்குச் சொல்றேன்னு. அதென்ன அப்பிடி?”

“எங்க அப்பாருக்கு நான் என்ன ஆவனும்னு கேட்டியே அதுதான்!”

“ஆமா. அவரெப்பத்தி எங்க அண்ணங்கூட எதையோ சொல்லிச்சு, கேட்கப் பிடிக்கலே.”

“அப்படீன்னா, அதை நானுஞ் சொல்லலே.”

“சும்மா சொல்லுய்யா, பிளுக்காதெ.”

“சொல்றேன். ஆருகிட்டயும் மூச்சு உடக்கூடாது.”

“ங்கம்மா சத்தீமாச் சொல்ல மாட்டன்.”

“தங்கப்ப கவுண்டருக்கு ஒரு மவ இருந்தான்னு ஓங்கண்ண சொல்லுச்சா?”

“ஆமா, சொல்லுச்சு, அவகூட எதோ மூப்பங்கூட ஓடிப் போயிட்டான்னு சொல்லுச்சு.”

“ஓடிப்போன அந்த மவ பையன்தான் நான்.”

“...”

“என்ன பேசாம இருக்கறே?”

“தலெ குனிஞ்சாக் கவுண்டருன்னு சொல்லறாங்களே!”

“அப்படித்தா ஊருல சொல்லுவாங்க. என் அப்பிச்சி மானம் மருவாதிக்குப் பயந்தவரு. ஒருத்த ஒரு சொல்லுச் சொன்னாப் பொறுக்காது.”

“ம்... பாவமா இருக்குது உன்னெப் பார்த்தா.”

“அப்பிடியா! அதுக்கு நானென்ன பண்ண முடியும்?”

“ங்கொப்பங் கொம்மா இருக்குதா?”

“ங்கம்மா மட்டுமிருக்குது குன்னத்தூர்ல.”

“போயிப் பார்ப்பயா?”

“மாசத்துக்கு ரண்டு தடவெ போயிட்டு வருவேன்.”

“தலை குனிஞ்சாக் கவுண்டரு தம்பியோட பேரன்னு ஆரு கேட்டாலும் சொல்லு! ஊருக்காரங்க தண்ணி வண்ணி கூடக் குடுக்க மாட்டாங்க தெரிஞ்சுதுன்னா.”

“அம்மிணி, உசுரே போனாலும் இதை ஆருகிட்டயும் சொல்லாதே. எனக்கும் ஒனக்கும் தொடுப்பு இருக்குதுன்னும் சொல்லிப் போடாதே. ங்கப்பிச்சி காதுல உழுந்தா வெனையா முடியும்.”

“ங்கம்மா சத்திமா சொல்லமாட்டே!”

“ங்கப்பிச்சி என்னெப்பத்திப் பெருசாக் கனாக் கண்டுட்டு இருக்குது.”

“ஏய்யா? வெட்கத்தே உட்டுட்டுக் கேக்கறே. என்னெக் கண்ணாலங் கட்டிக்குவியா?”

“கட்டிக்கறே. உனக்கென்ன ராணியாட்டா இருக்கறே.”

“போய்யா! வெக்கமா இருக்குது.”

“ங்கப்பாருதா எடக்குப் பண்ணுவாரு. அவரு, தலையில இருந்து நழுவுன கிரீடம் திரும்ப வரணுமுன்னு. அதுக்குத்தா என்னெக் கொண்டாந்து வெச்சிருக்கறாரு.”

“ஓங்க அப்பாரு என்னெ ஒனக்குப் பொண்ணுக் கேட்டா எங்க அண்ண மாட்டீன்னு சொல்லாது.”

“எது எப்பிடீன்னாலும் நான் சொன்னதெ மட்டும் மறந்தராதே”

“உசுரே போறதுன்னாலும் ஒரு வார்த்தெ வாயிலிருந்து நழுவாது. காரியம் நடக்கற வரைக்கும்.”

“அப்புறம் நழுவுமாக்கும்.”

“போய்யா! எடக்கு மொடக்குப் பேசீட்டு. வெத்தலெ போடுவியா?”

“இல்லே.”

“என்னய்யா, ஆம்பளெ நீ? வெத்தலெ போடாம. இந்தா! நானே மடிச்சுக் குடுக்கறேன். போட்டுப்பாரு! எப்பிடிச் சிவக்குதுன்னு.”

அம்மணி மடித்துக் கொடுத்த வெற்றிலையை மென்ற கண்ணுச்சாமிக்கு நாக்கும் கடைவாயும் சுரீரென்று எரிந்தது. வேகமாகத் துப்பிவிட்டு அம்மணியின் முகத்தைப் பரிதாபமாகப் பார்த்தான் கண்ணுச்சாமி.

அம்மணி கலகலவென்று சிரித்துக்கொண்டிருந்தாள்.

விசுக்கென்று கிளைகளைக் காற்று உசுப்புவது மாதிரி இருந்தது. கண்களில் எரிச்சலால் நீர் பிதுங்கியது கண்ணுச்சாமிக்கு.

“யோவ்! இனிமே அப்பிடிச் செய்யமாட்டே. எப்பவும் என்ற நெனப்பு ஒனக்கு இருக்கட்டும்னுதா இப்பிடிச் செஞ்சேன். மனசுல தப்பா வெச்சுக்காதே. வெள்ளிக்கழமெ காளிகோவிலுக்குப் பொழுதிருக்கறப்பவே வந்துரு! வருவியா?”

“ம்...”

“வாயெத் தெறந்து சொல்லுய்யா.”

“வர்றேன்! வர்றேன்! போதுமா?”

அம்மணி கலகலவெனச் சிரித்தபடி, சரிவில் இறங்கி, மாடுகளின் பக்கமாக விறுவிறுவென்று போய்க்கொண்டிருந்தாள்.

தண்ணீரின் சலசலப்பைப் பார்த்தபடி கண்ணுச்சாமி மசையன் குட்டை தெற்குக் கரையில் நடையைத் தொடர்ந்தான். மஞ்சள் கிரணங்கள் கண்களில் கூசுவதை அவன் உணர்ந்தான்.

11

விசாலமாயிருந்த விநாயகர் கோவில் முன் மண்டபத்தின் மின்விளக்குகளெல்லாம் எரிந்துகொண்டிருந்தன. மண்டபத்திற்குள் கூட்டம் நிரம்பியிருந்தது. தூண்களிலும் சுவர்களிலும் இடைவெளியில்லாமல் ஆட்கள் முதுகைச் சாய்த்திருந்தார்கள். பெரியசாமி கவுண்டர் மண்டபத்தின் நடுவிலிருந்தார். ஊர் கூடி யிருந்தது. தங்கப்ப கவுண்டர் மெள்ள வந்து ஊர்க்கவுண்டருக்குப் பக்கத்தில் அமர்ந்தார். இடது பக்கத்தில் வெடிக்கார வேலா கவுண்டர் மௌனமாக இருந்தார். மாணிக்கமும் துரையும் அவருக்குப் பக்கத்தில் இருந்தார்கள். அருணப்ப கவுண்டரும் மாரப்ப கவுண்டரும் தூணோரமாக இருந்தார்கள். செங்கண்ணன் ஊர்க்கவுண்டருக்கு எதிரில் இருந்தான். சாக்குப்பை நாய்க்கரும் சாமியாடிக் கவுண்டரும் மேற்குப் பார்த்துச் சுவரில் சாய்ந்துகொண்டிருந்தார்கள். மண்டபத்துத் தலைவாசலில் வந்து நின்ற கண்ணுச்சாமியை உள்ளே வரச் சொன்னார் அய்யாவு ஆசாரி. முத்தைய கவுண்டர் வாயில் போட்டிருந்த வெற்றிலையைத் துப்பிவிட்டு வந்து அமர்ந்தார். கண்ணையனும் காளிச்சாமியும் பக்கம்பக்கமாக இருந்தார்கள். சொந்த நிலபுலன்காரர்களும் குத்தகை நிலத்துக்காரர்களும் ஏகதேசமாய் வந்து விட்டார்கள். கவுண்டர்களல்லாத நாலாவிதச் சனங்களும் வந்துவிட்டார்கள். சளசளவென்ற பேச்சுக்கிடையிலும் விநாயகர் கோவிலுக்குப் பின்னால் கத்திக்கொண்டிருந்த நாய்களின் குரைச்சல் சத்தமாகக் கேட்டது. பெரியசாமி கவுண்டர் முகத்தைச் சுளித்துக்கொண்டார். இன்னமும் சிலர்

வந்தபடி இருந்தார்கள். முன்னாலிருந்த சரளைக்கல் பாதையில் கிழக்குப் பக்கமாகத் திரும்பிய வண்டியில் கும்பக்கட்டை மோதிக் கிரீச்சிடுவது அருவருப்பாயிருந்தது. மற்றபடி, ஊரே அமைதியாயிருந்தது.

"எல்லாம் வந்தாச்சா?" பெரியசாமி கவுண்டர் கேட்டபோது பொம்மக் கட்டையும் ரட்டைக் குத்தகையும் உள்ளே வந்தார்கள்.

"வந்தாச்சுங்க! நியாயத்தெப் பேசலாமுங்க. ஒண்ணு ரண்டு பேரு வந்துருவாங்க!"

"ஊரு கூடியிருக்கறது எதுக்குன்னா, இப்ப குத்தகைக்காரங்க மொறைமாறி நடக்கறதாப் பேச்சு அடிபடறது சம்பந்தமா விசாரிக்கறதுக்கு. எல்லாத்துக்கும் கேக்குதா, பேசறது. காது கேக்கலீன்னா முன்னால வாங்க!" பெரியசாமி கவுண்டர் சொல்லவும் கூட்டத்தில் இலேசான சலசலப்புத் தெரிந்தது. சிலர் இடம் மாறி உட்கார்ந்தார்கள்.

"வழமையா கூட்டம் நடக்கற மாதிரி இப்பவும் நடக்கோணும். புதுசா வந்திருக்கறவங்களும் தெரிஞ்சுக்கோணும். பேசறவிய மட்டும் எந்திரிச்சு நின்னாப் போதும்; பேசீட்டிருக்கறபோது மத்தவிய பேசக்கூடாது." நாகப்ப கவுண்டர் கரகரத்த தொனியில் சொன்னார்.

"சோழந்தொற பஞ்சாயத்து ஆபீஸுக்குத் தெனமும் தாசில்தாரு வந்துட்டுப் போறதாச் சொல்றாங்க. ஆர் ஆரு எந்தெந்த பூமியில் வெள்ளாமெ பண்ணறாங்கன்னு கேட்டு எழுதீட்டுப் போராறாம். அதெவெச்சு என்ன பண்ணுவாங்களோ தெரியாது. குத்தகைக்குப் புடிக்கிறதும் விடறதும் ஊருக்கட்டுப் பாட்டுலதா இங்கெ நடந்துட்டு வருது. அதனாலதா நாம ரகளை ரச்சையில்லாமெ ஒத்துமையாக் குடித்தனம் நடத்தறோம். சர்க்காரு புதுசு புதுசா சட்டம் போட்டாலும் அதுக்கு நாம கட்டுப்படப் போறதில்லெ. கோர்ட்டு, கச்சேரீன்னு அலைஞ்சு குடிகெட்டுப் போக நாம உடக்கூடாது. சும்மாவா சொல்லி வெச்சா –ஆமை பூந்த ஊடும் அமீனா பூந்த ஊடும் உருப்படாதுன்னு. அதுனால, சொல்றது என்னன்னா யாரும் நம்ம ஊருக்கட்டுப்பாட்ட மீறக் கூடாது. என்ன நாஞ்சொல்றது சரிதானா?"

"அதெப்பிடீங்க தப்பு வரும்? இதுநாள்வரைக்கும் ஊருக்கட்டுப் பாட்டுலதான் எல்லாம் நடக்குது? அந்த வழமையெ மாத்த முடியுமா?"

"மாத்திக்கிட்டு வாறாங்க. சோழந்தொறைக்கு ஆளுக நடையா நடந்து பேரு பதிஞ்சுவெச்சுட்டு வந்திருக்கிறாங்க." வெடிக்கார வேலா கவுண்டர் குரலில் ஆத்திரம் இருந்தது.

“அவுங்களுக்கு இப்பவே சொல்லிப் போடறேன். ஊர் வழமையெ யாராவுது மீறுனாத் தள்ளிவெச்சுப் போடுவோம். கூலிநாலிக்கு ஆள் வராது. நல்லது கெட்டதுன்னாச் சனம் எட்டிப் பார்க்காது. தீட்டு மூட்டுன்னா வண்ணான் வரமாட்டான். செரைக்க மழிக்க நாசுவன் வரமாட்டான். கோயில்ல குளத்துல தண்ணி வெண்ணிக்கு உடமாட்டோம். நியாயம் கீயமுன்னு ஊருச்சனத்தெக் கூப்பிட முடியாது. இதெல்லாம் எதுக்குச் சொல்றந் தெரியுமா? சோழந்தொறையில் கிட்டா கவுண்டன் கோர்ட்டு கீர்ட்டுன்னு அலைஞ்சானே! இப்ப என்ன ஆச்சு? கடனாளி. ஊரெ உட்டெ சொல்லாமக் கொள்ளாமெ ஓடிப் போயிட்டான். தெரியுமில்லே.”

“கவுண்டரவுங்க சொல்றது சரிதானுங்க. ஆனா குத்தகைக்கு பார்த்த எத்தனையோபேரு நகைநட்டையெல்லா அடவு வெச்சுத் தொலைச்சிட்டு ஊரெவுட்டே ஓடிப்போனாங்களே அதையும் பார்க்கணும்.” மூலையில குந்தியிருந்த குமாரசாமியின் குரல் மெல்லக் கேட்டது.

“இனி ஆரு பேசுனாலும் எந்திரிச்சுத்தாம் பேசோணும்.”

கண்ணையன் மெள்ள எழுந்து கூட்டத்தை ஒருதரம் பார்த்துக்கொண்டான்.

“நாமெல்லாரும் குடித்தனம் பண்ணறவுக. ராத்திரிப் பகலுன்னு பாக்கறதில்லே. பாம்பு, பல்லி, நாயி, நரீன்னு நமக்கு எதுவும் பெருசாத் தெரியறதில்ல. வெயிலு மழையின்னு பாக்கறதில்ல. ஆத்திரம் அவசரம்னா கொழந்த கழுத்துல கெடக்கற பொட்டுப்பொடி நகையெல்லாம் அடவு வைக்கறம். மழைமாரி பெய்யலீன்னா கஞ்சி தண்ணி இல்லாமக் காயறம். வெள்ளாமை பட்டுப் போனாலும் கடன ஓடன வாங்கிக் குத்தகையெக் கட்டறம். உசுரக் குடுத்துட்டு மண்ணெப் பொறட்டிப் போடறம். திடுதிப்புனு வந்து பூமியெக் காலிபண்ணிக் குடுக்கச் சொல்றீங்க. குத்தகை குடுக்கறது நின்னு போவுதா? முன்னெபின்னெ ஆனாலும் குடுக்கறமே. அவியளுக்கு ஒரு பாதுகாப்பு வேணுமில்ல?”

“தம்பி சொல்றதலயும் நியாயமிருக்குது. சேர்த்து வெளைஞ்சா பூமிக்காரனுக்கு அள்ளியா குடுக்கறாங்க? பேசுனபடிக்கு மேலே ஒத்தக் காசு குடுப்பாரு வேணுமே?” நாகப்ப கவுண்டரும் எழுந்து நின்று சொன்னார்.

“சேர்த்து வெளையறது பாடுபடறதுனால கெடைக்கறது. பூமிக்காரங்க பாடுபட்டுச் சம்பாரிக்கறதெ விட அதிகமாத்தான குத்தகை குடுக்கறம்? இடையில் வாங்கறதுக்குக் கணக்கில்ல.”

“இதுவும் சரியாத்தான் இருக்குது.” அருணப்ப கவுண்டர் இருந்தபடியே நிமிர்ந்து சொன்னார்.

“அதத அப்பப்ப இருக்கற நெலைமையெ அனுசரிச்சுத்தான நாம நடந்துட்டு வர்றம். பேசுனபடியே கறாரா இருக்குதா?” பெரியசாமி கவுண்டர் நிதானமாகச் சொன்னார்.

“அதுக்கு உழுவறவனே பூமியெ என்ன வேணாலும் இஷ்டத்துக்குச் செஞ்சுக்கலாமுன்னு அர்த்தமா?” வெடிக்கார வேலா கவுண்டர்தான் கேட்டார்.

“யாரு விடுவா அப்பிடி? அதுக்கு ஆரும் ஒத்துக்க மாட்டாங்க.”

“இப்ப என்ன சொல்லோணுமிங்கற நீ?”

“திடுதிடுப்புனு பூமியெ ஒழிச்சுவிடுன்னு ஆரும் சொல்லக் கூடாது.”

“ஓசுக்கு வர்றவனுக்கு இத்தென ஆசைன்னா, படைச்சவனுக்கு எத்தனெ இருக்கும்?”

“படைச்சவனே தலையில கட்டீட்டுப் போவட்டும். யாரு வேண்டான்னா. மூணு வருசம் நாலு வருசம் முட்டுவளி சட்டுவளி போட்டு பூமியெக் கெடைக்குக் கொண்டு வந்து ரண்டு பணம் பார்க்கலாமுங்கற, அப்ப சாக்குப் போக்குச் சொல்லி ஒழிச்சு உடுன்னு சொல்றதுதா வேண்டாமுங்கறேன்.”

“அதுக்காவ பூமியெ அவனவனுக்கே உட்டர்றதா?”

“அதெ நான் சொல்லல. சர்க்காரு சொல்லுது. குத்தகை மட்டும் வாங்கீட்டு இருக்கணும்னு.”

“நல்லா இருக்குது! ஆரு தேவைக்குக் குத்தகை பேசிப் புடிக்கறீங்க.”

“ஆரு தேவைக்குக் குத்தகைக்கு விடறீங்க. பாடுபடக் கையில ஆவுல. விடறீங்க! வாங்கறீங்க.”

“பேச்சு மீறுது! ஊருக்குக் கட்டுப்பட்டு நீக்கறீங்க. நினைச்சுப் பேசுங்க!” பெரியசாமி கவுண்டர் குரலில் கடுமையிருந்தது.

“வழமையா நாம எப்பிடியிருந்தமோ அப்பிடியே இருந்துக்க லாம். சட்டவிட்டமெல்லாம் பேசவேண்டாம்.”

“பாடுபட்டவனுக்குப் பத்து வள்ளம். இளிச்சவாயனுக்கு இருபது வள்ளமுங்கற கதையா இருக்குது.”

“அதெப்பிடியப்பா, பாட்டம் பூட்டங் காலத்துல இருந்து வர்ற வழமையெ மாத்தறது?”

"நெலைமை மாறரப்ப மாறித்தான ஆவணும்."

"மாத்து! மாத்து! ஒன்ர நியாயம் சரியில்லே."

"சரியாத்தா இருக்குது. சர்க்காரு கேக்குது, செய்யறம்."

"அப்பிடீன்னா ஒவ்வொண்ணுக்கும் சர்க்காரே வரட்டும்."

"இங்கெ யாரும் ஒண்ணும் பண்ணுல. பேரு பதிஞ்சு வெச்சிருக்கறோம். சர்க்காரு கொடுக்கற கடன வாங்க! இதைப் போயி பெருசு பண்ணீட்டு!'

"என்ன எழவோ எப்பிடியோ போவட்டும். சாமி முன்னால ஊரறியப் பேசுன பேச்சு மாறக்கூடாது. வழமையா இருக்கற மாதிரியே இருப்போம். கோர்ட்டுக் கச்சேரியெல்லாம் நமக்கு ஒத்து வராது. கட்டுப்பாடா இருப்பம்."

"ஆராரு பேரு பதிஞ்சவிய, சொல்லிப் போடுங்க!"

"ஏகதேசமா எல்லாரும் பதிஞ்சாச்சு. கடன் குடுக்கறாங்க. உப்புக் குடுக்கறாங்க. முட்டுவளி சட்டுவளி போட வசதியா இருக்கும்."

"ஊரறியச் சொல்லிப் போட்டே! கோர்ட்டு கச்சேரீன்னு ஆரும் போவப்பட்டது. நமக்குள்ளெ இருக்கறதெ நாமளே பேசித் தீர்த்துக்கலாம். கட்டுப்பாட்டெ மீறுனாத் தள்ளி வெச்சுப் போடுவோம். அப்ப, சபையக் கலைச்சுப் போடலாமா?"

"இன்னம் எதாவது இருந்தா சொல்றவங்க சொல்லிப் போடுங்க! சபை கலையப் போவுது."

மண்டபத்தில் மௌனம் தொடர்ந்தது.

"அப்ப சபை கலைஞ்சுது!" சொல்லிக் கொண்டே எழுந்தார் பெரியசாமி கவுண்டர்.

கூட்டம் கலைந்து வெளியேறியபோது தீப்பெட்டி உரைத்துப் பற்றவைத்த வெளிச்சம் சிதறலாகத் தெரிந்தது.

கையிலிருந்த 'டார்ச்' லைட்டோடு தங்கப்ப கவுண்டருக்காகக் காத்திருந்தான் கண்ணுச்சாமி. ஊர்க்கவுண்டருடன் பேசிக் கொண்டிருந்தார் அவர்.

முணுமுணுத்தபடி முன்னால் போய்க்கொண்டிருந்த துரையை, மாணிக்கமும் வெடிக்கார வேலா கவுண்டரும் தொடர்ந்தார்கள். வானத்தில் மீன்கள் பளிச்சென்று தெரிந்தன.

12

வழக்கம்போலவே அந்த வெள்ளிக்கிழமையும் அம்மணிக்காகக் காத்திருந்தான் கண்ணுச்சாமி. போனவாரம் கோவிலுக்கு அம்மணி வராமல் போனது குழப்பமாக இருந்தது அவனுக்கு. வெளியூருக்கென்று சொந்தபந்தத்தைப் பார்க்க அவள் போயிருக்கக் கூடுமென நினைத்தான். உடம்பு சௌகரியமில்லாமல் கிடக்கிறாளோவெனவும் அவதிப்பட்டான். தீட்டம் பட்டுவிட்டால் கோவிலுக்கு வரவில்லையோவென்றும் நினைக்கத் தோன்றியது அவனுக்கு. ஊருக்குள் அம்மணி குடியிருப்பதாயிருந்தால் ஒருநாளைக்கு ஏழு தரம் பார்க்கலாமெனவும் நினைத்தான். இந்த வெள்ளிக் கிழமையும் அம்மணி வராவிட்டால் ஒருநாள் தள்ளி ஞாயிற்றுக்கிழமை ஏரிக்கரைப் பக்கமாகப் போய்ப் பார்க்க வேண்டுமென்று நினைத்துக் கொண்டிருந்தான். அம்மணி கோவிலுக்கு வருகிறபோது தனியாகவே வருகிறாள். அவள் கோவிலுக்கு வந்து போவதிலிருந்து செங்கண்ணன் கலகலப்பாக இருப்பதாக அம்மணி சொல்லிக் கொண்டிருந்தாள். அம்மணியின் கல்யாணப் பேச்சுக்கூட அடிபடுவதாகச் சொல்லுகிறாள். அருணப்பகவுண்டரும் மாரப்பகவுண்டரும் மாறிமாறி வந்து செங்கண்ணனைப் பாாத்துப் பேசிவிட்டுப் போவதாக அம்மணி சொன்னாள். செல்லம்மாள் கூட அம்மணியிடம் கல்யாணம் பற்றிக் கேட்டதற்கு அவள் பிடி கொடுக்கவில்லையெனச் சொன்னாள்.

மண்குதிரைகளுக்குப் பின்னால் ஊஞ்சல் மரத்தடியில் கண்ணுச்சாமி குந்தியிருந்தான்.

கோவில் பகுதியிலிருந்து பார்த்தால் இருப்பது தெரியாது. கண்ணுச்சாமிக்குக் கோவிலுக்கு வந்து போகிறவர்களையெல்லாம் பார்க்க முடிந்தது. மணியப்பண்டாரம் விபூதித் தட்டுடன் கோவிலுக்குள் போவதும் வருவதுமாக இருந்தார். போன சாட்டுக்குப் பிறகு தினமும் கோவில் விளக்கு எரிகிறது. அடுத்த நோம்பிச் சாட்டுக்கு இன்னும் ஒரு வருசமிருந்தது. அதற்குள் கரண்ட் லைட் போட்டுவிட வேண்டுமென்கிற யோசனையில் இருக்கிறார் பெரியசாமி கவுண்டர்.

புளியமரத்தில் பறவைகள் சிறகடிக்கும் சலசலப்புக் கேட்டது. இடையிடையே மணியப்பண்டாரம் மணியடிக்கிற சத்தமும் கேட்டது. ஊரிலிருந்தும் பெண்கள் வந்து போய்க் கொண்டிருந்தார்கள். சாமியாடுகிற பூசாரி யாராவது வந்தால் தேவலாமென்று முனியம்மா பாட்டி அபிப்பிராயப்பட்டுக் கொண்டிருப்பதாக அம்மணி சொன்னாள். தனக்குக் கல்யாணம் எப்போது நடக்குமென்று சாமி கேட்கத் தோன்றுவதாய் அம்மணி சொல்லிக்கொண்டிருக்கிறாள். தூரந்தொலைவு கோவிலுக்கு, செல்லம்மாளோடு போய் வரவேண்டுமென்று வெகுநாளாய் ஆசையாம் அம்மணிக்கு. பவானிகூட கருவலூர் பத்திர காளியம்மன் கோவிலுக்குப் போய் சாமி கேட்டு வந்திருக்கிறாள்.

குமாரசாமிக்கும் பவானிக்கும் பழக்கம் அதிகமெனக் காதும் காதும் அறியாதபடி ஊரில் பேச்சு அடிபட்டது நிசமெனக் கண்ணுச்சாமிக்கும் தெரிந்தது. அம்மணி வெளிச்சமிருக்கும் போதே கோவிலுக்கு வருவாள். பவானிக்குக் கொஞ்சம் இருட்டு வந்துவிட வேண்டும். அப்புறம்தான் வருவாள். அவள் வந்து சேர்ந்த கொஞ்ச நேரத்துக்கெல்லாம் குமாரசாமியும் வந்துவிடுவான். தள்ளியிருந்த புளியமரத்தடியில்தான் பேச்சு நடக்கும். மாதாரிப் பெண் மயிலாள் கூடவே வருவாள். கோவிலுக்கு அப்பாலேயே நின்றுகொள்வாள். போகிறபோது அவளைத் தேடிப்பிடித்துக் கூட்டிப் போவாள் பவானி. அம்மணியை எப்போதாவது கோவிலில் வைத்துப் பார்ப்பதுண்டு. கொஞ்ச நேரம் பேசிக் கொண்டிருப்பாள்.

பவானிக்குக் குமாரசாமி மேல் அளவு கடந்த பிரியமாம். அம்மணிதான் அடிக்கடி சொல்லுகிறாள். அவனை விட்டு இன்னொருத்தனைக் கல்யாணம் செய்து கொள்ளப் போவதில்லையென்று ஒரே முடிவாக இருக்கிறாளாம். அம்மணியும் கண்ணுச்சாமியிடம் அப்படித்தான் சொல்லிக்கொண்டிருக்கிறாள். அதைக் கேட்கிறபோதெல்லாம் கண்ணுச்சாமிக்கு மயிர்க்கால்கள் சிலிர்த்துக்கொள்கின்றன. அன்றைக்குப் பவானிகூட வந்துவிட்டுப் போய்விட்டாள். குமாரசாமியுடன்

புளியமரத்துப் பக்கம் போனவள் கொஞ்ச நேரத்திற்கெல்லாம் திரும்பிவிட்டாள். மணியப் பண்டாரத்திற்கு இதிலெல்லாம் அக்கறையில்லை. தட்டில் காசு விழுந்தால் போதுமென்கிற குறி அவருக்கு.

அம்மணி வந்துகொண்டிருப்பதைப் பார்த்ததும் வேகமாக எழுந்து நின்றான் கண்ணுச்சாமி. அம்மணியின் பார்வை மண் குதிரைகளுக்குள் அலைவதைக் குறைந்த வெளிச்சத்திலும் கண்ணுச்சாமியால் கவனிக்க முடிந்தது. கொஞ்சம் முன்னால் நடந்து ஊஞ்ச மரத்தண்டில் இடது கையை ஊன்றி நின்றான் அவன். கையால் சாடைகாட்டி இருக்கச் சொல்லிவிட்டு அம்மணி கோவிலுக்குள் போனாள். மஞ்சள் நிறத்தில் ஒரு துணிப்பை இருந்தது. அம்மணி வருகிறபோதெல்லாம் எதையாவது கொண்டு வருவாள். கண்ணுச்சாமிக்கு ஆசையாகக் கொடுத்து அவன் தின்பதை வேடிக்கை பார்ப்பாள். தலையைச் சாய்த்து ஒய்யாரமாக அவனையே பார்ப்பது அம்மணிக்குப் பிடிக்கும். அம்மணி அப்படிப் பார்க்கிற அழகை கண்ணுச்சாமி தனியாக இருக்கிறபோதெல்லாம் மனத்தில் வைத்துப் பார்ப்பான்.

அம்மணி வருவதைப் பார்த்த கண்ணுச்சாமி மெள்ள நடந்து மண்குதிரைகளுக்குப் பின்னால் போனான். நிழல் விசாலமாகப் படிந்திருந்தது. மரங்கள் காற்றில் அசைந்து இலைகளைப் பொட்டுப் பொட்டென்று உதிர்த்தன. ஈரக்காற்று மெல்ல உடம்பைச் சில்லிடச் செய்தது. இருட்டு கும்மென்றிருந்தது.

“ஏய்யா வந்து ரொம்ப நேரமாச்சா?”

“ம்... போனவாரம் வரக்காண?”

“ஆமா, வரலே!”

“ஏன்னு தெரியாமெ வெகுநேரம் பார்த்துப்போட்டுப் போன. அன்னிக்கு ராத்திரி தூக்கமே வரல.”

“ஒரம்பர வந்திருந்தது. வெளிய வரமுடியல்ல. ஏய்யா, கோவிச்சிட்டியா.”

“கோவிச்சிருந்தா இன்னிக்க வந்திருப்பனா? ஊர்ல இருந்து ஆரு வந்திருந்தா?”

“நெறயா வந்திருந்தாங்க! என்னெப் பொண்ணுப் பார்த்துட்டுப் போலாமுன்னு.”

“...”

“ஏய்யா பேசாமக் கெடக்கற? லகுவுல நான் சரீன்னு ஒத்துக்குவனா? வெளியவே வரமாட்டீன்னு படுத்துக் கெடந்த.

நங்கையாக்காரிதா கெஞ்சிக் கூத்தாடி எந்திரிக்க வெச்சா; வந்த சனத்தெச் சங்கடப்படுத்தக் கூடாதுன்னு."

"அவங்களுக்குப் புடிச்சுப் போச்சா?" கண்ணுச்சாமியின் குரல் கம்மியிருந்தது.

"எனக்குப் புடிக்க வேண்டாமா? அவியளுக்கு ஒரே கொம்மாளந்தான். ங்கண்ணனுக்கும் காரியம் முடிஞ்சுட்ட மாதிரி நெனைப்பு. ரண்டு வள்ளத் தோட்டமும் மூணு வள்ளக் காடும் இருக்குதாம். வாய்க்காலு புதுசா வருதாம். தண்ணிக்கு வெசனமில்லே. காட்டக் கூடத் தோட்டமாக்கலாம்னு பேசீட்டாங்க. பசங்கதானாமா! அதும் ரண்டுபேரு."

"அப்ப நல்ல எடமாத்தாந் தெரியுது."

"அதையே செஞ்சுக்கட்டா?"

"ஒன்ர இஷ்டம்!"

அம்மணிக்குச் சுரீரென்று இருந்தது. பேசாமல் நின்றிருந்தாள். கண்ணுச்சாமி அம்மணியின் தலையைத் தொட்டு நீவினான்.

அவள் மெல்லச் சிணுங்குவது போலிருந்தது.

"யோவ் என்ன மனசுய்யா ஒனக்கு. தட்டிக் கழிக்கப் பார்க்கறயா. ஒம்மேல உசுரயே வெச்சிருக்கற. மனசு தாங்குல."

"சரிச் சரி. என்னையே கல்யாணம் பண்ணிக்க, போதுமா?"

"எப்பய்யா பொண்ணுக் கேட்டு வருவீங்க?"

"வர்றம் பொறுத்துக்க. ங்கப்பச்சி கொஞ்சம் பெரிய நெனப்புல திரீது. அது ஒரு வெள்ளச்சோளம். ஆரோ, ஆசெ காட்டித் தட்டி உட்டுட்டாங்க. கால்ல தட்டாமாலெ கட்டியுட்ட மாதிரி தைதைன்னு குதிக்குது. ங்கம்மாகிட்ட ஒரு வாட்டிப் போயிட்டு வரோணும்."

"சீக்கிரமாப் போயிட்டு வாய்யா!"

"நேரமாவுல?"

"போனாப் போவுது! தலையா போயிடும்?"

"அதுக்கில்ல. ங்கப்பச்சி காதுல எதாவுது உழுந்துதன்னா ஊருக்கே போவச் சொல்லிப் போடும். அப்பறம் அப்படி இப்படிக் கூட ஒன்னே பாக்க முடியாது."

"சரி, இப்பிடி ஒக்காரு. சித்தே இருந்துட்டுப் போலாம்."

மண்குதிரையின் பீடத்தில் மறைவாக இருவரும் இருளில் உட்கார்ந்தார்கள். காற்று சில்லென்று உறைப்பதை இருவருமே

உணர்ந்தார்கள். அங்கிருந்து பார்க்கையில் மணியப் பண்டாரம் தட்டிலிருந்து காசுகளை எடுத்துக்கொண்டிருப்பது தெரிந்தது. மற்றபடி காளிகோவில் பக்கத்தில் ஆளரவம் எதுவுமில்லை.

"யோவ், இதுல என்ன இருக்குதுன்னு சொல்லு பார்க்கலாம்?" மஞ்சள் நிறப் பையிலிருந்து நிதானமாகக் காகிதப் பொட்டலத்தை எடுத்துக்கொண்டே கேட்டாள் அம்மணி.

"திங்கறதுக்குத் தீனி கொண்டாந்திருப்பே!"

"என்னன்னு சொல்லுய்யா பார்க்கலாம்?"

"அதைக் கொஞ்சம் கையில குடு! பார்த்துட்டுச் சொல்றேன்!"

"அதுக்கு நீயென்னய்யா! ஆரு வேணும்னாலும் சொல்லலாம்!"

"அப்படீன்னா நீயே வெச்சுத் தின்னுக்க."

"யோவ், அதுக்குள்ள கோவிச்சிட்டயா? எங்கையில யாரு வாங்கித் தின்னாலும் நல்லா ஒறைக்குமின்னு பேசிப்பாங்க."

"எங்கம்மா கூடச் சொல்லிச்சு! இப்ப நான் ஆளே மாறிப் போயிட்டன்னு."

"ங்கொம்மாவெ எப்ப போயிப் பாத்தே?"

"நேத்து வாரம் வேலை முடிஞ்சு அப்பிடியே போயிட்டேன்."

"ங்கொம்மா நல்லா இருக்குதா?"

"அதுக்கென்ன? தளதளன்னு நல்லாத்தான் இருக்குது!"

"பஸ்ஸுலயா போன?"

"ஆமா, ரண்டரை மணிநேரம் பஸ்ஸுலயே போவோணும்."

"என்னெப் பத்தி ங்கொம்மாகிட்டப் பேசுனியா?"

"இன்னொருவாட்டிப் போறப்பதாஞ் சொல்லோணும்."

"சொல்லிச் சீக்ரமா கண்ணாலத்துக்குத் தேதி பார்க்கச் சொல்லு."

"ங்கண்ண வேற யாருக்காவுது பேச்சுக் குடுத்துரும்; அப்பற நான் திக்குமுக்காடோணும்."

"அம்மிணி, தைரீமா இரு. காரியம் கணக்கா நடக்கும்."

"யோவ், காரீத்தெக் கோட்டெ விட்டறாதெ. இந்தா இதெத் தின்னுபோடு. சாமரிசி முறுக்குத்தா! நானே வெதைச்சு அறுத்துச் சுட்டது. பசுமாட்டு வெண்ணெ நெறக்காப் போட்டிருக்கறேன். சும்மா மொருமொருன்னு இருக்கும்."

“பண்ணயமெல்லாம் முழுசாத் தெரியுமா?”

“யோவ், நான் குடியானச் சாதி! அம்மணியெ என்னன்ன நெனச்சுட்டே? மண்ணெச் சொன்னபடி கேக்கவெச்சுப் போடுவே.”

“இல்லேன்னா?”

“சொன்னபடி கேக்கலீன்னாத்தானே?”

கண்ணுச்சாமி முறுக்கைக் கடித்துத்தின்றுகொண்டிருந்தான்.

“யோவ், நல்லா இருக்குதா,”

“ம் ... ம் ...”

“யோவ், பார்க்க வெச்சிட்டே திங்கறயே, கொஞ்சந்தாங் குடுக்கறது.”

“இந்தா!” பொட்டலத்தை நீட்டினான் கண்ணுச்சாமி.

“போய்யா! நீ திங்கறதுல கொஞ்சங் குடுன்னா!”

“ஐயோ! எச்சை வேண்டாம்.”

“யோவ், புருஷனோட எச்சையைத் திங்கறதுல ஒரு ருசி இருக்குதும்பாங்க!”

“அப்படியா, இந்தா!” கண்ணுச்சாமி கையிலிருந்த முறுக்கைக் கொடுத்தான்.

அதை வாங்கி அவசரமாகக் கடித்துக்கொண்டே கண்களை விரித்து அம்மணி தன்னைப் பார்ப்பது என்னவோ போலிருந்தது கண்ணுச்சாமிக்கு.

“ஓங்கண்ண தேடீட்டு வந்தாலும் வந்துரும். நேரமே போய்ச்சேரு.”

“சேரிச்சேரி. யோவ், பூராத்தையும் தின்னுப் போட்டுப் போ! ஒனக்குன்னே செஞ்சது. இன்னொரு வாட்டி ங்கொம்மாளப் பாத்தீன்னா ஒரு வார்த்த காதுல போட்டு வெய்யி. காரியம் மீறிப் போனா அம்மானாலும் வராது! அப்பான்னாலும் வராது. சொல்லிப் போட்ட. ஒன்னெத்தா மலையாட்டா நம்பீருக்கறேன். மனசுல வெச்சுக்க. அடுத்த கெழமெ பார்க்கலாம்.”

வேகமாகப் போன அம்மணி காளியைப் பார்த்துக் கும்பிட்டுவிட்டு நடந்தாள். வெகுநேரம்வரை கண்ணுச்சாமி மண்குதிரைக்குப் பின்னால் குந்தியிருந்தான்.

13

மஞ்சள் காட்டில் முன்னேர் ஓட்டிக் கொண்டிருந்தான் காளிச்சாமி. பின்னேர் விட்டுக் கொண்டிருந்த சுப்பன் மாதாரி கலப்பையை மேலே தூக்கிச் சாட்டைக்குச்சியில் மண்ணைக் கிளறிவிட்டுக்கொண்டிருந்தான். புகையிலை தோண்டிப் பார்பிடித்துப் போட்டிருந்த கவிச்சை வாசம் மெல்லக் குமட்டியது. கரும்புக்காட்டில் காய்ந்த சருகுகளைக் கூட்டித் தீவைத்துக் கொண்டிருந்தார் முத்தைய கவுண்டர். சுருக்கு வெய்யில் மண்ணைச் சூடாக்கிக்கொண்டிருந்தது. தென்னை மரத்தில் காக்கைகள் மாறிமாறிக் கத்திக் கொண்டிருந்தன. மாமரத்தில் வெள்ளாட்டைக் கட்டிக்கொண்டிருந்தான் தங்கராசு. தெய்வானை திண்ணையிலமர்ந்து அரிசி புடைத்துக்கொண் டிருந்தாள். முறத்தில் அவளின் விரல்கள் தாளமிட்டன. மேற்குப் பக்கமாய் வீசிய காற்றில் வெம்மை தெரிந்தது. காளிச்சாமி விளாப் பிடித்து உழுதுகொண்டிருந்தான். முன்னுழவு போட்டு வைத்துவிட்டால் களை அதிகம் ஏறாது. துளி விழுந்தால் பின்னுழவு போட்டுக் கம்பு நட்டு விடலாமென்றிருந்தான். போனவாரம்தான் வியாபாரிக்கு மஞ்சள் எடை போட்டுப் பணம் வாங்கியிருந்தான். பத்தாயிரம் ரூபாய்க்கு மேல் கிடைத்தது. கரும்பும் விலை ஏறி விற்றதில் நல்ல காசு. சர்க்கரைதான் தேய்க்கச் சொல்லியிருந்தான். பத்துப் பதினைந்து நாட்களில் புகையிலைக்கு வருவதாக ஆளனுப்பியிருந்தார், சோழந்துறை வியாபாரி. காளிச்சாமிக்கு நல்ல வெள்ளாமையென்று ஊரில்

பேசிக்கொண்டிருப்பதாக சுப்பன் மாதாரி கேட்டு வந்து சொன்னான். கரும்புக்கட்டையை அடுத்த வாரம் கொத்தி விட்டுவிட வேண்டுமென்று காளிச்சாமியிடம் சொல்லிவிட்டார் முத்தைய கவுண்டர். தெய்வானைக்கு இந்த வருடம் ஆறு பவுனில் கொடிசெய்து போட்டுவிட வேண்டுமென்று கேட்டுக் கொண்டிருந்தாள். காளிச்சாமியும் காடு சுத்தம் பண்ணியதும் போகலாமென்று சொல்லியிருந்தான்.

கரும்புச் சருகுப் புகை மூட்டத்திற்குப் பின்னால் பத்துப் பதினைந்துபேர் வேகமாக வருவதைப் பார்த்த தங்கராசு வேகமாக காளிச்சாமியிடம் வந்து சொன்னான். காளிச்சாமி யிடம் முத்தைய கவுண்டரும் வந்துகொண்டிருந்தார். சுப்பன் மாதாரி ஏரை நிறுத்திக்கொண்டு திருதிருவென்று பார்த்தான். சாலையிலிருந்து தெய்வானை ஓடி வந்தாள்.

வந்த கூட்டம் நேரே காளிச்சாமியைச் சுற்றி நின்று கொண்டது. பெரியசாமி கவுண்டர்தான் முன்னாலிருந்தார். அவருக்கு வலப் பக்கத்தில் துரை நீண்ட கம்போடு நின்றான். வெடிக்கார வேலா கவுண்டரும் மாணிக்கமும் ஆளுக்கொரு கம்பைக் கையில் வைத்துக்கொண்டிருந்தார்கள். குமாரசாமியும் சாமியாடிக் கவுண்டரும் புகையிலைப் பார்ப் பக்கமாகப் போனார்க்ள. நாகப்பனும் அய்யாவு ஆசாரியும் காதைக் கடித்துக் கொண்டிருந்தார்கள். தங்கப்ப கவுண்டருக்குப் பக்கத்தில் சாக்குப்பை நாய்க்கரும் இருந்தார். மாரப்ப கவுண்டரும் அருணப்ப கவுண்டரும் கூட்டத்தை விலக்கி முன்னால் நின்றார்கள்.

"எப்பா, பெரிய மனுச, ஓனக்கே நல்லா இருக்குதா? அன்னக்கிப் பேசுன வார்த்தையென்ன? இன்னிக்கு நடக்கற தென்ன? அத்தன பேரு முன்னால பேசுன வார்த்தையே அழிச்சுப் போட்டியே?"

"அன்னிக்கு நெலைமை அப்பிடி. இன்னிக்க வேறெ. நாங்க குத்தக கட்டமாட்டமுன்னா சொன்னம்? வெல்லக் கடக்கார அடுத்த வாரந்தா ஆவுமுன்னு சொல்லிப் போட்டா. இந்த நிமிசமே வேணும்னாலும் அடுத்த வருசக் குத்தகையெக் குடுத்தர்றம். பேசுனது அஞ்சு வருசத்துக்கு. அப்பிடித்தான் கோயில்ல வெச்சுக் குத்தகெ பேசினது. ஒன்ன ரண்டு வருசமிருக்குது பாக்கி. அதுக்குள்ள ஒழிச்சு உட முடீமா? கொஞ்ச நஞ்சத்த காசா முட்டுவளி போட்டிருக்குது? வர்ற அப்ப ஒரு சாளெ சம்படம் ஒழுங்கா இருந்துதா? நீங்களே சொல்லுங்க."

"அன்னிக்கு சுமுகமா இருந்தீங்க. பேசுனம், புடிச்சம். தவராறு வந்தது. நாலுபேரு சொல்றபடி கேக்கறதுதான நியாயம்.

பேசுனபடி நடக்கறத உட்டுட்டு ஒழவு ஓட்டறது நியாயமில்ல. வெள்ளாமெயெ எடுத்ததும் பூமியெ ஒழிச்சு உட்றன்ன சொன்னது தான பேச்சு."

"கவுண்டரய்யா, கொஞ்சமான முட்டுவளியா போட்டிருக்கறோம், தவராறு வந்தது வாஸ்துவம். கோவத்துல சொல்றாங்கன்னு பேச்சுக்குச் சரீன்னோம். இப்பெவே குத்தகயெக் குடுத்துப் போடறம். வாங்கிக் குடுத்துருங்க!"

"குத்தகை யென்னடா குத்தகை? பிச்செக் காசு! மருவாதியா பூமியெ ஒழிச்சு உட்டுப்போடு! ஏர உழுவ உடமாட்டோம்." துரை சொன்னது சுருக்கென்று தைத்தது காளிச்சாமிக்கு.

"கவுண்டரய்யா, நாலு பேரு நிக்கயில தாறுமாறாப் பேசறது சரியில்ல."

"தம்பி! கொஞ்சம் பொறப்பா! நாங்க பேசிக்கறம்."

"பேசுங்க! பேசுங்க! இன்னிக்கு அவனுகளெ பூமியெ உழுவ உடமாட்டேன். தெரிஞ்சு பேசுங்க."

"வம்பு வழக்கு வேண்டாம். நியாயமாப் பேசுங்க."

"யாரப்பா, குறுக்க பேசீட்டு! முத்தையா, அது இளங்கன்னு! துள்ளுது! பொறுத்துப் போ!"

"கடைசியா ஒரு வார்த்த கேட்டு உடுங்க. ஊர்க்கவுண்டரு பேச்சுக்கு மருவாதி குடுக்கறானா இல்லியான்னு பார்த்துப் போடலாம்."

"முத்தையா, வேற பூமி பார்த்துக்கலாம். ஒனக்குன்னு ஒண்ணு கெடைக்காமலா போவும்? அவிய பூமியெ அவிய திருப்பிக் கேக்கறப்ப, உட்றதுதா நல்லது."

"நல்ல நியாயம் பேசறீங்க. ஒரு கண்ணுக்கு வெண்ணெயும் இன்னொரு கண்ணுக்குச் சுண்ணாம்பும்."

"முட்டுவளி சட்டுவளி ஒரு பாடு போட்டிருக்கறம். இப்பத்தா போட்ட வெள்ளாமெ கைக்கு வந்திருக்குது. பேசுனபடி ரண்டு வருசம் பாக்கியிருக்கு. குத்தகெயெத் தவறாமக் கட்டிப் போடறம். ஒன்ன ரண்டு வருசங்கழிஞ்சு பூமியெ ஒழிச்சு விட்றதப் பத்திப் பேசிக்கலாம்."

"முடிவா என்ன சொல்ற? யோசிச்சுச் சொல்லு!"

"அஞ்சு வருசங் கழிஞ்சில்லாமெ பூமியெ ஒழிச்சு விடற மாதிரி இல்லீங்கய்யா."

"ஊரே ஒதுக்கி வெச்சுப் போடும். ஓசிச்சுச் சொல்லு."

“பரவாயில்லீங்க! நியாயத்தெப் பேசாத ஊரு எதுக்கு வேணும்? இப்ப பூமியெ ஒழிச்சு விடற மாதிரி இல்லீங்க!”

“முடிவாத்தாஞ் சொல்றயா?”

“முடிவாத்தானுங்க!”

“அவனுக்கு எத்தனெ ... ஊக்கமுன்னு பாரு. ஓட்றா ஏரெப் பார்க்கறே.”

“வா, பார்க்கலாம்!”

“முத்தையா, பையனெ வேண்டாமுன்னு சொல்லு.”

“நானெப்பிடீங்க சொல்றது? அவங் கேக்கற நியாயத்துக்கு ஒத்துக்கற மாட்டீங்கறீங்க!”

“முத்தையா, வெடிக்கார வேலா கவுண்டரு எம்மொகத்துக்கு வேண்டிப்பாத்தாரு. வீணா வெனையெத் தேடிக்காதே.”

“போற உசுரு போவட்டும்! எப்ப இருந்தாலும் போவறதுதான்! பயந்தா பொழைக்க முடியுமா?”

“அப்ப நாங்க போறம். வெடிக்காரரே, இன்னமே குடுத்தவிய பாடு வாங்குனவிய பாடு. நீங்களே பார்த்துக்குங்க! நடங்கப்பா போலாம். நாலுபேரு வந்ததுக்கு நல்ல மருவாதி.” பெரியசாமி கவுண்டர் திரும்பி நடக்க, வந்தவர்கள் கிளம்பினார்கள்.

காளிச்சாமி மேழியைப் பிடித்துத் தூக்கிக் கலப்பையை அழுத்திக் காளைகளைத் தடியால் மெல்லத் தட்டினான்.

“டேய் ஏர அவுத்து உட்றயா இல்லே?” துரை கத்தினான்.

“சர்த்தாம் போடா!”

“டேய் தொரே. பார்த்துட்டு நிக்கறயா! போட்றா அவனெ?”

“கையிலிருந்த கம்பால் காளிச்சாமியின் முதுகில் சாத்தினான் துரை. சாட்டைத் தடியால் திருப்பித் தாக்கினான் காளிச்சாமி. தடுக்க ஓடினாள் தெய்வானை. முத்தைய கவுண்டரும் அவளுக்குப் பின்னால் ஓடினார். மாணிக்கமும் வெடிக்கார வேலா கவுண்டரும் கம்பால் தாக்கினார்கள். களத்திலிருந்து வந்த நாய் குரைத்தது.

“டேய், தங்கராசு பார்த்துட்டிருக்கறயா? எடுத்தாடா கொடு வாளெ!”

தங்கராசு சாளைக்கு ஓடினான்.

சுப்பமாதாரியும் ஓடிப் போய்த் தடுத்தான். தெய்வானையின் முந்தானை நழுவித் தரையில் புரண்டது. தலைமுடி குலைந்தது. துரையின் தலைமுடியை இறுகப் பற்றிக்கொண்டு குலுக்கினாள் தெய்வானை. முத்தைய கவுண்டர் சாய்ந்துவிட்டார். தலையில் ரத்தம் கொட்டியது.

“ஐயோ! ஓடியாங்கோ! ஓடியாங்கோ! கொல்றாங்க! ஓடியாங்கோ!” சுப்பன் மாதாரி கத்தினான்.

மாரப்ப கவுண்டரும் அருணப்ப கவுண்டரும் திரும்பி ஓடி வந்தார்கள். சாக்குப்பை நாய்க்கரும் ஓடிவந்தார். அதைப் பார்த்த சாமியாடிக் கவுண்டரும் ஓடிவந்தார். பெரியசாமி கவுண்டர் விறைப்பாகப் போய்க்கொண்டிருந்தார். ஆறேழு பேர் அவருக்குப் பின்னாலேயே நடந்துபோனார்கள். கைமாறிக் கொண்டிருந்தவர்களைப் பிரித்துவிட்டார்கள். மேல்மூச்சு கீழ்மூச்சு வாங்கியது வெடிக்கார வேலா கவுண்டருக்கு. தங்கராசு கொண்டு வந்த கொடுவாளைச் சாக்குப்பை நாய்க்கர் பிடுங்கிச் கொண்டார். தங்கராசு அழுதான். சுப்பமாதாரி தலையில் ரத்தம் வடிந்தது. துரையின் தலைமுடி தாறுமாறாகப் பிரிந்திருந்தது. மாணிக்கம் சட்டை கிழிய நின்றிருந்தான். காளிச்சாமியின் வேட்டி தரையில் சுருண்டு கிடந்தது. முன்நெற்றியில் அவனுக்கு ரத்தம் கசிந்தது. தெய்வானையின் வளையல்கள் நொறுங்கிச் சிதறியிருந்தன. அவளுடைய கைகளில் வளையல்கள் பட்ட இடத்தில் ரத்தம் கசிந்தது. தலைமுடியை உதறி முடிந்துகொண்டு சாளைக்குப் போனாள் தெய்வானை. தூங்கிக்கொண்டிருந்த குழந்தையைத் தோளில் போட்டுக்கொண்டு வந்தாள். கதவைப் பூட்டிவிட்டு காளிச்சாமி இருக்கிற இடத்துக்கு வேகமாக நடந்தாள். காளைகள் கலப்பையோடு மிரண்டு நகர்ந்திருந்தன.

தொட்டியிலிருந்து பக்கெட்டில் தண்ணீர் எடுத்து வந்தார் சாமியாடிக் கவுண்டர். தண்ணீரை அள்ளி முத்தைய கவுண்டரின் முகத்தில் சாக்குப்பை நாய்க்கர் விரைசலாகத் தெளித்தார். முனகிக்கொண்டே கண் விழித்தார் முத்தையகவுண்டர். சுப்பமாதாரியின் தலையைப் பிடித்துப் பார்த்தான் குமாரசாமி. ரத்தம் கசிவது நிற்கவில்லை. மாரப்ப கவுண்டர் டப்பியிலிருந்து சுண்ணாம்பு வழித்துக் கொடுத்தார். குமாரசாமி அதை அவன் தலையில் வைத்து அழுத்தினான். காளிச்சாமியின் தலைக்குத் துண்டைக் கட்டினார் அருணப்ப கவுண்டர். மாரப்ப கவுண்டரும் சாக்குப்பை நாய்க்கரும் முத்தைய கவுண்டரைப் பிடித்து மெள்ளத் தூக்கினார்கள். தண்ணீர் அள்ளிக் கொட்டினார் சாமியாடிக் கவுண்டர்.

ஏரை அவிழ்த்து விட்டுக் காளைகளை வண்டிப் பக்கமாக ஓட்டிச் சென்றான் காளிச்சாமி. வெடிக்கார வேலாக்கவுண்டர் வேகமாகச் சாளையை நோக்கி நடந்தார். மாணிக்கமும் துரையும் அவருக்குப் பின்னால் நடந்தார்கள். அவர்களின் கைகளில் கம்புகள் இருப்பதைக் கவனித்தான் தங்கராசு.

வண்டியைப் பூட்டி மெள்ள ஏறி வண்டியின் பார்ச் சட்டத்தில் சவாரித் தப்பையின் மேல் ஓரமாகக் குந்தினான் காளிச்சாமி. மெள்ள நடந்து வந்த முத்தைய கவுண்டரை வண்டியில் ஏற்றிவிட்டார் சாக்குப்பை நாய்க்கர். படலைப் பிடித்து ஏறிக்கொண்டாள் தெய்வானை. தங்கராசை வண்டியில் ஏற்றிவிட்டான் குமாரசாமி. சுப்பமாதாரி வண்டியைப் பிடித்துக் கொண்டே நடந்தான்.

"காளிச்சாமி, அவங்க வம்பு வேண்டாமுன்னு அப்பவே சொன்னம். கேட்டியா? எங்க வண்டி கட்டீட்டு களம்பீட்ட?"

"போலீசுக்குத்தா! கொண்டாந்து ஏத்தி உட்டப் போடற. அவனுக்காச்சி, நமக்காச்சி! செயிலுத் துணி போட வெக்கற. ம்..." காளைகளை விரட்டினான் காளிச்சாமி. பாதையில் புழுதி கிளம்பியது.

"ம்... எங்க போயி முடியுமோ தெரீல. யாரு சொன்னாக் கேக்கறா?"

"மயிருள்ள சீமாட்டி முடியறா! முடியட்டும், முடியட்டும்! கையில ரண்டு காசு சேர்ந்து போச்சு!"

"குத்தகெப் பொழப்பே வேண்டா. நான் பட்டதே போதும் போதுமின்னு இருக்குது. போயிச் சேர்ந்திருந்தா வருசம் மூணாவியிருக்கும்." சாக்குப்பை நாய்க்கர் சொல்லிக்கொண்டே நடந்தார்.

அவர்கள் போய்க்கொண்டிருப்பதைச் சாளைத் திண்ணை யிலிருந்து பார்த்துக்கொண்டிருந்தார் வெடிக்கார வேலா கவுண்டர். மாணிக்கமும் துரையும் கிணற்றிற்குள் பார்த்துக் கொண்டிருந்தார்கள். சாளையைச் சுற்றிச்சுற்றி வந்து நாய் குரைத்தது.

களத்தில் தானியங்கள் பொறுக்கவந்த சிட்டுக் குருவிகள் கத்திக்கொண்டிருந்தன.

14

இட்டேரியிலிருந்து வலது பக்கமாகத் திரும்புகிற வண்டித்தடத்தில் விறுவிறுவென்று முன்னால் நடந்துகொண்டிருந்த பெரியசாமி கவுண்டர் ஒரு தரம் திரும்பிப் பார்த்துக்கொண்டார். மாரப்ப கவுண்டரும் அருணப்ப கவுண்டரும் வேலிக்கால்களில் பார்வையை அலைய விட்டபடி வந்துகொண்டிருந்தார்கள். அவர்களின் வலப்பக்கமாக பெரியசாமி கவுண்டர் வீட்டு வெள்ளை நாய் ஓடிவந்து முன்னால் ஓடியது. வீட்டிலிருந்து கிளம்பும்போதே அவருடைய நாயும் காலைச் சுற்றிச்சுற்றி வந்தது. விரட்டிப் பார்த்த ஊர்க் கவுண்டரை விடமாட்டாத குறையாக. நாய் வந்துவிட்டுப் போகட்டுமென்று நினைத்துக் கொண்டார். அருணப்ப கவுண்டரும் மூன்று பேருக்கு நான்குபேராக இருக்கட்டுமென்று பொருத்தமாகச் சொல்லிவைத்தார்.

தங்கப்ப கவுண்டர் படுத்த படுக்கையாகக் கிடப்பதாகச் சேதி கிடைத்தது. போய்விட்டு வரவேண்டுமென்று கிளம்பியபோது குப்பனூரி லிருந்து எழவு சேதி கொண்டு வந்திருந்தான் திருமன். அப்படியே கிளம்பிப் போனவர் திரும்பி வந்து அசதியில் படுத்துக்கொண்டார். தங்கப்ப கவுண்டரை இரண்டுநாட்களுக்கு ஒரு முறை பார்க்காவிட்டால் தூக்கம் பிடிக்காது பெரியசாமி கவுண்டருக்கு. இரண்டுபேரும் சேர்ந்துதான் சோழந்துறைக்குப் போவார்கள்; வருவார்கள். வம்புதும்புகளுக்கும் அவர்கள் கலந்து தீர்த்து வைப்பார்கள். மற்றபடி பழைய கதைகளைப்

பேசிக்கொண்டு விநாயகர் கோவில் மண்டபத்தில் இருப்பார்கள். அவ்வப்போது பதினைந்தாம் கரம் விளையாடுவதுமுண்டு. பொதுவாகத் தங்கப்ப கவுண்டர் தோட்டத்துப் பக்கம் வரமாட்டார், ஊர்க்கவுண்டர். தோட்டம் தொலைவிலிருக்கிற காரணம்தான்.

சுரீரென்று முகத்திலடித்தது வெய்யில். சுருக்கம் விழுந்த முகத்தை மெள்ளத் துடைத்துக்கொண்டார் அவர். மஞ்சியைப் போல நரைகண்டிருந்த முடியை மெள்ளப் பின்பக்கமாக ஒதுக்கிவிட்டார். முன்நெற்றி விசாலமாக மேலேறிக் கிடந்தது. தாராளமாகத் திருநீர்விட்டுக் குங்குமச் சிவப்பைப் புருவங்களுக்கு நடுவில் இட்டுக்கொள்வார். பளிச்சென்று உடுத்துக் கொள்வார். வெள்ளைத் துண்டுதான் போடுவார். வெற்றிலை எப்போதும் சட்டைப் பையில் இருக்க வேண்டும். புருவங்களிலிருந்த கருப்புமுடிகளெல்லாம் நரைத்துவிட்டன. முன்பெல்லாம் நீளமாகக் குடுமி போட்டுக்கொள்வார். இப்போது முடியை ஒட்ட வெட்டிக்கொள்கிறார். காதுக்கு இறுக்கமாய்ப் போட்டிருந்த தங்கக் கடுக்கனை மட்டும் மாற்றிக்கொள்ளவே இல்லை. வாயில் குதப்பிய தாம்பூலத்தைத் துப்பிவிட்டுத் துண்டை எடுத்துத் தலைக்குக் கட்டிக்கொண்டார்.

வடக்குப் பார்த்த சாளைத் திண்ணையில மல்லாந்து படுத்துக் கண்களைமூடி யோசனையிலிருந்தார் தங்கப்ப கவுண்டர். மாட்டுக்குத் தாழித் தண்ணீரை அலசிவிட்டுக் காட்டிக்கொண்டிருந்தான் கண்ணுச்சாமி. பம்பு செட் ஓடிக் கொண்டிருந்தது. வாய்க்காலில் ஓடிக்கொண்டிருந்த தண்ணீரில் காக்கைகள் உடலை நனைத்து அலகுகளால் கோதிக்கொண்டு மாறிமாறிக் கத்தின. ஒளியன் மாதாரி வடக்குப் பக்கத்தில் ராகிக் காட்டுக்குத் தண்ணீர் கட்டிக்கொண்டிருந்தான்.

வாசலில் அரவம் கேட்ட தங்கப்ப கவுண்டர் விழித்துப் பார்த்தார். வந்தவர்களின் முகம் கருத்துச் சோம்பியிருந்தது. பெரியசாமி கவுண்டரின் கால்களைச் சுற்றிக்கொண்டிருந்தது வெள்ளை நாய். சங்கிலியில் கட்டப்பட்டிருந்த செம்மி நாயை மிரட்டிக்கொண்டிருந்தான் கண்ணுச்சாமி.

“வெயலுத் தாழ நானே வரலாமுன்னு இருந்த. நீங்களே வந்துட்டீங்களா?” தங்கப்ப கவுண்டர் மெள்ள எழுந்து உட்கார்ந்தார்.

“ஒடம்பு செரியில்லேன்னு கெடையாக் கெடக்கறதாச் சொன்னாங்க. அதுதா ஓரெட்டுப் போயிப் பார்த்துட்டு வந்தரலாமுன்னு வந்தோம். இப்ப எப்படியிருக்குது?” பெரியசாமி கவுண்டரும் திண்ணையில் அமர்ந்தார்.

“சளி! ஒடம்பெல்லா விண்ணு விண்ணுன்னு வலிச்சுது. திரும்பிப் படுக்க முடீல. கசாயம் குடிச்சுட்டுப் படுத்துக் கெடந்தே. இன்னிக்க வெடுக்குனு இருந்தது.”

“சோறு தண்ணி எறங்குதா?”

“காத்தாலதா நாலு புட்டுத் தின்ன! தெம்பா இருக்குது.”

“ஒன்னெப் பார்க்கோணும்னு நேத்தெல்லா நெனச்சுட்டு இருந்தே. அந்த முத்தையம் பண்ணுன கோளாறப் பாத்தியா? வெடிக்காரம் பூமியெப் புடிச்சுட்டதும் இல்லாமெ, கோர்ட்லே தண்டங் கட்ட வெச்சுப் போட்டான்!”

“அட எளவே! எல்லா வெளிய வந்துட்டாங்களா? கோர்ட்டுக்கு நடயா நடக்க வெச்சப் போட்டான். வெடிக்கார பூமிக்குள்ளே நொழையக் கூடாதுன்னு ‘இன்ஞ்சிஸன்’ வாங்கிப் போட்டான். குத்தகெயெ கோர்ட்டுல கட்டிப் போட்டான்.”

“ஊருல நாமெல்லா இருக்கறம்ங்கற மருவாதியே இல்லாமெப் போச்சு! அட, ஏப்பா நிக்கறீங்க, ஒக்காருங்க.”

அருணப்ப கவுண்டரும் மாரப்ப கவுண்டரும் கொஞ்சம் தள்ளித் திண்ணையில் உட்கார்ந்துகொண்டார்கள். கண்ணுச்சாமி கதவைத் தள்ளிக்கொண்டு உள்ளே போனான்.

“தம்பிக்குத் தெரியுமே! கண்ணுச்சாமி இப்பிடி வா!” பெரியசாமி கவுண்டர்தான் கூப்பிட்டார்.

கண்ணுச்சாமி திரும்பி வந்து மரியாதையோடு வாசலில் நின்றுகொண்டான்.

“ஒங்க மொதலாளீப் புடிச்சு ஒரு பெரிய வக்கீலாப் பாரே! இந்த வெடிக்கார நம்மளைப் போட்டு நச்சரான்.” மாரப்ப கவுண்டர் எல்லாருக்குமாகச் சேர்ந்து சொன்னார்.

“பார்க்கலாமுங்க!”

“இதென்னப்பா அநியாயமா இருக்குது! படைச்சவ பூமிக்குள்ள போவக் கூடாதுன்னு கோர்ட்டு சொல்லுதாமா?”

“சட்டவிட்டமெல்லா மாறிப் போச்சுன்னு பேசிக்கறாங்க. நம்ம ஊருல, நாம சொல்றதுக்கு மேலயா நியாயம் பேசறாங்க.”

“எதுக்கும் ஒரு வக்கீலப் பார்க்கிறது நல்லதுங்க!”

“பாரு! பாரு! பணம் எத்தனெ செலவானாலும் பரவால்ல. ஒரு முட்டுப் பார்த்துப் போடலாம்.”

“எறங்கீட்டா உட்ர முடியுமுங்களா?”

"நாளைக்குச் சாயந்தரமா வர்றப்ப தெரிஞ்சிட்டு வாரனுங்க."

"அன்னிக்கி நடந்த தகராற தங்கப்பம் பார்த்திருக்கோணும். எப்படியோ எக்கேடு கெட்டுப்போங்கடான்னு சொல்லிப் போட்டு வந்துட்ட. அப்ப மக்க மூணுபேருஞ் சேர்ந்து மொத்து மொத்துன்னு மொத்திப்போட்டாங்க. ரத்தங் கொட்டு கொட்டுன்னு கொட்டுச்சாமா. வண்டீல தூக்கிப் போட்டுட்டுப் போயிருக்கரா காளிச்சாமி. போலீஸ்ல புகாரு குடுத்துருக்கிறான். மூணுபேரையும் வளைச்சு ஓட்டீட்டுப் போயிட்டாங்களாமா, மக்கா நாளுத்தாஞ் சொன்னாங்க. மூணுநாளு டேசன்லயே வெச்சிருந்துட்டுக் கோர்ட்டுக் கொண்டு போனாங்களாமா. வக்கீலு வெச்சு சாமீன்ல வந்தாங்களாமா. வெடிக்காரந்தா நேத்து வந்து சொன்னான்."

"இத்தென நாளு அவனுக்குப் புத்தி எங்க போச்சு?"

"நானும் ஏது எவடம்னு நேத்திக்கு வர கேட்டுக்கல. அவனா வந்து சொன்னான்."

"பூமியிங் குடுத்துப் போட்டு, செயிலுக்கும் போவேணும். என்ன சட்டமோ தெரீல."

"அன்னிக்கே அவனெக் காலி பண்ணச் சொல்லீருக்கோணும். ஏமாந்து போச்சு. குத்தகெதா வாங்கோணுமாம். தோட்டத்துக்குள்ள காலு வெக்கக் கூடாதாம்."

"வெச்சா?"

"போலீஸு வந்து புடிச்சுட்டுப் போயிருமாம்! நல்லா இருக்குது நியாயம்!"

"என்னிக்குமே அப்பிடியா?"

"அப்பிடித்தா!"

"போங்கப்பா! என்ன கவருமெண்டு. என்ன எளவு. காலங்கெட்டுப் போச்சு!"

"குத்தகைக்குப் புடிச்சவனெல்லாஞ் சொன்னபடி கேப்பானுங்களா?"

"இப்பவே நெஞ்சத் தூக்கீட்டு மருவாதியில்லாம நடக்கறானுக!"

"எல்லா அன்னிக்கே போயி பேரு பதிஞ்சு போட்டானுக!"

"எல்லா அந்தப் பழனிச்சாமிபண்ணுனதா. கம்முன்னு கெடந்தவனுகளெத் தட்டியுட்டுட்டானுக, எப்பிடியோ இழுத்துட்டுக் கெடங்கடான்னு."

“அவனுகளெச் சும்மா உடப்படாது! நாமளும் வக்கீல வெச்சுப் பார்த்துருவம்.”

“அது செரி. கண்ணுச்சாமிக்கு ஒரு காரியத்தப் பண்ணிப் போடறது. வயசாவீட்டிருக்குதில்ல. நீயும் கண்ணுல பார்த்துப்பே.”

“பார்த்துட்டுதா இருக்கறே. சோழந்தொற சண்முக கவுண்டரு சொல்லியுட்டிருந்தாரு. இன்னொரு வருசம் பொண்ணு படிக்கோணுமாம். அப்பறமாக் கண்ணாலம் வெச்சுக்கலாமுன்னு. வேணுங்கற அளவுக்குச் சீரு செறப்புச் செய்யறன்னு சொல்றாரு. எடம் நல்ல எடமா இருக்குது. அவசரப்பட வேண்டாமுன்னு பார்க்கறன்.”

“அதெல்லாம் பார்த்துட்டிருந்தா முடியுமா? பொண்ணு படிச்சு குடித்தனம் பார்க்கறத விட்டுப் போட்டு எங்க போவப் போறா, சட்டுப்புட்டுன்னு காரியத்தெப் பண்ணாம.”

“நானொரு எடம் பார்த்திருக்கற. லட்சணமா குடித்தனத்துக்கு ஆவற மாதிரி. தங்கமான கொணம். ஒரு கொற, படிப்புக் கம்மி. சீருசெறப்பு நலம் பொலத்துக்குக் கொறவு வராது!”

“அதெல்லாஞ் செரிப்பட்டு வருமா? ஆரு அப்பிடி?”

“ஆருமில்ல, நம்ம செங்கண்ணந் தங்கச்சி அம்மிணிதா!” அருணப்பக் கவுண்டர் சொல்லிக்கொண்டே தங்கப்பக் கவுண்டரைக் கவனித்தார். அவருடைய முகம் இறுகிக் கருத்தது.

“ என்னப்பா நியாயம் பேசற? படிச்ச பையனுக்குத் தவுந்த பொண்ணாப் பார்க்கறத உட்டுட்டு.”

“பக்கத்துலயே இருக்குது. குடித்தனத்துக்கு ஆவுமேன்னுதான் சொன்ன ...”

“பேசுனாப் பொருத்தமாப் பேசோணும். இல்லாட்டி வாயெ வெச்சிட்டுச் சும்மாக் கெடக்கோணும்.”

கண்ணுச்சாமிக்குத் திக்கென்றது. தங்கப்ப கவுண்டர் முரண்டு பிடித்தால் காரியம் இலேசில்லையென்பது தெரியும் அவனுக்கு. வெள்ளோட்டம் விட்டுப் பார்த்த அருணப்ப கவுண்டருக்கு முகம் செத்துப் போயிருந்தது. அம்மணியை விட்டால் தனக்குக் கல்யாணமே வேண்டாமென்று நினைக்கத் தோன்றியது கண்ணுச்சாமிக்கு. சின்னம்மாள் சூடாகக் கொண்டு வந்து கொடுத்த காபியை ஊதிஊதிக் குடித்துக் கொண்டிருந்தார்கள்.

“தம்பி! மறந்தராதெ. வெடிக்கார விசயமா வக்கீலப் பார்த்துப் போட்டு வந்திரு. வாரப்ப, வந்து ஒரு வார்த்தெ சொல்லிப் போடு! அப்பறமா ஆவரதப் பார்த்துக்கலாம்!”

"வெடிக்காரனுக்கு வெள்ளாமையில் நட்டம் வருதுன்னு பேசிக்கறாங்க ஊருல. தொராச்செ வெச்சதுல போன வருசம் பூவெடுக்கல. இந்த வருசமும் பூவெடுக்கல. கோர்ட்டுக் கச்சேரீன்னு அலைஞ்சிட்டுக் காய உட்டுட்டானுக. தண்ணி ஊத்தமுங் கொறைஞ்சுபோச்சு!"

"முத்தைய மூதேவிக்கு என்னக்கிக் குத்தகைக்கு உட்டானோ அன்னிக்கே வெடிக்கரானுக்குக் கெரகம் புடிச்சிட்டுது."

"பார்த்துக் குழிகிழி போடச் சொல்லுங்க. நல்ல வெள்ளாம. தொராச்ச மூணு ஏக்கராவுக்கு வெச்சிருக்கறான். கொடி காஞ்சறப் போவுது."

"பாவக்கா பொடலங்காக் கொடியெல்லாம் காஞ்சு போச்சு. தொராச்ச ஏனோதானோன்னு நிக்குது. கொழுந்து வெட்டோணும். மருந்தடிக்கோணும்னு அலைஞ்சான்."

"வெடிக்காரன் பரம்பரையா நம்ம ஊரு. சொந்தப் பூமிக்காரன். அவனெக் கைதூக்கி உடோணும்." பெரியசாமி கவுண்டரின் குரல் கம்மியது.

"சரிங்க. நாளைக்கு வெசாரிச்சிட்டு வந்து சொல்றனுங்க. அப்பறமா எல்லாருமாப் போவலாம்."

"தங்கப்பா! ஊருப்பக்கம் வர்றயா?" வாயிலிருந்த வெற்றிலையைத் துப்பிக்கொண்டே மீசையைத் தடவினார் பெரியசாமி கவுண்டர்.

"வாரனுங்க! ஓரெட்டு நடந்துட்டு வந்தா வெடுக்குனு இருக்கும்."

"நான்கு பேரும் களத்தை விட்டுப் போய்க் கொண்டிருந்தார்கள். கண்ணுச்சாமிக்கு இருப்புக் கொள்ளவில்லை. படுக்க நினைத்து வீட்டிற்குள் போனவனின் கால் தடுக்க கீழே விழ இருந்தான். கதவைப் பிடித்துக்கொண்டவன் நிமிர்ந்து காலெடுத்து வைத்தான்.

கட்டிப் போட்டிருந்த நாய் கிழக்குப் பார்த்துக் குரைத்துக் கொண்டிருந்தது.

15

கலப்பையை உளியால் செதுக்கிக் கொண்டிருந்தார் அய்யாவு ஆசாரி. கூரை நிழல் சரளைக்கல் பாதைவரைக்கும் சரிந்துகிடந்தது. கூலிக்காரர்கள் தூக்குப் போசிகளோடு காடு கரைகளுக்குப் போய்க்கொண்டிருக்கிற சலசலப்பு அங்கேயும் இங்கேயும் இருந்தது. அரசமரத்தில் பறவைகளின் சத்தம் முழுவதுமாக அடங்கி விடவில்லை. பக்கத்துத் தோட்டங்களிலிருந்து பெண்கள் தண்ணீர்க் குடங்களோடு கால்களை எட்டிப் போட்டு நடந்து வந்துகொண்டிருந்தார்கள். அவர்களும் கூலி நாலிக்குப் போக வேண்டியிருந்தது. வெய்யில் உறைக்கிறபோது ஒரு காக்கா, குஞ்சைக்கூட ஊரில் பார்க்க முடியாது. ஒவ்வொரு வீடும் பூட்டிக் கிடக்கும். பாட்டுக்குப் போக முடியாதவர்கள் திண்ணைகளில் தூங்கிக்கிடப்பார்கள். விநாயகர் கோவிலில் மட்டும் எப்பவும் இரண்டொருத்தர் சுவரில் சாய்ந்துகொண்டு இருப்பார்கள். பொழுது சாயும்போது திரும்பவும் கலகலப்புக் கூடும். பறவைகளின் கீச்சுக் குரல்களும் கேட்கும்.

சக்கரம் கழற்றப்பட்ட மொட்டை வண்டியின் பாரச் சட்டத்தில் குந்தியிருந்தார் பெரியசாமி கவுண்டர். கொஞ்ச நாட்களாகவே தம்மை யாரும் முன்னைப் போல் மதிப்பதில்லை என்கிற நினைப்பு அவருக்கு. கழற்றிப்போட்ட சக்கரத்தின் ஆரக்கட்டையின் மேல் பவ்வியமாகக் குந்தியிருந் தான் செங்கண்ணன். அவன் பட்டாவில் ஒட்டி யிருந்த மண்ணை ஈர்க்குச்சியால் நோண்டிக் கொண்டிருந்தான். தங்கப்ப கவுண்டர் சம்மணம்

போட்டுத் தொடையைத் தடவிக்கொண்டிருந்தார். அருணப்ப கவுண்டரும் மாரப்ப கவுண்டரும் தோலாம்பாளையம் போகிற திருப்பத்தில் நின்றுகொண்டிருந்தார்கள். இரண்டு கழுதைகளின் முதுகில் மோளியை ஏற்றிக்கொண்டு தெற்கிலிருந்து வந்துகொண்டிருந்தான் முருகன். அவனுக்கு இடது பக்கத்தில் ஒரு குட்டிக் கழுதை மிரண்டு மிரண்டு குதித்துக்கொண்டு வந்தது. சாக்குப்பை நாய்க்கர் கடையிலிருந்து பலத்த சிரிப்பொலி கேட்டது.

மோட்டார் சைக்கிள் வருகிற சத்தம் கேட்டுத் தலையைத் திருப்பிப் பார்த்தார் பெரியசாமி கவுண்டர். யாரையும் வடக்குப் பக்கத்தில் பார்க்க முடியவில்லை. கண்ணுக்கெட்டிய தூரம்வரை வேலிகள் மட்டும் தெரிந்தன. திடுதிடுவென்ற சத்தம் பக்கத்தில் கேட்டபோது எல்லாருடைய கவனமும் சரளைக்கல் பாதைப் பக்கமாகத் திரும்பியது. காளிச்சாமிதான் மோட்டார் சைக்கிளில் போய்க்கொண்டிருந்தான். அவனுக்குப் பின்னால் மைத்துனன் கந்தசாமி அமர்ந்திருந்தான். பெரியசாமி கவுண்டருக்கு அவமான மாக இருந்தது. வருகிறவன்போகிறவனெல்லாம் கையெடுத்துக் கும்பிட்ட காலம் போய்விட்டது. தாறுமாறாகப் பேசிக்கொண்டு போகிறார்கள். தெரிந்த குத்தகைக்காரனெல்லாம் முகத்தைத் திருப்பிக்கொண்டு போய்க்கொண்டிருந்தான். காளிகோவிலுக்கு விளக்குப் போடுவதற்கு ஊர்க்கூட்டம் போட்டபோது அநேகம் பேர் வரவில்லை. வம்புவழக்கென்று தூங்கிக்கொண்டிருக்கும் போதே வாசலில் காத்துக்கிடந்த நாளெல்லாம் மாறிவிட்டது. அவனவன் போலீஸ் கச்சேரிக்கு நேராகப் போய்விடுகிறான். போலீஸ்கூட இப்பவெல்லாம் அவ்வப்போது லாரியில் வந்து சுற்றிவிட்டுப் போகிறது.

சைக்கிளில் வந்துகொண்டிருந்த மாணிக்கத்தைக் கூப்பிட நினைத்தார் பெரியசாமி கவுண்டர். வண்டியில் அவர் இருப்பதைப் பார்த்த மாணிக்கம் விசுக்கென்று சைக்கிளை நிறுத்தி இறங்கினான்.

“என்னப்புனு இந்நேரத்துல, சாக்குமூட்டே வேற. தானியமா?”

“இல்லீங்கய்யா, வெடிமருந்து வாங்கீட்டு வாறன்.”

“யே, கெணறு வெட்டுப் போடறீங்களா?”

“ஆமாங்கய்யா!”

“குழிபோட்டது என்னாச்சு?”

“சொளுசொளுன்னு தண்ணி உழுந்திட்டிருந்தது. திடுதிடுப்புனு ஊத்தங் கெட்டுப் போச்சு. புடிச்சுப் பத்தடி

வெட்டிப்போடலாமுன்னு ஐயஞ் சொல்லுச்சு! கெழ பக்கமாப் பாறை வந்துட்டுது. வேட்டு வெச்சுத்தா ஆவோணுமின்னாங்க. நாலு குழி அடிச்சு வேட்டு வெச்சுது. பாறெ பெருசாத் தெரியுது. ஒன்னம் நாலுகுழி வெச்சுப் பாக்கலாமுன்னுதா மப்புமப்பலாப் போன."

"செரிச் செரி! போயிப் பாரு போ! ம் . . . கேக்க மறந்துட்ட; தக்காளி வெச்சிருந்துதே என்னாச்சு?"

"செத்தனா பொழச்சனான்னு எதோ இருக்குதுங்க!"

"தெராச்செக் கொடியத்தாங் காய உட்டுட்டீங்க, அன்னக்கி வந்தப்ப கல்லுக்காலுகதா நிக்குது. வெடிக்கார என்ன பண்ணறான்? வெளியே காணம்?"

"தோடத்துக்குள்ளயே கெடக்குது. கண்ணு முன்னாலெ வெள்ளாமெ காஞ்சுபோச்சு. மாடுகன்னுக்குத் தண்ணி செமந்து ஊத்தறம். சாமீன்னு கெணத்துல தண்ணி உழுந்துட்டாப் பாடு தேவல."

"தொரையான் என்ன பண்ணறான்? அவனையுங்காணம்?"

"தோடத்துலதானுங்க. பச்ச கண்ட பக்கம் பண்டத்தெ ஓட்டி மேய்ச்சுட்டு இருக்கறான்."

"வெடிக்காரங்கிட்ட சொல்லு. நாளமத்தனா ஊர்க் கவுண்டரு வந்து பார்க்கறேன்னு சொன்னாருன்னு."

"சொல்றனுங்கய்யா! வரட்டுங்களா?"

மாணிக்கம் சைக்கிளில் ஏறிக் கிளம்பினான். சாக்குப்பை நாய்க்கர் வேகுவெகுகென்று வந்து சேர்ந்தார். அவர் வருகிறாரென்றால் டீ வேண்டுமா என்று கேட்க வருவதாக அர்த்தம். வந்தவர், அய்யாவு ஆசாரிக்குப் பக்கமாகப் போய் நின்றுகொண்டார்.

"ஏனுங்கய்யா? கேசு போட்டு வருசத்துக்கு மேல ஆவுது போல இருக்குது."

"ஆமா, இப்பத்தா குத்தககதாரங் கேசல்லா நிப்பாட்டி வெச்சிருக்கறாங்களே! வக்கீலு அப்பிடி இப்பிடி முக்கிப் பார்க்கறாரு; முடியல."

"அவங் குத்தகெ கட்டறானா?"

"கட்டாம என்ன? நல்லா வெளையுது. ஓடி ஓடிக் கட்டறான். வக்கீல வெச்சு."

"வெடிக்காரரு பேசாமக் குத்தகையெ வாங்கீட்டு சிவனேன்னு கெடக்கலாமில்லையா?"

“படைச்சவ மனசு! ஒத்துக்ல. சொந்த பூமீன்னு தான் பேரு. காலெடுத்து வெய்க்க முடியாது.”

“கேசுதா நடக்கட்டும்; குத்தகையெ வாங்கறதுக்கு என்ன?”

“அட அப்பா! ஒனக்கு சட்டந் தெரியாது. அதுல ஒரு சூட்சுமம் இருக்குது.”

“அப்படீங்களா?” செங்கண்ணன் குழப்பத்தோடு கேட்டான்.

“வெடிக்காரங் குடுத்த கேசு என்னன்னா, முத்தையம் பய பண்ணையத்துல இருக்கறான்னு!”

“ம்... அப்படீங்களா? எதுக்கு அப்பிடிக் குடுத்தாங்க! ‘என்னட பூமியல போமாட்டீனு இருக்கறதுக்கு இவன் ஆரு’ன்னு கோர்ட்ல கேக்க வேண்டீதுதானே!”

“சட்டம் அப்பிடியில்லப்பா! இப்பக் குத்தகைக்குப் புடிச்சிருக்கறவனுக கிட்டக் குத்தகையெத்தா வாங்கிக்கோணும். ஒழிச்சு உடுன்னு கேக்கப்படாது. குத்தகை கட்டுலீன்னாத்தாம் பேச்சு.”

“ஒனக்கு ஒன்னம் விசயம் புரியலெ. மொதல்ல ஒரு தவராறு நடந்தது நெனப்பிருக்குதா, அப்பவே முத்தைய, சோழந்தொறையில போயி பேரு பதிஞ்சிட்டா. அது ஆவாதுன்னு ஊருக்கூட்டம் போட்டமே தெரியுமா?”

“ஆமா, ஆமாம்!”

“முத்தையஞ் சொல்றது, அவன் ஆருக்குந் தெரியாம பேரு பதிஞ்சிட்டான்னு; புரியுதா?”

“அது நெசந்தானுங்களே!”

“அப்படியில்ல! கணக்க, மணியகாரந் தண்டக்காரந் தலையேறின்னு வெசாரிச்சுத்தாம் பேரு பதிஞ்சிருக்கறா, இப்ப இங்க இருக்கறவனெல்லாம் அப்பிடித்தாஞ் செஞ்சிருகறான். அதனாலதான் ஒருத்தனும் நம்மளெ மதிக்கலேங்கறான். ஊர்க்கூட்டம்னா வர்றதில்ல.”

“அப்பிடியா சங்கதி? இனி ஆரும் ஒருத்தருக்கும் பூமியக் குத்தகைக்கு உடமாட்டாங்க.”

“அதோட இல்ல தம்பி! அதிகமா பூமி வெச்சிருக்கவங்க கிட்ட இருந்தும் பூமியெ சர்க்காரு எடுக்கப் போவுதுன்னு வக்கீலுச் சொன்னாரு.”

“என்ன சட்டம் போடறானுக. தலைக்கட்டுத் தலைக்கட்டா வெச்சுக் காப்பாத்தீட்டு வர்றதத் தானஞ் செஞ்சுட்டு போறதுதான்,”

"குத்தகையெப் பேசுனபடி வாங்கிக்கலாமுன்னு சட்டம். அதுல எடஞ்சல் இல்ல."

"ஊருல ஒரு பய சொன்னபடி கேட்கமாட்டான்!"

"அதெத்தாம் பார்க்கறமே. காளிச்சாமி! அவன் கண்ட எடத்துல கையெடுப்பான். இப்ப ஊருக்கே ஜமீன் மாதிரி மோட்டார் பைப்புல போறான்." பெரியசாமி கவுண்டர் அங்கலாய்த்தார்.

"பொறுக்க வந்த பையக பெரிய மனுசனுக ஆயிட்டானுக!"

"மோட்டார் பைப்பு இருவதாயரத்துக்கு மேல இருக்குமுன்னு பேசிக்கறாங்க!"

"உழுவறதுக்கு ட்ராக்டரு வேற வாங்கப் போறாங்களாமா!"

சாக்குப்பை நாய்க்கர் தாம் கேட்டதாகச் சொன்னார்.

"அவுசாரியாப் போனாலும் மொவராசி இருக்கணும்பாங்க. அவனுக்குச் சாமி மொகம் முழிக்குது. தொட்டதெல்லாம் பொன்னா வெளையுது. அவம் பெண்டாட்டி கழுத்துல வடம் வடமாத் தங்கம் பொறளுது."

" சொந்த பந்தமெல்லாம் பெருத்துப் போச்சு. வாரமானா கறி தான்! சூரெச்சாறு இல்லாமெச் சோறு எறங்கறது இல்லையாமா முத்தையனுக்கு!"

"இருக்கட்டும்! இருக்கட்டும்! எத்தனெ நாளைக்கு? கேசு செயிச்சா ஒரு நிமிசத்துல கடத்திப் போடோணும். வெடிக்கார எப்பிடிப்பட்ட ஆளு! கேசு கேசுன்னு கடனெ ஒடனெ வாங்கிப் போட்டுட்டு ஒண்ணுமில்லாமெ அலையறான். மனுச சுத்தமா நொடிஞ்சுபோயிட்டான். ஆளு அரையாளு ஆவியாச்சு. கடைசியில் கையிலிருந்த துப்பாக்கிகளக் கூட வித்துப் போட்டா. தோட்டத்தெ உட்டு வெளிய வர வெக்கப்படறான் மனுச."

"எப்பிடியிருந்த பய இப்பிடியாயிட்டான். சருகாட்டாக் காஞ்சு போயிட்டானுக. ம்... காளியாத்தா கண்ணு முழிக்காமயா போயிருவா?"

"ஏந்தங்கப்பா, ஒன்ற பேரங் கல்யாணம்னு சொன்னயே என்ன ஆச்சு? நடையா நடந்த! சண்முகன் என்னதாஞ் சொல்றான்?"

"பொண்ணுக்குச் சாதகத்துல ஆவாம இருக்குதாமா. உன்னங் கொஞ்சம் பொறுங்கன்னு சொல்றாரு!"

“அட அதுக்குள்ள ஒம் பேரனுக்கு நரைச்சரப் போவூது. வேற எடந்தாம் பார்க்கறது!”

“சொல்லுங்கய்யா நான் பார்க்கறம் பொண்ணு!” சாக்குப்பை நாய்க்கர் கைகளைத் தேய்த்துக்கொண்டே சொன்னார்.

“எடம் நல்ல எடமா இருக்குது! வேற பக்கஞ் செய்யப் பிரியமில்ல. இருந்தது இருந்தாச்சு. இன்னங் கொஞ்சம்.”

ஊருக்கு மேற்கில் வெடிச்சத்தம் கேட்டது. பூமியெ அதிர்கிற மாதிரியிருந்தது. வண்டிப் பட்டறையிலிருந்தவர்களெல்லாம் வேகமாக எழுந்து சரளைக் கல் பாதைக்கு வந்தார்கள்.

“இதென்னடா இந்நேரத்துல?”

“கெணத்துல வேட்டு வெச்சிருப்பாங்க!”

“இந்நேரத்துல ஏதப்பா வேட்டு! வெடிக்காரரு தோட்டத்துப் பக்கந்தா பொகை தெரியுது.” வேலிப் பக்கமாய்ப் போய்ப் பார்த்த செங்கண்ணன் சொல்லியபடியே திரும்பினான்.

“வாங்க ஒரு எட்டுப் போயிப் பார்த்துட்டே வந்தரலாம்.” பெரியசாமி கவுண்டர் சொல்லிக்கொண்டே செருப்பை மிதித்துக் கொண்டு நடந்தார். தங்கப்ப கவுண்டரும் செங்கண்ணனும் அவருக்குப் பின்னால் நடந்தார்கள். பேசிக்கொண்டிருந்த மாரப்ப கவுண்டரும் அருணப்ப கவுண்டரும் அவர்களோடு சேர்ந்துகொண்டார்கள். சாக்குப்பை நாய்க்கரும் அய்யாவு ஆசாரியும் வண்டிப் பட்டறைக்குள் நுழைந்தார்கள்.

ஊருக்குள் நுழைந்து, வடமேற்கு வீதியில் நடந்து, கணபதி குயவன் சூளையைக் கடந்து எல்லாரும் வேகமாகப் போய்க் கொண்டிருந்தார்கள். கணபதி சட்டி தட்டுகிற சத்தம் வெகுதூரம் வரை கேட்டது.

சாளைக்கு முன்னால் ஆறேழுபேர் சுற்றி நிற்பதைக் கவனித்தார் பெரியசாமி கவுண்டர். திக்கென்று அடித்துக் கொண்டது அவருக்கு. நடக்கக் கூடாதது நடந்துவிட்ட மாதிரி யிருந்தது. கிணற்றிலிருந்து இலேசாகப் புகை கிளம்பி உயருவதைப் பார்க்க முடிந்தது. வேட்டுச் சத்தம் அங்கிருந்துதான் வந்திருக்க வேண்டுமென்று தீர்மானித்துக்கொண்டார். காலையிலிருந்து குழிபோட்டு மருந்து செடிந்து பொழுதிறங்குகிற நேரத்தில்தான் வெடிப்பது பழக்கம். அப்படியே வெடித்தாலும் நான்கைந்து வேட்டுக் கிளம்பும். ஒரு வேட்டு மட்டும் கிளம்பியது எப்படி யென்று பெரியசாமி கவுண்டருக்குப் பிடிபடவில்லை. இலேசாக வேட்டியைத் தூக்கிப் பிடித்துக்கொண்டு ஓட்டமும் நடையுமாகப்

போய்க்கொண்டிருந்தார்கள். செருப்புச் சத்தம் சரக் சரக்கென்று மாறிமாறிக் கேட்டது.

பெரியசாமி கவுண்டரைக் கண்டதும் திண்ணையிலிருந்த வெடிக்காரர் வேகமாய் எழுந்து வந்தார். அவரைப் பார்த்த ஊர்க்கவுண்டர் கண்கள் மெலிந்துபோயிருந்த வெடிக்காரரின் உருவத்தைப் பார்க்கச் சகிக்கவில்லை.

“கவுண்டரய்யா, பட்ட காலே படும் கெட்ட குடியே கெடும்னு சொல்லுவாங்களே! இப்ப எங்குடி கெட்டுப்போச்சு!” சொல்லிக்கொண்டே காலில் விழப்போன வெடிக்காரரைப் பிடித்துத் தூக்கியபோது ஊர்க் கவுண்டரின் கண்களில் நீர் பிதுங்கிவிட்டது. எல்லாருமாகச் சேர்ந்து சாளைக்குப் போனார்கள்.

வாசலில் தெற்கு வடக்காகக் கண்ணியப்பனைப் படுக்க வைத்திருந்தார்கள். அவனுடைய வலதுகையில் பெரிய அளவுக்குக் கட்டுப் போட்டிருந்தார்கள். திட்டுத் திட்டாய் ரத்தம் கசிந்திருந்தது. கண்ணியப்பன் உடம்பிலிருந்த ரத்தத் துளிகளை ஈரத் துணியால் துடைத்துக்கொண்டிருந்தான் மாணிக்கம். துரை கட்டுத்தரையிலிருந்த காளைகளை அவிழ்த்து வண்டிபூட்டிக்கொண்டிருந்தான். வண்டி கட்டை வண்டி. காளைகள் மெலிந்து எலும்புக்கூடு துருத்திக்கொண்டிருப்பது தெரிந்தது. வில்வண்டியைத் தோலாம்பாளையம் கெம்பையே கவுடருக்கு மூன்று மாதத்திற்கு முன்னால்தான் விலைக் கிரயத்துக்கு விற்றாகிவிட்டது. பெரியசாமி கவுண்டர்தான் கிரயம்பேசிக் கொடுத்தார்.

கண்ணியப்பன் பெண்சாதி, சேதி கேட்டுத் தலையில் அடித்துக்கொண்டு வேகமாக ஓடி வந்தாள். அவளுடைய தலைமுடி கலைந்து மாராப்புச் சேலை நழுவிப்போயிருந்தது. கண்ணியப்பனுக்குப் பக்கத்தில் குந்திக்கொண்டு அவள் ஒப்பாரி வைத்துக்கொண்டே அவனுடைய தலையைப் பிடித்து அழுதாள். பார்த்தவர்கள் கண்கள் கலங்கின. மாணிக்கம் அவளைத் தேற்றிக்கொண்டிருந்தான். கண்ணியப்பனின் திறந்த மார்பு மெள்ள உயர்ந்து தாழ்வதையே பார்த்துக்கொண்டிருந்தார் தங்கப்ப கவுண்டர். புகையின் நெடி குமட்டியது.

“என்னாச்சு?” அப்போதுதான் வாயைத் திறக்க முடிந்தது பெரியசாமி கவுண்டருக்கு.

“நேத்திக்கு வெடி வெடிச்சதுல ஒருகுழி வெடிக்காமப் போச்சாட்டா இருக்குது. கெணறுவெட்ட எறங்கின கண்ணியப்ப

கையிலிருந்ததெத் தொப்புனு போட்டிருக்கிறா. வெடிச்சுப் போச்சு. உசுருக்கு ஒண்ணுமில்லே. கைதா நாறுநாறாப் பிஞ்சு போச்சு. நாந்தா எறங்கித் தூக்கியாந்தேன்." அங்கு வந்துசேர்ந்த துரை ஊர்க்கவுண்டரிடம் சொன்னான்.

"இப்ப என்ன பண்ணலாமுன்ன இருக்கறீங்க?"

"சோழந்தொறை போனா டாக்டருகிட்ட காட்டலாம். இந்நேரத்துல இருக்கறாரோ என்னுமோ?"

"இல்லாட்டிப் பெரிய ஆஸ்பத்திரிக்குக் கூட்டீட்டுப் போலாமுங்க!"

"கண்ணியப்பப் பெஞ்சாதியெச் சமாதானப் படுத்திக் கூட்டீட்டுப் போவணுமே. இல்லீன்னா போலீசு கேசு வந்துரும்."

"சரி, நாம் பார்த்துக்கறே. அந்தப் பக்கமா வரச் சொல்லு." சொல்லிக்கொண்டே கட்டுத்தரைப் பக்கமாக நடந்தார் பெரியசாமி கவுண்டர். அவருக்குத் துணையாகப்போனார் தங்கப்ப கவுண்டர்.

தலையில் வேகமாக அடித்துக்கொண்டே வந்தாள் கண்ணியப்பன் பெண்சாதி. பார்க்க வருத்தமாயிருந்தது பெரியசாமி கவுண்டருக்கு. அவரே தேறுதலாகச் சொல்லத் தொடங்கினார்.

"இதா புள்ளே! ஒம் புருஷனுக்கு ஒண்ணுமில்லே! கையிலதா அடிபலமாப் பட்டுப்போச்சு. வலி சோக்கையாப் படுத்திருக்கறான். வெடிக்காரங்கிட்டச் சொல்லி ஆயிரமோ ரண்டாயிரமோ கையில குடுக்கச் சொல்லற. ஒன்ர புருஷன் சொவமாவி வாரவரைக்கும் சோத்துக்குத் தண்ணிக்குக் குடுக்கச் சொல்றே. வெடிக்காரனும் கெட்டு முறிஞ்சு போயிக் கெடக்கறான். அவஞ் சொல்றா, இவஞ்சொல்றான்னு கேட்டுட்டு அலையாதெ!"

"ஐயோ, அந்த மனுசம் பாடுபட்டுப் போட்டு வந்தாத்தா ஒரு வாயி கஞ்சி கெடைக்கும். வயித்துல மண்ண அள்ளிப் போட்டுட்டீகளே! எங்கொழந்த குஞ்செல்லாங் கஞ்சி கஞ்சீன்னு கையேந்தி நிக்குமே! கடவுளே ஒனக்கு அடுக்குமா?"

"ஏம்புள்ளே! அதுதா நாஞ் சொல்லிப் போட்டனே! நாம் பாத்துக்கறந் தைரீமாப் போ! ந்தாப்பா வண்டியில எடுத்துப் படுக்க வெய்யுங்க!"

மாணிக்கமும் துரையும் தலைமாட்டிலும் கால் மாட்டிலும் நின்றுகொண்டு கண்ணியப்பனை மெள்ளத் தூக்கினார்கள்.

சாக்குகளை வண்டிக்குள் விரித்துப்போட்டார் வெடிக்கார வேலா கவுண்டர். கண்ணியப்பன் தலையை மெள்ளப் பிடித்து நகர்ந்து வண்டிக்குள் கிடத்தினார் அருணப்ப கவுண்டர். கண்ணியப்பன் பெண்சாதி கதறிக்கொண்டே வந்தாள். மாணிக்கம் துப்பட்டியை எடுத்துவந்து கண்ணியப்பனுக்குப் போர்த்தி விட்டுத் தலைமாட்டில் உட்கார்ந்தான். அருணப்ப கவுண்டர் தெத்துப்படலைப் பிடித்துக்கொண்டு நின்றார். பெரியசாமி கவுண்டர் சொல்லவும், கண்ணியப்பன் பெண்சாதி வண்டியில் ஏறிக் குந்திக்கொண்டாள்.

“இந்தா புள்ளே! ஆரு கேட்டாலும் மூச்சு உடக்கூடாது. சாக்குப்பை நாய்க்கருகிட்டச் சொல்லி ஒன்ர கொழந்தைகளெப் பார்த்துக்கச் சொல்றேன். பொழுது சாயரத்துக்குள்ளே வந்து சொல்லு மாணிக்கா!” பெரியசாமி கவுண்டர் சொல்லிக் கொண்டிருக்கும்போதே வண்டியைக் கிளப்பினான் துரை. களத்தை விட்டிறங்கிய வண்டி கடகடவெனப் புழுதியைக் கிளப்பிக்கொண்டு ஓடியது. திண்ணையிலிருந்து துண்டை எடுத்துத் தோளில் போட்டுக்கொண்ட வெடிக்கார வேலா கவுண்டர் “ம்... ஆனதெல்லாம் ஆவிப் போச்சு! ஆண்டவன் உட்ட வழி!” என்று முணுமுணுத்தபடிப் பந்தல்காலோரமிருந்த செருப்பைக் காலில் மாட்டினார்.

“இப்பிடியெல்லாம் நடக்கணுமின்னு இருந்தா உட்டா போவும். ஆனவரை நாமளும் பார்ப்பம்.” பெரியசாமி கவுண்டர் நடையைத் தொடங்கினார். பக்கத்துத் தோட்டங்களிலிருந்து வந்தவர்களெல்லாம் திக்காலுக்கு ஒருவராகப் பிரிந்தார்கள்.

“கெணத்துல தண்ணி உழுந்துட்டதுனா பூமியெ நிமுத்து நிமுத்துன்னு நிமித்திச் சொன்னபடி கேக்க வெச்சுப் போடுவ!” வெடிக்கார வேலா கவுண்டர் சொல்லிக்கொண்டே மற்றவர்களோடு நடந்தார்.

தரையில் எலியைக் கிடத்திக் கொத்திக்கொண்டிருந்த காக்கை விசுக்கென அதைத் தூக்கிக்கொண்டு தென்னை மரத்துப் பக்கமாய்ப் பறந்தது. குருத்துகள் காய்ந்த தென்னை மரங்கள் வரிசையாகத் தெரிந்தன. மாடு மேய்க்கிற பையனின் பாட்டு இனம் புரியாமல் காற்றில் வந்துகொண்டிருந்தது.

16

‘க்கொர்ரக் . . . க்கொர்ரக் . . . க்கொர்ரக் . . .’ தவளைகளின் கத்தல் தொடர்ந்துகொண்டிருந்தது.

களத்தில் நின்றுகொண்டு, ஒற்றையடிப் பாதையில் வெள்ளை தெரிகிறதாவென வெறித்தபடி நின்றிருந்தார் தங்கப்ப கவுண்டர். வெகுநேரமாகியும் கண்ணுச்சாமி திரும்பக் காணோம். காலையில் போகும்பொழுது, சீக்கிரமாகவே வீடு வந்து விடுவதாகத்தான் சொல்லிப்போயிருந்தான். அவன் குன்னத்தூருக்கு ராசாத்தியைப் பார்க்கக்கூடப் போயிருக்க நியாயமில்லை என நினைத்தார் அவர். இரண்டு நாட்களுக்கு முந்தித்தான் போய்ப் பார்த்து வந்திருந்தான். ராசாத்தியும் நல்லபடியாக இருப்பதாகத்தான் சொன்னான் கண்ணுச்சாமி. கல்யாண விசயமாக அப்பச்சி என்ன சொல்கிறாரோ அப்படியே கேட்டுக்கொள் என்றுதான் அவனிடம் சொல்லியிருக்கிறாள். கண்ணுச்சாமியே அதையும் சொன்னான். அவனுக்கு வேறு பழக்கம் எதுவுமில்லையென தங்கப்பக் கவுண்டருக்குத் தெரியும். கள்ளிப்பட்டிக்கு வந்த நாளிலிருந்து முந்திப் பிந்தியென எட்டு மணிக்கெல்லாம் வந்துவிடுவான். அதுவரை அவன் வராமலிருந்தது பல விதத்திலும் குழப்பமாக இருந்தது அவருக்கு. கண்ணுச்சாமிக்கு யாரிடமும் நெருக்கமான பழக்கமுமில்லை. அவனிருப்பதும் போவதும் பலருக்குத் தெரியாது. சோழந்துறை பூச்சி மருந்துக்கடையில்தான்

சைக்கிளை வைத்துவிட்டுப் போவான்; வரும்போது எடுத்து வருவான். வழியில் அநாவசியமாய் யாரோடும் பேச்சுக் கொடுக்க மாட்டான். இன்னமும் அவன் வராதிருப்பது மனசுக்குள் சுருக்சுருக்கென்று வருத்தியது. நஞ்ச மாதாரிகூட இரண்டு மூன்றுதரம் விநாயகர் கோவில்வரை போய்ப் பார்த்துவிட்டு வந்தான். காக்கா குருவிச் சத்தமில்லையென்று சொன்னான். அந்நேரத்துக்கு ஊரில் எல்லாருமே வீட்டுக்குள் முடங்கி விடுவார்கள். சாளைத் திண்ணையில் சின்னம்மாள் கூடப் பொடபப் பொடவென விழித்துக்கொண்டுதானிருந்தாள். திண்ணைக்கு வந்த தங்கப்ப கவுண்டர் பெருமூச்சு விட்டபடி அமர்ந்தார்.

"நீயுந்தா. ஒரெட்டுப் போயிப் பாத்துட்டு வாவே அண்ணா!" பொறுமையிழந்த சின்னம்மா, தங்கப்ப கவுண்டரிடம் வாய்விட்டுக் கேட்டுவிட்டாள்.

"அந்த பேட்ரியெ எடு!" தங்கப்ப கவுண்டர் மெள்ள எழுந்து செருப்பை மாட்டிக்கொண்டு கிளம்பினார்.

"நஞ்சா, கவுண்டச்சி வேணும்னா, இங்க இருக்கட்டும்; நாம ஒரு எட்டுப் போயிப் பார்த்துட்டு வரலாம். எந்திரி! சின்னம்மா, தாழெப் போட்டுட்டு முடக்கறதுன்னா மொடக்கிக்க. போயிப் பார்த்துட்டே வந்தர்றே!" டார்ச் லைட்டை வாங்கிக்கொண்டு நடையைத் தொடர்ந்தார் தங்கப்ப கவுண்டர். நஞ்ச மாதாரி வெறுங்காலோடு அவருக்குப் பின்னால் நடந்தான்.

ஒற்றையடிப் பாதையில் கொஞ்சதூரம்வரை நடந்த தங்கப்ப கவுண்டர், வெள்ளை கண்ணில் பட, டார்ச் விளக்கை நிமிர்த்தி வெளிச்சம் போட்டார். ஓட்டமும் நடையுமாய் எதிரில் வந்துகொண்டிருந்தான் கண்ணுச்சாமி. அடிக்கொருதரம் திரும்பித் திரும்பிப் பார்த்துக்கொண்டான். தங்கப்ப கவுண்டருக்கு உடம்பெல்லாம் பதறியது. வேகமாகக் கால்களை எட்டி வைத்து நடந்தார். நஞ்ச மாதாரி அவருக்குப் பின்னால் மெள்ள ஓடிக் கொண்டிருந்தான். இருட்டு கும்மென்றிருந்தது.

"அப்பாரு! ஆறேழுபேரு தொரத்தீட்டு வர்றானுக!" கண்ணுசாமிக்கு மேல் மூச்சு வாங்கியது.

"பதறாதெ! மெள்ளச் சொல்லு! டேய், எவண்டா அவன்? நானிருக்கற – வாங்கடா!" அக்கம்பக்கம் செலையோடக் கத்தினார் தங்கப்ப கவுண்டர்.

"ஏனுங்க சாமி! அடி பலமுங்களா?"

"நெஞ்சு நெஞ்சாக் குத்தரானுக! மூச்சடைக்குது!"

“டேய்! ஒரு அப்பனாத்தாளுக்குப் பொறந்தவனுகளா இருந்தா வாங்கடா! லே சின்னம்மா! எடுத்தா புள்ளே வெட்டருவாளெ!”

“அப்பாரு! நடங்க சாளைக்குப் போவலாம்!”

“டேய்! அக்கம்பக்கம் ஆர்ரா! எல்லா எந்திரிச்சு வாங்க! எவனோ திருடனுக பூந்துட்டானுக!” தங்கப்ப கவுண்டர் கூவிக் கத்தினார்.

நாகப்ப கவுண்டர் தோட்டத்திலிருந்து வெளிச்சம் வந்தது. ரங்கசாமி கவுண்டர் சாளையிலிருந்து ஆட்கள் ஓடி வந்துகொண்டிருந்தார்கள். நாய்கள் மூச்சைப் பிடித்துக்கொண்டு குரைக்கத் தொடங்கின. ஊருக்குள்ளிருந்த நாய்களும் குரைக்கத் தொடங்கின. காளிகோவில் பக்கமிருந்தும் ஆட்கள் கத்திக் கொண்டே ஓடி வந்தார்கள் ஊருக்குள்ளிருந்தும் நான்கைந்து குரல்கள் கேட்டன. அக்கம்பக்கமெல்லாம் கூப்பாடு எழுந்தது.

அக்கம்பக்கத்திலிருந்தவர்களெல்லாம் வந்துவிட்டார்கள். கண்ணுச்சாமியைச் சுற்றி நின்றுகொண்டு டார்ச்சு லைட்டு களை அடித்தார்கள். கண்ணுச்சாமியின் சட்டை தாறுமாறாகக் கிழிந்திருந்தது. வேட்டியில் செம்மண் திட்டுத் திட்டாய்ப் படிந்திருந்தது. இடது கடைவாயில் ரத்தம் கசிந்து வழிந்தது. தலையெல்லாம் கலைந்துபோயிருந்தது. கைகளிலிருந்த காயங் களில் பச்சைக் கறி பளபளத்தது. கண்ணுச்சாமி மெல்ல நடுங்கிக் கொண்டிருந்தான்.

“பதறாதப்பா! நானிருக்கிற. ஓம்மேலபட்ட கையெத் துண்டு துண்டா வெட்டிப் போடற. டேய்! ஆம்பளீன்னா வாங்கடா!” தங்கப்ப கவுண்டரின் குரல் உச்சத்தில் அதிர்ந்தது.

கண்ணுச்சாமியைச் சாளைக்குக் கூட்டி வந்தார்கள். வாசலில் பதினைந்துபேர்களுக்கு மேல் கூடிவிட்டார்கள். சளசளவென்ற பேச்சுச் சத்தம் களத்தில் கேட்டது. மின்னாம் பூச்சிகள் இருட்டில் மினுமினுத்து அலைந்தன. தென்னங் கீற்றுகளில் சலசலப்புக் கேட்டது.

சின்னம்மா சொம்புத தண்ணீரைக் கண்ணுச்சாமிக்குக் காட்டினாள். மடக்கென்று மூச்சு வாங்கக் குடித்து முடித்தான். கண்கள் மருண்டுபோயிருந்தன. நூல் துண்டினால் வாயையும் முகத்தையும் துடைத்துவிட்டாள் சின்னம்மா.

“மொகத்தெக் கழுவியுட்டுட்டு தொடை, சின்னம்மா!” நாகப்ப கவுண்டர் சொன்னார்.

பளிச்பளிச்சென்று முகத்தில் தண்ணீரை இறைத்துவிட்டுத் திரும்பவும் முகத்தைத் துடைத்தாள் அவள்.

"காத்தாடத் திண்ணையில் ஒக்கார வெயுங்க!"

கண்ணுச்சாமி திண்ணையில் உட்கார்ந்து சுவரில் முதுகைச் சாய்த்துக்கொண்டான்.

செங்கண்ணனும் மாரப்ப கவுண்டரும் நான்கைந்து மாதாரிகளோடு வந்து சேர்ந்தார்கள்.

"எப்பிடியிருக்குது தம்பிக்கு?" செங்கண்ணன்தான் தங்கப்ப கவுண்டரிடம் கேட்டான்.

"என்னத்தச் சொல்றது. இந்த ஊர்ல பொழைச்ச மருவாதி போச்சு! இத்தனெ காலமாச்சு ஒருத்தன் வெரல் நீட்டிப் பேசுனதில்ல! இன்னிக்கு நம்ம பேரப்புள்ள மேல கை வெச்சுப் போட்டான். மாரப்பா, என்னெக் கை வெச்சிருந்தா கூடப் பொறுத்துப்பேன். பாவம்! பேரப்புள்ள மேலெ கை நீட்டிப் போட்டானுகளே!"

"ஊரெல்லாம் வலெ போட்டுத் தேடிப் போட்டம். ஒருத்தனுந் தட்டுப்படலெ!" கையிலிருந்த கம்பை மெள்ள ஊன்றியபடிச் சொன்னான் செங்கண்ணன்.

"ஏஞ்சாமி? எப்பிடிச் சிக்குனே! என்ன ஆச்சு? பொழுது உழுந்தா நேரமே காலமே வந்துருவே. இன்னிக்கென்ன வந்தது?" சின்னம்மா கண்ணுச்சாமியின் தலையைக் கோதி விட்டபடி கேட்டாள்.

"நேரமே வந்துட்டே. பூச்சிமருந்துக் கடைக்காரரு புதுசாக் கம்பெனி வெக்கப் போறேன்னு பேச்சுக் குடுத்தாரு. பேசீட்டே அவுரு ஊட்டுக்குக் கூட்டிப் போனாங்க. நாந்தா வேண்டாமுனுட்டே. ஊருக்கு வடக்கால வாறப்ப ஆறேழுபேரு வந்திட்டிருந்தாங்க! பக்கத்துல வந்ததும் ஒருத்தெ குறுக்கால நின்னு மணி கேட்டான். இருட்டுல பார்க்க முடியாதுன்னு சொன்னே! ஏன்டா முடியாதுன்னு தப்புக்குப்புன்னு போட்டானுக. சைக்கிள உட்டுப் போட்டு ஓடியாந்தன். இழுத்துப் போட்டு அடிச்சானுக! கெடியாரத்தெப் புடுங்கீட்டானுக!" கண்ணுச்சாமிக்கு மூச்சிரைத்தது.

"எவனாவுது வலம்பசங்க அடிச்சிருப்பானுகளா,"

"இருக்கும்! அவனுகளும் நம்ம ஊருக்காரங்களெக் கைவெக்க மாட்டாங்களெ. ஏப்பா தம்பி, அவனுகள்ல ஒருத்தனக் கூட அடையாளந் தெரியலயா"

"ஒருத்தனையும் பழக்கமில்லீங்க! நான் ஓடியாரப்ப, 'கண்ணையா அவனெ உட்றாதெ புடீன்னு' சொன்னது, கேட்டுது. அப்பறம் எட்டி எட்டி ஒதைச்சானுக! தப்பிச்சு ஓடியாந்துட்டே."

"ய் . . . அப்பவே நெனைச்சே வெடிக்காரனுக்கு நாம சப்போட்டுப் பண்ணுறமுன்னு வயித்தெரிச்சல்லெ கையெ நீட்டிப் போட்டா! எல்லா அந்தக் காளியப்ப வேலெதான் இது." செங்கண்ணன்தான் ஊகமாகச் சொன்னான்.

"சமயம் வரட்டும்! துண்டுதுண்டா வெட்டிச் சாய்ச்சுப் போடறே! எம்பேரனெக் கைவெச்சானுகளா?" தங்கப்ப கவுண்டரின் குரலில் ஆத்திரமிருந்தது.

"ஊரே கூடி அவனெத் தள்ளிவெச்சும் புத்தி வரலே அவனுகளுக்கு."

"எல்லாம் போயி, என்னடா சேதீன்னு கேட்டு ராத்திரியோட ராத்திரியா அவனுகளைப் பொண்டு புள்ளையோட களப்போணும்."

"கிளப்பலாம். அவந்தா கோர்ட்டுல கேசு குடுத்துருக்கறானே!"

"இன்ஞ்சன் வேறெ வாங்கிப் போட்டான். வெடிக்காரங் கூட்டமே சொந்த பூமீன்னு காலு வெக்க முடியாதே. நாம போனா அவியளப் புடிச்சு போலீசு தொந்தரவு பண்ணுமப்பா!"

"சின்னம்மா, பேரப்புள்ளக்கி வயித்துக்கு இத்தினி குடு! அடிச்ச பக்க எங்கீன்னு பார்த்துட்டு வர்றோம்." தங்கப்ப கவுண்டர் மேல்துண்டால் முகத்தைத் துடைத்துக்கொண்டே நடந்தார்.

"பஞ்சம் பொழைக்க வந்த பசங்க! ஊரெயே ஆட்டிப் படைக்கலாமுன்னு நெனைச்சுட்டானுக! எங்கெ போயி முடீமோ தெரீல."

"ஆடட்டம், ஆடட்டும், ஆடறவரைக்கும் ஆடட்டும்!"

"பத்தாததுக்கு எங்கெங்கிருந்தோ தண்டுமுண்டுப் பசங்களெக் கொண்டாந்து வெச்சிட்டு ஆடறானுக!"

"அவனுக தோனி, ஊரையே குட்டிச் செவுராக்கிப் போட்டானுக!"

"ஒருத்தஞ் சொன்னபடி கேக்க மாட்டங்கறான். எல்லாக் குத்தகெதாரனுகளும் கோர்ட்டுன்னும் போலீசுன்னும் போறானுக! காத்தாலைக்கு ஊர்க் கவுண்டரக் கண்டு காதுல

போட்டு வெய்க்கோணும், வெடிக்காரனையும் எச்சிரிக்கயா இருக்கச் சொல்லோணும்."

"அவனுகளுக்கு ஊருல ஆரும் சப்பொட்டுப் பண்ணுல. ஊரெ அடிச்சு ஒலையில போடற பசங்கதா எக்குத்தப்பா நடக்கறானுக. குத்தவைக்குப் புடிச்சுட்டா பூமியெ சொந்தமுன்னு."

"ஊருக்கூட்டம் கூட்ட எங்க உடறானுக. சர்க்காரு, குத்தவெ கட்டாதீங்கன்னு புதுசா வேற சட்டம் போட்டிருச்சு!"

"எப்பவுமா?"

"இல்லே, சர்க்காரு சொல்லுறவரைக்கும்."

பேசிக்கொண்டே வந்தவர்கள் ஊரைத்தாண்டி வெகுதூரம் வந்துவிட்டார்கள். அங்கிருந்து சுடுகாடு பக்கமாக இருந்தது. வெள்ளையடிக்கப்பட்ட சமாதிகள் மங்கலாகத் தெரிந்தன. சுடுகாட்டுக்குப் பக்கத்தில் வரும்போது, பாதையோரமாகச் சைக்கிள் கிடப்பது டார்ச்லைட் வெளிச்சத்தில் தெரிந்தது. சைக்கிள் சக்கரக் கம்பிகள் தாறுமாறாய் வளைந்திருந்தன. ஏறி மிதித்திருக்கக் கூடுமென நினைத்தான் செங்கண்ணன். சுற்றிலும் டார்ச் லைட் அடித்துப் பார்த்தார்கள். கால்தாரைகள் அங்கேயும் இங்கேயும் தெரிந்தன.

மாதாரிகளைக் கூப்பிட்டு சைக்கிளைத் தூக்கிக்கொண்டு நடக்கச் சொன்னான் செங்கண்ணன்.

"நம்ம ஊருக்கு வந்த வாழ்வெப் பாரு! காருகதா! மோட்டார் பைப்புத்தா. வெளையறதையெல்லாம் வித்து சூறையுட்டுட்டு இருக்கறாங் காளீப்ப! எங்கிருந்து வருதோ சொந்த பந்தமெல்லாம். அப்பிடி வருது போவுது!"

"ரண்டு காசு கையில சேர்ந்தா எல்லாந்தான் வரும். அதென்னமோ காளீப்பங் கைக்குப் பூமி முக்கிமுக்கி வெளையுது."

"ஊருக்குள்ள வந்தாலே வெறைப்பு வந்துருது அவனுகளுக்கு. தலைகொளுத்துத் திரியறானுக."

"திரியட்டும்! திரியட்டும்! எத்தனெ நாளைக்குன்னு பார்க்கலாம்."

"அட, ஊர்க்கவுண்டரு தனியாக் கூப்புட்டு ஒக்கார வெச்சு ஆனவரைக்கும் சொல்லிப் பார்த்தாரு. பூமியெ வெடிக்காரனுக்கு ஒழிச்சுக் குடுத்துருன்னு. பாவம்! வெடிக்கார நொடிஞ்சு

போயிட்டா. கெணத்துல சுத்தமாத் தண்ணியில்ல. போட்ட வெள்ளாமயெல்லாங் காஞ்சு போச்சுன்னும் சொல்லிப் பார்த்தாரு. எல்லாம் கோர்ட்டுல பார்த்துக்கலாமுங்கறான்.”

“பார்க்கட்டும்! பார்க்கட்டும்! பார்க்கரெவரைக்கும் பார்க்கட்டும். அப்ப ஊரு வந்தாச்சு! அவியவிய நேரமே போயிப் படுங்க! காலமே பாத்துக்கலாம்.” திரும்பி நின்றுகொண்டு சொன்னார் தங்கப்ப கவுண்டர்.

நாலாத் திசைகளிலும் வந்தவர்கள் முணுமுணுத்தபடிப் பிரிந்தார்கள். தங்கப்ப கவுண்டர் விரைசலாக நடந்தார். சைக்கிளைத் தோள்மாற்றிப் பிடித்துக்கொண்டு மாதாரிகள் அவருக்குப் பின்னால் நடந்துகொண்டிருந்தார்கள். நாய்கள் இன்னமும் அங்கங்கே குரைத்தபடியிருந்தன.

17

வடக்குப் பார்த்து நின்றபடி கண்ணாடித் தம்ளர்களைக் கழுவிக்கொண்டிருந்தார் சாக்குப்பை நாய்க்கர். வழக்கம்போலவே கன்னத்தை வலது கையில் ஊன்றித் தெருவைப் பார்த்துக்கொண்டிருந்தார் சாமியாடி. கப்புணிச்சாமி டீயை உறிஞ்சிக் குடித்துக் கொண்டிருந்தார். மிக்சர் தின்றுகொண்டே துண்டுக் காகிதத்தில் எதையோ துருவித்துருவிப் படித்துக் கொண்டிருந்தான் குருசாமி. மாரப்ப கவுண்டரும் அய்யாவு ஆசாரியும் அப்போதுதான் டீ குடித்துக் கொண்டு சரளைக்கல் பாதையின் திருப்பத்திற்குப் போயிருந்தார்கள். பொம்மைக் கட்டை வேப்பமரத்தடியில் சிவசாமியோடு குந்தியிருந்தான். மற்றபடி கிழக்கிலும் வடக்கிலும் போகிறவர்களின் நடமாட்டம் இலேசாக இருந்தது. ஊருக்குள்ளிருந்து ரட்டைக் குத்தகையும் பீச்சாமுத்துவும் வந்து கொண்டிருந்தார்கள். எதிர்முட்டிக்கொண்ட நாகப்பனோடு கையை ஆட்டி ஆட்டிப் பேசிக் கொண்டிருந்தான் குப்பண்ணன். பச்சை மூங்கில் கத்தைகளைச் சுமந்து வந்த வலையர்கள் நாய்க்கரின் கடைக்குப் பக்கமாக இருந்த புளியமரத்தில் சாத்தி வைத்துவிட்டு டீ குடிக்க வந்துகொண்டிருந்தார்கள். கடக்கடக்கென்ற சத்தத்தோடு இடையிடையே கிறீச்சிட்டபடிச் செங்கல் வண்டிகள் கிழக்குப் பக்கமிருந்து வந்துகொண்டிருந்தன. சலசலத்து வந்த சுழிக்காற்று குப்பைகளைக் கூட்டிப் புழுதியைக் கிளப்பிக்கொண்டு மேற்குப் பக்கமாக நகர்ந்தது. அரசமரத்து இலைகள் சலசலப்போடு பளபளத்தன.

“நாய்க்கரே? நேத்திக்கு விருந்து பலந்தானா?” ரட்டைக் குத்தகை கடைக்குள் நுழைந்தபடியே கேட்டான்.

“அதேங்கேக்கறே போ! ராத்திரிப் பூரா சீரணமாவாமே படுத்துப் படுத்துப் பொரண்டுக்கிட்டிருந்தன். கட்டரை புடிக்காததுதாங் கொறை.” நாய்க்கர் சமாதானப்பட்டார். சரிந்த வயிறு தளர்ந்திருந்தது.

“ஒருக்காத் தின்னிருந்தா ஆவும்? ஓசுல கெடைக்குதுனு ஓடி ஓடித் தின்னாத் தாங்குமா? ரெண்டு கெடாயல்ல வெட்டீருந்தாங்க!”

“அதுக்கென்ன பண்ணறது! தின்னுப்போட்டு வெளிய வந்தா பாரீன் சிவரெட்டுன்னு ஒரு சானுக்குச் சிவரெட் நீட்டரானுக! வாங்கிப் பத்தவெச்சு ஊதுனா பொசுக்குனு வயிறு கொறையுது. அப்புறமும் போயித் தின்னே?” சொல்லிய நாய்க்கர் வஞ்சகமில்லாமல் சிரித்தார்.

“கள்ளுச்சாராயமெல்லாம் உண்டுன்னு சொல்லுங்க.”

“அந்தக் கருமத்த அப்பவுமா தொடுவோம். வந்திருந்த ஆளுக சாமனீப்பட்டவியளா? அஞ்சாறு கார்லயும் பத்துப் பதனஞ்சு மோட்டார் பைக்கிலயும் வந்திருந்தாங்க.”

“எல்லாமே பெரிய எடந்தானுங்களா?”

“காளியப்பனோட வக்கீலு! அவிய சினேகக்காரங்க! மலைப்பாளையத்து நடராச கவுண்டரு. வெல்லபட்டி மாரியப்ப தேவரு, கொண்டசாமி நாய்க்கரு, இடைய பாளைய வேல்முருகு அப்படி இப்படீன்னு பலவட்ட சாதிப் பெரிய மனுசருக. சிரிச்ச மொவந்தா. எத்தென பீரு, பிராந்தி, சோடாப் பாட்டலு! ஒரு சாக்கு ரம்பும். எல்லாங் கார்லயே போட்டுக்கொண்டு வந்தாங்க! ஆராரோ என்னன்னமோ பேரு சொன்னாங்க! நெனப்பு வரேங்குது. காளீப்பனச் சும்மா சொல்லப்படாது. ஒவ்வொருத்தருக்கிட்டயும் நேரிலயே என்னப் பத்திச் சொன்னான். ஏங்கொமாரசாமி?’

“கொமாரசாமியும் கறிச்சோத்துக்கு வந்தானா?”

“அவனில்லாமெ இந்த நாய்க்கம் போவ முடீமா? அப்பா. பிரியாணிச் சோறுன்னா அப்பிடியிருக்கோணும்.”

“அப்பேருப்பட்ட ஆளுகளெ எங்க சினேகம் புடிச்சாங் காளீப்ப?”

“வக்கீலு ஊட்லதா! அங்கதான் அப்பமக்க எப்பவுங் காத்துட்டுக் கெடக்கறாங்க! வரப்போவப் பழக்கமா வீட்டுது.”

"அவியளுங் குத்தகபூமிக்காரனுகளா?"

"மத்தவீளுக்கு வக்கீலுகிட்ட என்னவேல?"

"காளியப்ப ஒருபாடு காசெக் கரைச்சுக்கிட்டிருக்கறான்."

"பூமி குடுக்குது. செலவு பண்ணறான். வெடிக்காரனும் லேசுப்பட்டவனா? இருந்ததெல்லாம் தொலைஞ்சுது. இப்ப வெறகு விக்கறான். அவந்தலையில அப்பிடி எழுதியிருக்காங்க கடவுளு."

"ஊர்க்கவுண்டரு கண்ணுல கண்டாரா? தூக்கமே வந்துருக்காதே!"

"நடக்கறதெல்லாம் நடக்கட்டுமுன்னு சடிஞ்சுக்கறாரு!"

"அவம் பண்ணற அழும்பப் பார்த்து ஊரே பொருமீட்டுக் கெடக்குது."

"காத்திருந்தவம் பொண்டாட்டியே நேத்து வந்தவங்கூட்டீட்டுப் போனாங்கற கதையாவல்ல கெடக்குது."

"எள்ளு எண்ணெக் காயுதுன்னா, எலிப்புகளுக்கெ எதுக்குக் காயோணும்? அவனுக சமாச்சாரம் நமக்கெதுக்குப்பா?"

"அப்பிடிப் போன கண்ணுச்சாமியெ ஆளுவெச்சு அன்னிக்கு அடிச்சுப் போட்டாங்க. அவன் நேரம் நல்ல நேரம். இல்லீன்னா அன்னிக்கே முடிஞ்சிருப்பான்."

"தலை குனிஞ்சாக் கவுண்டரும் ஊர்க்கவுண்டரும் வெடிக்காரனுக்கு சப்போட்டுப் பேசீட்டுத் தட்டி உடறாங்கன்னு காளீப்பனுக்குக் கொமைச்சல். ஆருடா சிக்குவான்னு பார்த்திருக்கறான். தலையெ உட்டுப்போட்டு வாலெத் தட்டிப் போட்டான்."

"அவந்தா ஆளுவெச்சு அடிச்சான்னு ஆரு சொன்னா!"

"அடிபட்டவனே சொல்லறான். அடிச்சவனுக வேவத்துல மறந்து கண்ணீப்பன்னு பேரச் சொல்லிட்டான்."

"அப்பிடியா!"

"இதெல்லாம் வெளியே பேசப்படாது. பெரிய எடத்து விவகாரம்."

"ஊரெக் கூட்டி ஆரு எவடம்னு வெசாரிச்சாத் தெரிஞ்சு போவுது."

“ஊரெக் கூட்டுனா எவம் வர்றான்? ஆளுக்கொரு நோவச் சொல்லி ஊட்டுக்குள்ள மொடக்கிக்கறான்.”

“ஆச்சுப் போச்சுன்னா போலீசக் கூட்டியாறாங் காளீப்பன்.”

“ஊர்க் கவுண்டருக்கு அடி வவுறு கலங்கிப்போவுது.”

“அவனெ இப்பிடியே உட்டுட்டிருந்தா எப்பிடி?”

“வெடிக்காரனே அடங்கிப்போயிக் கெடக்கறான். சித்த சும்மா இரு! எவனாவுது காதுல கேட்டுட்டுப் போயி ஓதிப் போடப் போறான்.”

“அதுவுஞ்சரிதா! ஏ, நாய்க்கரே! காளீப்பனுக்கு நீ சப்போட்டுப் பண்ணறயா?”

“யேய்யா, நான் எதோ வெளியூருக்காரன். வவுறு கழுவ வந்திருக்கறன். எம் பொழப்புல மண்ணெ வாரிப் போட்றாதெ. நமக்கு நாலுபேரும் வேணும். ஆரு சொன்னாலுஞ் சரீன்னு தலையாட்டிக்க வேண்டீதுதே.”

“அதுவுஞ் செரிதான்.”

“வெடிக்காரன் வண்டி வருது!”

சாக்குப்பை நாய்க்கர் கடைக்கு எதிர் வசத்தில் வந்து நின்றது கட்டை வண்டி. காளைகள் வேகமாக மூச்சுவிட்டுக் கொண்டு வாலைச் சுழற்றி அடித்துக்கொண்டிருந்தன. கயிற்றை இழுத்துத் தெத்துப் படலில் இறுக்கிக்கட்டிவிட்டுக் கீழே குதித்தான் துரை. காளைகளின் கால்களிலும் குளம்புகளிலும் செம்புழுதி படிந்திருந்தது. வண்டியில் விறகுக் கட்டுக்களிருந்தன. நடுவண்டியில் இருவருக்கும் நேராகக் குந்தியிருந்தார் வெடிக்கார வேலா கவுண்டர். பின்பாரம் இல்லையென்றதால் அதைச் சரிகட்ட உட்கார்ந்திருந்த மாணிக்கம் வண்டியிலிருந்து இறங்கிநின்றுகொண்டான். வெடிக்காரர் குடித்தனம் பட்டுப் போனதிலிருந்து யாரும் அவர்களோடு சரியாக முகம் கொடுத்துப் பேசுவதில்லை. அவர்களுக்கும் யாருடனும் பேச்சுக் கொடுக்க பிரியம் வருவதில்லை. சாக்குப்பை நாய்க்கருக்கு அவர்களைப் பார்க்கிறபோதெல்லாம் கலக்கம் வரும். கப்சிப்பென்று இருந்து விடுவார்.

“நாய்க்கரே, மூணுவடை குடு! போண்டா சூடாப் போட்டிருந்தா அதுல மூணு குடு!” கடைக்கு வந்த துரை மெள்ளக் கேட்டான். அவனிடம் இப்போதெல்லாம் பழைய

முறுக்கம் இல்லை. கடைக்குள் நுழைந்து போண்டா, வடைகளைக் கொண்டு வந்து காகிதத்தில் வைத்துக் கொடுத்தார் நாய்க்கர்.

“மூணு மூணு போதுங்களா?”

“ம் . . . போதும்! மூணு டீ போடு!” சொல்லிவிட்டு வண்டிப்பக்கமாக நடந்தான் துரை.

வெடிக்காரர் ஒரு வடையையும் போண்டாவையும் எடுத்துக்கொண்டார். மாணிக்கத்திற்கும் வகைக்கு ஒன்றைக் கொடுத்துவிட்டு மீதியைத் தின்னத் தொடங்கினான் துரை. கையைத் துடைத்துக்கொண்டே கடைக்கு வந்து மாணிக்கம் தண்ணீர் வாங்கிக் குடித்தான். நாய்க்கர் கொடுத்த டீ தம்ளரை வாங்கிக்கொண்டு போய் வண்டியிலிருந்த வெடிக்காரரிடம் கொடுத்துவிட்டுத் திரும்பினான். துரையும் வந்து சேர, அவருக்கும் டீ கொடுத்துவிட்டு வண்டிப்பக்கம் வந்து வெடிக்காரர் கொடுத்த காலித் தம்ளரை வாங்கிக்கொண்டு வந்து கழுவினார் நாய்க்கர். கணக்குக் கேட்டுக் காசைக் கொடுத்துவிட்டுக் கிளம்பினான் துரை. தோலாம்பாளையத்துக்கா போறீங்க என்று கேட்க நினைத்த நாய்க்கர் போகும்போது அப்படி கேட்பது சரியில்லையென நினைத்து வாயடங்கிப் போனார்.

புழுதி பறக்க வண்டியைக் கிளப்பிப் போனான் துரை. காளைகள் இன்னமும் துடிப்பாக இருப்பதாகச் சொன்னான் குமாரசாமி. நாய்க்கர் கடையில் மழைபெய்கிறமாதிரி சலசலப்பு கூடியது. ஒவ்வொருவராகக் கிளம்பிப்போய்க் கொண்டிருந்தார்கள். நாய்க்கருக்கு ஒரு சுமை விறகு வாங்கி யிருந்தால் தேவலாமென்றிருந்தது. வலையன் தன்னாசி அதுவரை விறகு கொண்டுவரவில்லையென்பதில் நாய்க்கருக்கு அங்கலாய்ப்பு. அவன் வராவிட்டாலும் அய்யாவு ஆசாரி பட்டறையில் சக்கை வாங்கிக்கொள்ளலாமென்று நினைத்தார். வெடிக்காரர் பெருமையாகப் பிழைத்தவர். நொடிந்துபோன சமயத்தில் அவரிடம் விறகு விலைக்குக் கேட்பது அவருடைய மனசுக்கு உறுத்தலாக இருக்குமென்று நினைத்தார் நாய்க்கர்.

குமாரசாமி மாத்திரம் இன்னமும் கடையில் இருந்தான். அவன் சங்கதியெல்லாம் நாய்க்கருக்குத் தெரியும். காளியப்பனோடு அவன் ஒட்டிக்கொண்டிருப்பதெல்லாம் பவானிக்காகத்தான். பவானியின் அப்பன் மருதக் கவுண்டருக்கு அடியாட்கள் அங்கங்கே தாராளமாக இருக்கிறார்கள். அவளைக் கொண்டு போய்விடவேண்டுமென்கிற ஒரே முனைப்பு அவனுக்கு. வக்கீல் அதற்கெல்லாம் சட்டப்படி ஏற்பாடு பண்ணித் தருவதாகச் சொல்லிக்கொண்டிருக்கிறார். எப்படியாவது பவானியை வக்கீல்

வீட்டுக்குக் கொண்டுபோய்விடுவதில் குறியாயிருக்கிறான். அப்புறமாகட்டும் என்று பவானி சொல்லிக்கொண்டிருக்கிறாள். பாப்பாத்திதான் பவானியை அவ்வப்போது போய்ப் பார்த்துப் பேசிவிட்டு வருகிறாள். அவளிடம்தான் எதையும் சொல்லியனுப்புகிறான் குமாரசாமி. காளியப்பனின் சம்சாரத்தின் தம்பி கந்தசாமிதான் பாப்பாத்தியை வைத்துக்கொண்டிருக்கிறான். நேரம் கிடைக்கிறபோதெல்லாம் பாப்பாத்தி வீட்டில்தான் அவன் கிடப்பதாக அக்கம்பக்கமிருப்பவர்கள் சாடைமாடையாகப் பேசிக்கொள்கிறார்கள். பாப்பாத்தியின் அம்மாக்காரி அருக்காணி விட்டுக்கொடுத்து வாங்கித் தின்கிறாளென்று யாரோ சொல்லப் போய் வாய்ச்சண்டை பலத்தது. நடக்கிற நடப்பு பளிச்சென்று தெரிந்தாலும் அதை யாரும் கண்டுகொள்வதில்லை. காளிச்சாமி தோட்டத்துக்குத்தான் பாப்பாத்தி விடாமல் வேலைக்குப் போய் வருகிறாள். கந்தசாமிக்கும் அவன் பெண்சாதிக்கும் சரிப்பட்டு வருவதில்லை. கைக்குழந்தையோடு அப்பன் வீட்டுக்குப் போனவள் வருசத்துக்கு மேலாகியும் வாசற்படி மிதிக்கவில்லை. தன்னோடு இருக்கட்டுமென்று காளிச்சாமிதான் அவனைக் கூட்டி வந்திருக்கிறான். கந்தசாமிக்கும் கால், கையெல்லாம் அச்சில்செய்துவைத்த மாதிரியிருக்கும். கொஞ்சம் சிவப்பாய் இருப்பான். தலைமுடி கறுத்துச் சுருண்டியிருக்கும். மோட்டார் சைக்கிளில் சுற்றிச்சுற்றி வந்துகொண்டிருப்பான். அதைப் பற்றியெல்லாம் அதுவரை காளிச்சாமி கேட்டுக்கொண்டதில்லை.

“கொமாரசாமி எப்பச் சோறு போடப் போற?”

“போடலாம், போடலாம். அதுக்கு நேரம் வரோணுமே.”

“நேரம் வாரதுக்குள்ளே வாயிலிருக்கிற பல்லெல்லாம் உழுந்துருமாட்டா இருக்குது. சித்த சீக்கிரமாக காரியத்தெ முடியப்பா! நாக்குக்கு ருசியா, நாலுவாய்ச் சோறு திங்கலாம் பாரு!”

“பொறுங்க நாய்க்கரே! நீங்கில்லாம ஒண்ணும் நடக்கப் போறதில்ல.”

“அட சும்மா இரப்பா! அன்னிக்கே என்னெக் கெணத்துல போட்டு இழுத்துக் கொன்னிருப்பானுக. சித்தெ நம்ம பேரெ இழுத்துட்டறாதே.”

“என்ன நாய்க்கரே! என்னெ வெவரந் தெரியாதவன்னு நெனைச்சீட்டீங்களா? நானும் எத்தனெ சந்தெ சாடியெச் சுத்தீட்டு வாரவன்.”

“அதுக்குச் சொல்லுல. இந்த ஊருக்காரனுக ஒரு மாதிரி...”

“அதெல்லாம் அந்தக் காலத்துல. இப்ப எவனும் வாலாட்ட முடியாது! வெடிக்காரங் கதை என்னாச்சுன்னு பாத்தீங்கல்ல!”

“அதென்னமோ நெசந்தானப்பா! அன்னிக்குக் குத்தககாரனுகளெ வாட்டி வளவெடுத்தானுவ. இப்பத் திருட்டாட்டு முழிமுழிச்சிட்டு அலையறானுக. பார்க்க வவுரெல்லாங் குளுருது. நெனச்சா ஓட்டுவானுக! சரிப் போயிச் சோலியிருந்தாப் பாரு; சித்தே கண்ணசரரெ! லே, பங்காரு!” கூப்பிட்டுக்கொண்டே உள்ளே போனார் சாக்குப்பை நாய்க்கர். கடையை விட்டு வெளியே வந்த குமாரசாமிக்கு இட்டேரிப் பக்கம் போக வேண்டியிருந்தது. தெற்குப் பக்கமாய் நடக்கையில் நிழல் கிழக்கில் சாய்ந்து வெகுநேரமாகியிருந்தது.

18

கல்யாணத்திற்குக் குடும்பத்தோட காங்கயம் போயிருந்த செங்கண்ணன் தனியாக ஊருக்குத் திரும்பிவந்துகொண்டிருந்தான். பொழுது கிளம்புவதற்கு முன்னாலேயே கிளம்பி சோழந்துறையிலிருந்து முதல் பஸ்ஸைப் பிடிக்க வேண்டும். போனால்தான் ஒன்பதுமணிக்கெல்லாம் காங்கயம் போய்ச் சேர முடியும். போய்ச் சேர்ந்த பின்னால்தான் பெண்ணழைக்கப் பல்லடத்துக்கு வரவேண்டும். செல்லம்மாளையும் மயிலானையும் மாமனார் வீட்டிலேயே விட்டுவிட்டு வந்திருந்தான். காங்கயத்தில் நல்ல சாதிமாடு தலையீத்துப் போட்டது விலைக்குப் பேசியிருந்தான். முன்பணமும் கொடுத்துவிட்டான். ஆயிரத்து நூறுக்குப் பேசியிருந் தான். பணத்தை எடுத்துப்போக வந்திருந்தான். போய் மூன்றுநாளாகிறது. அம்மணியைத் தனியே விட்டுவிட்டுப் போயிருந்தான். சுப்பன் மாதாரியையும் ரங்கன் மாதாரியையும் காவலுக்குவைத்துவிட்டுப் போயிருந்தான். கல்யாணம் செல்லம்மாளின் சித்தப்பன் பையனுக்கு. செல்லம்மாள்தான் இணை உடுத்த வேண்டியிருந்தது. அம்மணியைக் கூப்பிட்டுப் பார்த்தாள் செல்லம்மாள். பிடி கொடுக்காமல் அதையும் இதையும் சொல்லி மழுப்பி விட்டாள். அம்மணியையும் ஒருவாட்டி பார்த்த மாதிரியிருக்குமென்றுதான் செங்கண்ணன் வந்தான். அம்மணியை அதுவரை அவன் இப்படியெல்லாம் தனியாக விட்டுப் போனதில்லை. அவளும் இந்த மாதிரி சமயங்களில் தோட்டத்தோடு நின்றதில்லை.

அரசமரத்துக் கிளைகளில் தெருவிளக்கு வெளிச்சம் பட்டு மினுமினுப்பது தெரிந்தது. அய்யாவு ஆசாரி பட்டறைக்கு எதிரிலிருந்த புளிய மரக்கிளைகளில் நெருப்புத் தொங்குவது மாதிரி விளக்கு தெரிந்தது. தோட்டமொன்றில் நாய்கள் குரைப்பது கேட்டது. சரளைக்கல் பாதையோரத்திலிருந்த நடைத் தடத்தில் வேகுவேகென்று நடந்துகொண்டிருந்தான். கடைசியாக சோழந்துறைக்கு வருகிற பஸ்ஸில்தான் வந்து சேர்ந்தான். முன்னேயும் பின்னேயும் பார்க்கையில் ஆள் நடமாட்டம் எதுவுமில்லையெனத் தெரிந்தது. கண்ணுச்சாமி அடிபட்டதிலிருந்து யாருக்கும் தனியாக வருவதென்றால் கொஞ்சம் கலக்கம்தான். காளிச்சாமியின் நடப்பெல்லாம் கவலை தருவதாகவே இருந்தது. அவன் யாரையெல்லாமோ கூட்டி வந்து ராத்தங்கல் போடுவதாக ஊரெல்லாம் பேசிக்கொள்கிறார்கள். ஒருநாளைப் போலவே என்றைக்கும் இருக்காது என்று சொல்லிக்கொள்கிறார்கள். கருக்கு விருக்கென்றுதான் ராத்திரி களில் போய்வர வேண்டியிருக்கிறது. முன்னைப் போல பெண்டுபிள்ளைகளைத் தனியாக விட்டுவிட்டு யாரும் தூரந்தொலையென்று போவதில்லை. சோழந்துறைக்குச் சினிமாவுக்குப் போகிறவர்கள்கூட ஒண்டி சண்டியாய்ப் போய் வருவதில்லை. செங்கண்ணன் நடக்கையில் பலதையும் யோசித்துக்கொண்டிருந்தான். இரண்டாவது ஆட்டம் சினிமாப் போட்டிருக்கக் கூடுமெனத் தோன்றியது அவனுக்கு.

ஊருக்குள் நுழைகையில் சாக்குப்பை நாய்க்கர் கடைப்பக்கமாய்ப் படுத்துக்கிடந்த நாய் தலையைத் தூக்கி முறுவிவிட்டுப் படுத்துக்கொண்டது. அரசமரத்து இலைகளின் சலசலப்பைத் தவிர வேறு சத்தம் இல்லை.

இட்டேரியில் இறங்கி நடக்கையில் மின்னாம் பூச்சிகள் நெருப்புச் சிதறுகிற மாதிரி அங்கேயும் இங்கேயும் தெரிந்தன. தென்னங்கீற்றுகள் சரசரத்தன. ஒற்றையபடிப் பாதையில் திரும்பித் தோட்டத்துப் பக்கம் பார்த்து நடந்தான். கையில் டார்ச் லைட் இல்லாமலிருந்ததில் வருத்தம் அவனுக்கு. வழியில் பூச்சி புழுக்கள் நெளிந்து மிதித்துவிட்டால் வேண்டாத வினையை வருந்தி வாங்கிக்கொண்டதாகிவிடுமென நினைத்தான்.

தூக்கம் போடுபவர்களைச் சிரமப்படுத்தக் கூடாதென மெள்ள நடந்த செங்கண்ணன் கட்டுத்தரைப் பக்கமாகப் பார்த்தான். மாதாரிகள் யாரையும் காணோம்! வாசல்பக்கமாகப் பார்த்தான். மாதாரிகள் யாரையும் காணோம்! வாசலில் படுத்துக்கிடக்கிறார்களாவெனப் பார்க்க, அங்கேயும் காணோம். வாசல்படியில் ஏறி நின்று ‘அம்மணி’ எனக் குழைந்தபடி

சத்தங் கொடுத்தான். சத்தம் போட்டுப் பார்த்ததில் கதவு திறக்கப்படாததில் கொஞ்சம் எரிச்சல் அவனுக்கு. கதவின் நாதாங்கியைப் பிடித்துத் தள்ளியபோது செங்கண்ணனுக்குக் குபீரென்றது. வெளிப்புறமாகத் தாளிட்டிருந்தது கதவு. கதவைத் திறந்து உள்ளே பார்த்தவனுக்கு ஆசாரம் விரோச்சென்றிருந்தது தெரிந்தது. விளக்கைக்கூட அணைக்காமல் அம்மணி எங்கே போயிருப்பாளென்ற குழப்பம் செங்கண்ணனுக்கு.

களத்து விளக்கு வெளிச்சத்தில் நடந்தபடி கிணற்றுப் பக்கமாகப் பார்த்தான். சத்தம் போட்டுக் கூப்பிட்டால் அக்கம் பக்கத்துக்காரர்கள் என்னவோ ஏதோவென்று அடித்துப் பிடித்துக் கொண்டு வந்துவிட்டால் நாலுபேச்சுக்கு இடமாகுமென நினைத்துத் தட்டுப் போருக்கும், தென்னங் கழுந்துக் குட்டுக்கும், கரும்புச் சருகுப் போருக்கும், பக்கமாகத் தேடினான். வடகிழக்கு மூலையிலிருந்த சாமைப் புல் கோம்புப் பக்கம் முணுமுணுப்புச் சத்தம் கேட்டதும், செங்கண்ணனுக்குச் சுருக்கென்று தோன்ற டார்ச் லைட்டை எடுத்து வர நினைத்தவனாய் நெருங்குகையில் புல்லின் சரசரப்பும் முனகலும் சிரிப்பும் கேட்டது. ஓசைப்படாமல் நடந்த செங்கண்ணனுக்குப் புல்லின்மேல் இரண்டுபேர் படுத்துக் கிடப்பது மாத்திரம் தெரிந்தது.

“ஆர்ராது?” அப்படியே நின்றபடிக் கத்தினான் செங்கண்ணன்.

ஒரு கணத்தில் சரசரவென்ற சத்தத்தோடு ஆள் எழுந்து வேட்டியை மடித்துக் கட்டிக்கொண்டே தோட்டத்திற்குள் இறங்கி காளிகோவில் பக்கமாய் ஓடுவது தெரிந்தது. செங்கண்ணனும் வேட்டியை மடித்துக் கட்டிக்கொண்டு ஓட நினைத்தான். முழங்கால்வரை உயர்ந்திருந்த சேலையை இறக்கிவிட்டு மாராப்புச் சேலையைச் சரிசெய்தபடி மெள்ள எழுந்தாள் அம்மணி. அம்மணிக்குத் தலைமுடி கலைந்திருந்தது. அதை மெல்ல உதறிக் கோடாலி முடிச்சுப்போட்டுக்கொண்டே தோட்டத்துச் சாளைக்கு நடந்தாள் அம்மணி. செங்கண்ணனுக்கு உடம்பெல்லாம் பதறியது. ஒருவர் முகத்தை ஒருவர் பார்க்கக் கூசினார்கள். செங்கண்ணன் அவளுக்குப் பின்னால் மெள்ள நடந்தான்.

அம்மணி கதவைத் திறந்துகொண்டு நுழைந்து ஓரமாய்ச் சாய்த்துவைத்திருந்த பாயை எடுத்து விரித்துப்போட்டாள். விசுக்கென அம்மணியின் தலைமுடியைப் பிடித்துப் பலம் கொண்ட மட்டும் அவளுடைய பின்பக்கத்தில் உதைத்துத் தள்ளினான் செங்கண்ணன்.

“ஐயோ! அம்மா!” என்று கத்தியபடியே மெல்ல எழுந்தாள் அம்மணி.

அம்மணியைப் புரட்டிப் புரட்டி உதைத்தான் செங்கண்ணன். ஓங்கி ஓங்கிக் குத்தினான். அடியையும் உதையையும் வாங்கிக்கொண்டே அம்மணி புரண்டாள். மயிரைப் பற்றிப் பிடித்துக்கொண்டே சுழற்றிச் சுழற்றி அம்மணியைக் கண்ட மேனிக்கு உதைத்தான்.

"அண்ணா! முடியெ உட்டுப் போடு! உசுரு போற மாதிரி வலிக்குது!" வலி தாளாமல் அம்மணி கெஞ்சினாள். செங்கண்ணன் முடியை விடவில்லை.

"ஏலெ புள்ளெ! ஒன்ன அவுசாரியாப் போறதுக்கா இப்பிடி வளர்த்துனே. ஒன்னெத் தாயி தகப்பனில்லாத புள்ளைன்னு கை தொடாம வளத்துனது, இதுக்கா? ஊருக்குள்ள தலைகுனிஞ்சு நடக்காதவன, எழுசாப் பேசறதுக்கு வெச்சிட்டயா? எத்தென மாப்பள கொண்டாந்த? இப்பக்கூட ஒரு நல்ல எடமாப் பார்த்துப் பேசிப் போட்டு வந்திருக்கறே. சொல்லிப்போடு, எத்தனெ நாளா இப்படி?"

"இன்னிக்குதாண்ணா! தெரியாத பொழயா பாவி பண்ணிப்போட்டடன்."

"அப்பஊன்னா கூடப் படுத்திருந்தவ ஆரு?"

"இப்பச் சொல்லமாட்ட. வாக்குக் குடுத்துட்டே. நேரங்காலம் வர்றப்ப சொல்றன்."

"அப்பிடியென்ன புருசன் இனிக்கறானா ஒனக்கு? எங்க போனானுக அந்தச் சக்கிலிப்பசங்க!"

"நாந்தா ரண்டாவுது ஆட்டத்துக்குச் சினிமாவுக்குப் போவச் சொன்னே!"

"வரட்டும். அவனுகளெப் பேசிக்கறே. கையெக் கால ஒடச்சுக் கெடையில் போட்றன். மருவாதியாக் கேக்கறன் சொல்லிப்போடு! ஒங்கூடக் கெடந்தவன் ஆரு? அவனையே புடிச்சு ஒனக்கே கட்டி வெக்கற, சொல்லு!"

"நேரம் வரட்டு, சொல்லறேன்?"

"இப்பச் சொல்லலீன்னாக் கொன்னே போடுவன்."

"கொன்னாலும் சேரி! நானிப்பச் சொல்ல மாட்டன்?"

"லே புள்ளே, அம்மணி! ரண்டு பேரும் ஒரே குடல்ல இருந்து வந்தவங்கதா! நெனச்சிட்டுப் பேசு!"

"நாந்தாஞ் சொல்றனே இப்ப மாட்டேன்னு."

வேகமாகக் கதவைத் திறந்துகொண்டு வந்த செங்கண்ணன் இரவாரத்தில் செருகிவைத்திருந்த சாட்டையை எடுத்துக் கொண்டு திரும்பிக் கதவைத் தாழிட்டான்.

"அவன் ஆருன்னு இப்ப சொல்லு!"

"சொல்லமாட்டே; சொல்ல மாட்டே!"

"முழுவாமக் கிழுவாமெ இருக்கறயா?"

"இன்னிக்குத்தா ஏமாந்துபோச்சுன்னு சொன்னனே."

"சொல்லிப் போடு! மனசுலயே வெச்சுக்கற. ஆரையும் ஒண்ணு செய்ய மாட்டே!"

"சொன்னாக் கொன்னு போடுவே! வெறி புடிச்சுட்டு திரியற நீ! நேரங்காலம் வாரப்ப அவியளே வருவாங்க!"

"லே புள்ளே! இப்பச் சொல்றயா இல்லே!"

"சொல்ல மாட்டேன், அடிக்காதெ! நாஞ் செத்துப் போவன்."

"ஒன்னெ வெச்சுட்டு மானங்கெட்றதவுட, கொன்னுட்டு மருவாதியாப் பொழைக்கலாம்! சொல்லிப் போடு!"

"ஐயோ, என்னெ உட்றண்ணா, நாஞ் சொல்லுலே!"

"சொல்லு! சொல்லு புள்ளே!" செங்கண்ணன் வெறியோடு சாட்டையை வீசினான். பலம் கொண்ட மட்டும் சாட்டை வாரிலும், சாட்டைக் குச்சியிலும் மாறி மாறி அடித்தான். "ஐயோ! ஐயோ!" வென அம்மணி ஆசாரமெல்லாம் புரண்டாள். செங்கண்ணன் அடிப்பதை நிறுத்திவிட்டுக் கேட்டான்:

"இப்பவாவுது சொல்லு! உட்றேன்!"

"எப்பவுஞ் சொல்ல மாட்டன்!" அம்மணியின் குரலில் கடுமை தெரிந்தது.

"இரு வர்றேன்! ஒரே வெட்டா வெட்டிக் கண்ட துண்டமாக்கிப் போடறேன்." செங்கண்ணன் சொல்லிக்கொண்டே தெற்குப் பக்கமாக இருந்த கதவைத் திறந்தான்.

விருக்கென எழுந்த அம்மணி கதவைத் திறந்துகொண்டு வாசலில் இறங்கினாள். சேலையை வேகவேகமாக இறுக்கிக் கட்டிக்கொண்டாள். முந்தானையை இழுத்து வரிந்து கட்டிக் கொண்டு ஓடத் தொடங்கினாள். கொடுவாளோடு வந்த செங்கண்ணன், அம்மணி தோட்டத்திற்குள் இறங்கிக் காளி கோயிலைப் பார்த்து ஓடுவதைக் கண்டான். வேட்டியை மடித்துக்கட்டிக்கொண்டு கதவைத் தாழிட்டான். திரும்பவும்

கத்தியை எடுத்துக்கொண்டு அம்மணி ஓடுகிற பக்கமாக ஓடினான். மூச்சு வாங்கியது செங்கண்ணனுக்கு. அம்மணி ஓடிக்கொண்டிருப்பது பளிச்சென்று தெரிந்தது. எட்டிப் பிடித்து விடுகிற வேகத்தில் ஓடினான். காளிகோயில் கிணற்றுப் பக்கமாகப் பரக்கப் பரக்க ஓடினாள் அம்மணி. செங்கண்ணனுக்குப் குபீரென்றது. அம்மணி கிணற்றில் விழுகிற சத்தம் தொபீரெனக் கேட்டது. கையிலிருந்த வெட்டரிவாளைப் பொட்டென்று கீழே போட்டான். கைப்பிடிச் சுவரில்லாத பழைய கிணறு வெகுநாளாய்க் கவனிப்பாரில்லாமல் கிடந்தது. செங்கண்ணன் கிணற்றடிக்கு வந்தபோது தண்ணீர் அலையடிக்கிற சத்தம் பலமாகக் கேட்டது. செங்கண்ணனுக்கு உடம்பெல்லாம் உதற லெடுத்தது. கிணற்றில் இருட்டு முடங்கிக் கிடந்தது. சுற்றிலும் முள் செடிகள். காளிகோவில் மைதானத்துக்குப் பக்கமிருந்த ஊஞ்சமரத்தில் தொங்கிக்கொண்டிருந்த மணி காற்றுக்கு ணங்... ணங்கென்று ஓசையெழுப்பிக்கொண்டிருந்தது.

செங்கண்ணன் நிதானத்துக்கு வந்தபோது பதறினான். திரும்பிச் சாளைக்கு ஓடினான். கால்களில் முள்புதர்கள் அழுத்தமாகக் கீறிய எரிச்சலோடு வீட்டுக்குள் புகுந்து டார்ச் லைட்டை எடுத்துக்கொண்டு திரும்பினான். ஓட்டமும் நடையுமாய்க் கிணற்றடிக்குத் திரும்பி டார்ச்லைட்டைப் போட்டுப் படியில் மெள்ள இறங்கினான். பாசி படிந்த அழுக்குநீர் மாத்திரம் மெள்ள தளும்பியபடிக் கிடப்பதை மட்டும் செங்கண்ணனால் பார்க்க முடிந்தது. அப்படியே படியில் குந்திய செங்கண்ணனுக்குத் தலை கிறுகிறுத்தது. கண்களை மூடித் தலையைப் படியில் சாய்த்துக்கொண்டான். நேரமாக ஆக விசும்பி விசும்பி அழுதான். திரும்பத் திரும்பக் கிணற்றுக்குள் லைட்டைப் போட்டுப் பார்த்தான்.

மெள்ள எழுந்து படியில் ஏறிக் கிணற்று மேட்டுக்கு வந்தவன் கோவில் மைதானத்தைக் கடந்து ஊரை நோக்கி ஓடினான்.

ஊருக்குள் நுழைந்ததும் ஓட்டத்தைத் தளர்த்தி நடந்தான். அங்கங்கே நாய்கள் குரைத்தன. விநாயகர் கோவில் சந்தில் இறங்கிப் பெரியசாமி கவுண்டர் வீட்டுக்குள் நுழைந்தான். கட்டிலில் வழக்கம்போலவே சலனமில்லாமல் படுத்துத் தூங்கிக் கொண்டிருந்தார் அவர். 'ஐயா!' வென்று விட்டுவிட்டுக் கூவினான் செங்கண்ணன். ஊர்க்கவுண்டரின் பேரன் மணிதான் சவலாத்தை விசுக்கென்று விலக்கிப் பார்த்தான். பெரியசாமி கவுண்டரை எழுப்பினான். அவர் முறுவிக்கொண்டே எழுந்து கட்டிலில் உட்கார்ந்தார். மணி விளக்கைப் போடவும் ஊர்க்கவுண்டரின் கால்களில் அப்படியே விழுந்தான் செங்கண்ணன். விக்கி விக்கி அழுதபடியே நடந்ததைச் சொல்லி முடித்தான்.

“காரியத்தெக் கெடுத்துப் போட்டியே! மசைப் பயலே!” பெரியசாமி கவுண்டர் விரல்களால் கண்களைத் தேய்த்துக் கொண்டு எழுந்தார்.

வீட்டுக்குள் போய் விளக்கு மாடத்திற்கு முன்னால் நின்று இரண்டு கைகளையும் கூப்பிக் கண்களை மூடினார். கொஞ்சம் விபூதியை எடுத்து நெற்றியில் இட்டுக் கொண்டு வெளியே வந்து கட்டிலுக்கடியிலிருந்த டார்ச்லைட்டை எடுத்துக்கொண்டு படியிறங்கினார்.

செங்கண்ணனும் மணியனும் அவரைத் தொடர்ந்து நடந்தார்கள். ஊர்க்கவுண்டரின் செருப்புச் சத்தம் அவர் நடக்க நடக்கக் கூடியது.

விநாயகர் கோவில் மண்டபத்தில் படுத்துக்கிடந்த அருணப்ப கவுண்டரையும் மாரப்ப கவுண்டரையும் எழுப்பிவிட்டார் ஊர்க் கவுண்டர். வீடு தோட்டமென்றிருந்தாலும் அவர்கள் முடங்கிக்கொள்வதென்னவோ கோவில் மண்டபந்தான். வெகுகாலமாகவே இது நடந்துவருகிறது. மணியனைப் பார்த்து அய்யாவு ஆசாரியைக் கூட்டி வரும்படிச் சொன்னார் ஊர்க்கவுண்டர். தூக்கக் கலக்கத்தோடு கோவில் மண்டபத்தில் விக்கித்து அவர்கள் நின்றுகொண்டிருந்தார்கள்.

“ஒண்ணு சொல்றங்கேளுங்க! பலமான ஓசனதான். ஆனது ஆவிப் போச்சு! இந்நேரம் பொணம் மேலே வந்திருக்கும். சட்டு புட்டுன்னு ஆளுக்கொரு வேலையெப் பாத்தா வெடியறதுக்குள்ளே சுட்டுப் போடலாம். செங்கண்ணா, காலமே மப்பு மப்பலா இருக்கறப்ப ஊரெ உட்டுக் கிளம்பிப் போயிரு! ஒரு பத்துநாள் கழிச்சு வந்தாப் போதும். காளீப்ப காதுல உழுந்தா இதுதா சமயமுன்னு போலீசத் தட்டியுட்ருவான். வம்பா போயிரும்.”

அய்யாவு ஆசாரியும் மணியும் வந்து சேர்ந்தார்கள். வழியிலேயே மணி விவரத்தைச் சொல்லியிருந்தான். கிலியடித்துப் போய் விழித்துக்கொண்டிருந்தார் அய்யாவு ஆசாரி.

“அய்யாவு தலைச் செமையில் ஓங்கட்ட இருக்கற எருவயெல்லா சுடுகாட்டு மறப்புக்குக் கொண்டு போயிச் சேத்துப்போடு! இப்ப சொன்னதுதான்! பத்தரம். மூச்சு உடப்படாது, கையோட, இருக்கற ராந்தலெண்ணெய்யைக் கொண்டுபோயி வெச்சிரு. கொஞ்சநேரத்துல வந்துருவம்.”

அய்யாவு ஆசாரி வேகமாகப் பட்டறைக்குப் போனான். மணியையும் துணைக்கு அனுப்பிவைத்தார் ஊர்க்கவுண்டர்.

“தோட்டத்துல சக்கிலிப் பசங்க வந்திருப்பாங்களா?”

"ஒரு பாடு நேரமாச்சு! கோழி கூப்படப் போவுது! வந்திருப்பானுக! தோட்டத்துப் பக்கமா நாய் சள்சள்ளுன்னு குலைக்குது."

ஊர்க்கவுண்டர் பெரியசாமி விர்விர்ரென்று நடந்தார்.

அந்த வயதிலும் அவருக்கு வீரியமிருந்ததைக் கவனித்தான் செங்கண்ணன்.

செங்கண்ணன் சாளைக்கு அவர்கள் வந்து சேர்ந்த போது சுப்பனும் ரங்கனும் கட்டுத்தரையில் போர்த்துப் படுத்திருந்தார்கள். "அவனுகளெ எழுப்பியுடு செங்கணா! ஒண்ணும் பேசாதே. எல்லா நாஞ் சொல்லிக்கறே!" பெரியசாமி கவுண்டர் நிதானமாகச் சொன்னார்.

அவர்களுக்குப் பக்கமாய்ப்போய் நின்ற செங்கண்ணன் சுப்பனைக் குனிந்து கூப்பிட்டான். அவனோடு ரங்கனும் வாரிச் சுருட்டிக்கொண்டு எழுந்தான். பெரியசாமி கவுண்டர் நெருக்கமாக வந்து நின்று,

"ரண்டு பேரும் நீஞ்சுவீங்களாடா?"

"நீஞ்சவுங்க சாமி!"

"அப்ப ஒண்ணு செய்யுங்க! அஞ்சாறு தாவு சாமெப்புல்ல அள்ளி வண்டீல போட்டுட்டு வாங்க! செங்கணா சாக்கு எடு!"

சுப்பனும் ரங்கனும் வேகமாக நடந்து சாமைப்புல் கோம்புப் பக்கமாகப் போனார்கள். செங்கண்ணன் வீட்டிற்குள் நுழைந்தான். அவனுடைய ஒடம்பு அவனறியாமலே நடுங்கிக் கொண்டிருந்தது. அட்டாலியில் போட்டிருந்த சாக்குக் கட்டை எடுத்துக்கொண்டு வந்தான்.

சுப்பனும் ரங்கனும் வண்டிப் பக்கமிருந்து வந்து திருதிருவென்று விழித்தார்கள்.

"சாக்கெக் கொண்டு போயி வண்டீல போடுங்க. எருத்துப் புடிச்சு வண்டியெப் பூட்டிக் காளியாத்தா கோயிலுக்கு ஓட்டீட்டு வரோணும். தடத்துல வழியுல ஆராவது தட்டுப் பட்டு என்ன எவடம்னு கேட்டா மூச்சு உடப்படாது. வண்டியெ மொல்லவே ஓட்டியாறோணும். இப்பச் சொன்னதுதான்! மனசுல போட்டுகிட்டுக் காரீத்தச் சுலுப்பா முடிக்கோணும். போங்கடா சீக்கிரமா!" மெதுவாகச் சொல்லிகொண்டே வாசல் பக்கமாக நகர்ந்தார் ஊர்க்கவுண்டர். ரங்கனும் சுப்பனும் கட்டுத் தரைக்குள் போனார்கள். பல்லி கிச்சுக்கிச்சென்று கத்தியது.

மாரப்ப கவுண்டரும் அருணப்ப கவுண்டரும் வாயடைத்துப்போய் அவருக்குப் பக்கமாக நின்றார்கள்.

"செங்கண்ணா! சல்லெக் கொக்கியிருந்தா எடுத்துக்க கெணறு அலாசறதுக்கு ஆவும்!"

களத்தில் வண்டி கிளம்பிக்கொண்டிருந்தது. "செங்கணா இருக்கற ராந்தலெண்ணையெ எடுத்துட்டுக் கதவப் பூட்டீட்டு நட!"

கட்டுத்தரை விட்டத்திலிருந்த சல்லைக் கொக்கியை உருவிக் கொண்டு வந்து பந்தலில் சாய்த்துவைத்துவிட்டு, வீட்டுக்குள் போனான் செங்கண்ணன்.

அவன் திரும்பிவந்து கையிலிருந்த தகர டின்னைத் திண்ணையில் வைத்தான். கிச்சாம்பட்டையில் டார்ச் லைட் இருந்தது. டின்னை அருணப்ப கவுண்டர் எடுத்துக்கொண்டார். கதவைப் பூட்டி வாசலை விட்டுச் செங்கண்ணன் இறங்கவும், மருதப்ப கவுண்டர் சல்லைக் கொக்கியை எடுக்கவும் சரியாக இருந்தது.

"செங்கணா முன்னுக்கு நட! சுலுவாப் போற மாதிரி பாரு! நேரமாவுது. தண்ணி பாய்ஞ்ச காட்டுல நடக்காதெ!" பெரியசாமி கவுண்டர் சொல்லவும், செங்கண்ணன் நடக்கத் தொடங்கினான்.

அவர்கள் காளிகோவிலுக்கு முன்னால் வரவும், மேற்குப் பக்கமாக வண்டிச் சத்தம் மெல்லக் கேட்டது

"வந்துட்டானுக! செங்கண்ணா மனசு தைரியமில்லீனா மேலயே நின்னுக்க? நாங்க எறங்கிப் பார்க்கறம். மாதாரிப் பசங்களெ வெச்சு சவத்தெ மேல கொண்டாந்தர்றம்."

"ஐயா மனசு படக்குப்படக்குனு அடிச்சுக்குது. பாவி சண்டாளி இப்பிடிச் செய்யுவான்னு நான் நெனைக்கலயே! கைகாலெல்லாம் நடுங்குது பாருங்கய்யா!"

"செரிச்செரி! அழுவாத கண்ணா. எனக்கும் நெதானம் இல்ல, அருணப்பா! மாரப்பனோட கூடப் போ! சவத்தக் கையில தொட வேண்டா. அவனுகளெ உட்டே மேல கொண்டாந்துருங்க! எறங்கி நின்னுட்டு ஓசன பண்ணப்படாது. சவம் மேல வல்லீன்னா மாதாரிப் பசங்களை எறக்கியுடுங்க! பத்தரம்."

வண்டி வந்து நின்றதும், சுப்பனையும் ரங்கனையும் கூப்பிட்டான் செங்கண்ணன்.

“டேய், பசங்களா! இதெ ஆருகிட்டயும் வாயி தொறந்து சொல்லப்படாது. அருணப்பனும் மாரப்பனும் கெணத்துக்குள்ள எறங்கி நின்னுப்பாங்க. அவிய சொல்றபடி கேட்டு உள்ளே கெடக்கற சவத்தெ மேலெ பதனமாக் கொண்டு வரோணும். சுடியாக் காரியத்தெப் பாருங்க!”

“கையில எதுக்கும் சாக்கெ எடுத்துட்டுப் போங்க! தூக்கப் புடிக்கத் தோதா இருக்கும் பாரு!” செங்கண்ணன் சொல்லவும் வண்டிப் பக்கமாக நடந்தான் ரங்கன் மாதாரி.

கிணற்றுமேட்டில் பெரியசாமி கவுண்டரும் செங்கண்ணனும் நின்றுகொள்ள, மாதாரிகள் முன்னேயும் அருணப்ப கவுண்டரும் மாரப்ப கவுண்டரும் பின்னேயும் இறங்கினார்கள். கிணற்றுக்குள் வெளிச்சம் சுழன்று சுழன்று அலைந்தது. அருணப்ப கவுண்டர் கையிலிருந்த டார்ச் லைட்டை வாங்கிக்கொண்டான் சுப்ப மாதாரி. மாரப்ப கவுண்டர் சல்லைக் கொக்கியை ஊன்றி மெள்ள இறங்கினார்.

“நடுக் கெணத்துல குப்பறக் கெடக்குதுங்க சாமி!” சுப்பன் மாதாரி சொல்லிக்கொண்டே கிணற்றுச் சுவரில் கையை ஊன்றி டார்ச்லைட்டை அடித்தான்.

“ஆரு எறங்கி நீஞ்சறவன்?”

“சாமீ, ஒரே பாசமாக் கெடக்குதுங்க!”

“கொக்கிக்கு எத்துமுன்னாப் போட்டு இழுங்க! பாவி எப்பிடிக் கெடக்கறான்னு பாரு!” சொல்லிக்கொண்டே அங்கலாய்த்தார் அருணப்ப கவுண்டர்.

“இந்தா கொக்கியெப் போட்டு இழு! டேய் ஒடம்புல காயம் பட்டறப் போவுது. கெவனமா இழுக்கோணும்!” சல்லைக் கொக்கியை நீட்டினார் மாரப்ப கவுண்டர்.

அதை வாங்கிக் கொண்ட சுப்பன் மாதாரி டார்ச்லைட்டை மாரப்ப கவுண்டரிடம் கொடுத்தான். மாரப்ப கவுண்டர் டார்ச்லைட்டை அடித்தார். சல்லைக் கொக்கியை நீட்டினான் சுப்பன் மாதாரி. கொஞ்சம் தள்ளிக்கிடந்தது சவம். படியைப் பிடித்துத் தண்ணீரில் சலக்கென இறங்கி நீந்திக்கொண்டே ஒரு கையால் சல்லைக் கொக்கியை வாங்கினான். தமுக்தமுக்கென்று சத்தம் கேட்டது. ஒரு கையால் படியைப் பிடித்துக்கொண்டு, தண்ணீருக்குள் எட்டி நின்றபடி, கொக்கியை நீட்டினான். கொக்கி சவத்தின் சேலையில் கோத்துக்கொள்ள மெள்ள இழுத்துச் சல்லையை அருணப்ப கவுண்டரிடம் கொடுத்தான் சுப்ப மாதாரி. ரங்கன் கைகொடுத்து அவனைத் தூக்கிவிட படியில்

கால்வைத்து எம்பி மேலே வந்தான். சவத்தைப் படிக்கட்டுப் பக்கமாய் மாறிமாறி இழுத்தார்கள்.

சவம் பக்கத்தில் வரவும் அருணப்பக் கவுண்டருக்குக் கையும் காலும் வெலவெலப்புத் தட்டியது.

விரித்திருந்த பெரிய சாக்கில் சவத்தை இழுத்துப் போட்டு ஆளுக்கொரு பக்கமாய்ப் பிடித்துத் தூக்கிக்கொண்டு மேலே வந்தார்கள். படிகளிலிருந்த சரளைக் கற்கள் கிணற்றுத் தண்ணீரில் விழுந்து சப்தமெழுப்பின.

கிணற்று மேட்டுக்கு வந்ததும் ஐயோவென்று தலையிலடித்துக் கொண்டு அழுதான் செங்கண்ணன். அவனைக் கடிந்து கொண்ட ஊர்க்கவுண்டர், சவத்தை வண்டியிலேற்றிப் புல்லைப் போட்டு மூடச் சொன்னார். சுப்ப மாதாரியும் ரங்க மாதாரியும் சவத்தை வண்டிக்குத் தூக்கிப்போனார்கள். அருணப்ப கவுண்டரையும் மாரப்ப கவுண்டரையும் வண்டிக்குப் பின்னால் வரச் சொல்லிவிட்டு செங்கண்ணனைக் கூட்டிக்கொண்டு விறுவிறுவென்று முன்னால் நடந்தார் ஊர்க்கவுண்டர். வழியில் யாரும் தட்டுப்படவில்லை. மேற்கு வளவில் ஒரு சேவல் மட்டும் இரண்டு தடவை கூவிவிட்டு அடங்கிக்கொண்டது.

மணியும் அய்யாவு ஆசாரியும் பட்டறைக்கு முன்னால் காத்துக்கொண்டிருந்தார்கள். மலைக்காற்று சில்லென்று உறைத்தது. வண்டி கடக்கடக்கென்றபடி மெள்ள வந்துகொண்டிருந்தது.

“அய்யாவு கொரடு இருந்தா எடுத்துட்டு சுடியா வந்துசேரு!” சொல்லிக்கொண்டே விறுவிறுவென்று நடந்தார் ஊர்க்கவுண்டர்.

சுடுகாட்டின் கிழக்குப் பக்கத்தில் பிணக்குழியைக் கால்களால் நாய்கள் பறித்துக்கொண்டிருக்கிற சத்தம் கேட்டு டார்ச்லைட்டை அடித்தான் செங்கண்ணன். வாயைத் திறந்து பல்லைக் காட்டி விறைத்துப் பார்த்து முறுவிவிட்டு நாய்கள் திக்காலுக்கொன்றாக ஓடின.

மறைவாக எருக்களைக் கொட்டி வைத்திருந்தார் அய்யாவு ஆசாரி. மரச்சக்கைகளும் ஒரு கட்டு விறகும்கூடக் கொண்டு வந்து போட்டிருந்தார்கள். மண்குடத்தில் தண்ணீர் கொண்டு வந்து, சேறு கலக்கியிருந்தார்கள். பெரியசாமி கவுண்டருக்கு அய்யாவு ஆசாரியைப் பற்றி எப்பவுமே நல்லபிப்ராயம் இருந்தது.

மளமளவென்று விறகுகளை அடுக்கினார்கள் மாதாரிகள். ஆளுக்கொன்றைச் செய்துவிட்டுச் சவத்தைத் தூக்கி வந்து கிடத்தினார்கள். பறையரைக் கூட்டி வந்திருந்தால் கிரமப்படி ஒவ்வொன்றையும் சரியாகச் செய்திருக்கலாமெனத் தோன்றியது

ஊர்க்கவுண்டருக்கு. சாவகாசமாய்ச் செய்கிற விசயமில்லை யென்பதை நினைத்துச் சமாதானப்பட்டுக்கொண்டார்.

"கால்ல கழுத்துல கெடக்கறதையெல்லாம் வெட்டி எடுத்துப் போடு!" அய்யாவு ஆசாரிக்கு ஊர்க்கவுண்டர் சொன்னது அப்போதுதான் பிடிபட்டது.

காலிலிருந்த கொலுசுகளை வெட்டி எடுத்துச் செங்கண்ண னிடம் கொடுத்தார் அய்யாவு ஆசாரி. கழுத்திலிருந்த செயினை நிதானமாகக் கழற்றிய அருணப்ப கவுண்டர் தேம்பி அழவும், ஊர்க்கவுண்டரே அவரின் கையை விலக்கிவிட்டுக் கழற்றினார். செங்கண்ணன் விசும்பிக்கொண்டே அதையும் வாங்கிக்கொண்டான். எருக்களை அடுக்கி டின்களிலிருந்த ராந்தலெண்ணெய்யை ஊற்றினார்கள். சுப்பனும் ரங்கனும் மண்ணைப் பூசினார்கள்.

"அம்மணீ! நாளைக்கு மயிலான் வந்து அத்தையெங்கேன்னு கேப்பானே! செல்லம்மா கேப்பாளே! ஆருக்கு நான் என்ன சொல்லுவே!" செங்கண்ணன் கையைத் தரையில் ஓங்கி அடித்துக் கொண்டு அழுதான்.

"செங்கண்ணா! சொன்னால் கேக்க மாட்டே! எந்திரி. நீயே மூணு சுத்திச்சுத்தி வந்து கொடமொடைச்சுக் கொள்ளி வெச்சுப் போடு!"

சவத்தின் முகத்தையும் சேற்றைப் பூசி மறைத்துத் தலைப்பகுதியில் துவாரம் செய்துவிட்டான் சுப்பன் மாதாரி. குடத்திலிருந்த தண்ணீரைத் தூக்கிச் செங்கண்ணனின் தோளில் வைத்துச் சிறிய கல்லினால் குடத்தில் துவாரம் விழும்படி உடைத்துவிட்டார் அய்யாவு ஆசாரி. செங்கண்ணன் கையில் ராந்தல் எண்ணெய்யில் நனைந்த விறகுக் கட்டை எரிந்து கொண்டிருந்தது. சுற்றி வந்து திரும்பி நின்று கொள்ளிக்கட்டையைப் பின்புறமாக நீட்டிப் பிடித்துக்கொண்டான் செங்கண்ணன். அவன் கையைப் பற்றிக் குனியவைத்துக் கொள்ளிக்கட்டையைச் சவத்தின் தலைப்பகுதியிலிருந்த துவாரத்தின் வழியாகச் செருக வைத்தார் அய்யாவு ஆசாரி. தோளிலிருந்த குடத்தையும் அவரே தட்டிவிட்டார். செங்கண்ணனை வண்டிப்பக்கமாய்ப் போய் நிற்கும்படி பெரியசாமி கவுண்டர் சொல்ல அவன் நடந்து போனான்.

தகதகவென்று நெருப்புப் பற்றி எரிந்தது. சுப்பன் மாதாரியை யும் ரங்கன் மாதாரியையும் பிணத்தை விடிவதற்கு முன்னால் சுட்டுத்தீர்த்துவிடும்படிச் சொல்லிவிட்டு நடந்தார்.

சுப்பனும் ரங்கனும் விழித்தபடி நிற்க, ஊர்க்கவுண்டர் கவனித்துக்கொள்வாரெனச் சொன்னார் அருணப்ப கவுண்டர்.

"டேய், சுப்பா! காத்தாலைக்கு இருட்டா இருக்கறப்ப ஊட்டுக்கு வா! வர்றதுக்குள்ள பூராஞ் சாம்பலாக்கிப் போடோணும். ரண்டு பேருக்கும் ஆவரத நாங்குடுக்கறேன்."

"செங்கண்ணனெ வண்டி வெச்சுக் கொண்டு போயிச் சோழந்தொறையில் உட்டுட்டா மொதப் பஸ்ஸுலயே கிளம்பிப் போயராலமுங்க."

"வலுவான ஓசனதான்! செங்கண்ணா மனசத் தேத்திக்க! ஒன்ர பாட்டம் பூட்டனெல்லாம் பெருமையாப் பொழைச்சுப் போன ஊரு! மான மருவாதிக்குக் கட்டுப்பட்டவன்னுதே இதையெல்லாஞ் செஞ்சே! போயிட்டுப் பத்துப் பதனஞ்சு நாள் கழிச்சு வா!" பெரியசாமி கவுண்டர் சொல்லிவிட்டு நடந்தார். மணி அவருக்குப் பின்னால் நடந்தான்.

பூட்டிநின்ற வண்டியை மாரப்ப கவுண்டர் திருப்பி நிறுத்த எல்லாரும் ஏறிக்கொண்டார்கள். கயிற்றை வேகமாகச் சுண்டி விடவே கடகடவென்று ஊர்க்கவுண்டரையும் மணியையும் கடந்து வண்டி ஓடியது.

"செங்கண்ணா! எல்லா நாம் பார்த்துக்கறேன்." பெரியசாமி கவுண்டரின் குரலைக் கேட்ட செங்கண்ணன் விக்கி விக்கி அழுதான்.

19

கச்சிவலையன் காட்டில் ஊஞ்சமரத்தின் கீழே சாக்கை விரித்து ஒருக்களித்துப் படுத்துக் கிடந்தார் வெடிக்கார வேலா கவுண்டர். கொஞ்ச நாளாகவே அவருக்கு அடிக்கடி உடம்பெல்லாம் குளிர்ந்துவிடுகிற மாதிரியிருந்தது. மெலிந்த உடம்பில் மேல் எலும்புகளெல்லாம் புடைத்துத் தெரிந்தன. கண்கள் கூட அவ்வப்போது மப்புக் கட்டிவிடுகிறது. பக்கத்தில் இருப்பதுகூட தெரிவதில்லை. தலைசுற்றுகிறமாதிரியிருக்கக் குறுக்கிப் படுத்துக்கொள்கிறார். முக எலும்புகூடத் துருத்திக்கொண்டிருப்பது மாதிரி தெரிகிறது. கண்கள் ஆழத்தில் கிடந்தாலும் பிதுங்கியிருப்பது போலத் தெரிகிறது. வேண்டாமென்று யார் சொன்னாலும் காதில் வாங்கிக் கொள்வதில்லை. துரையும் மாணிக்கமும் சொல்லிச்சொல்லிச் சலித்து அலுத்துப்போனார்கள். காற்று சில்லென்று வீசியது. விறகு வெட்டிக் கைஓய்ந்துவந்து படுத்த வெடிக்காரருக்கு அது, ரொம்பவும் சுகமா யிருந்தது. மரங்களில் இலைகள் சலசலத்துக் கொண்டுதானிருந்தன.

வெக்கை இன்னமும் தணிந்தபாடில்லை. வறண்டுகாய்ந்துபோன இலுப்பை மரத்தைத் துண்டு போட்டுப் பிளந்துகொண்டிருந்த மாணிக்கம், வியர்வையை நெற்றியிலிருந்து வழித்து உதறிவிட்டுத் துண்டை அவிழ்த்து முகத்தைத் துடைத்துக் கொண்டான். வடக்குப் பக்கமாகப் பார்க்கையில் காத்தான் கரடு கள்ளிப்பட்டியைச் சுத்தமாய் மறைத்துக்கொண்டிருந்தது. காத்தான் கரட்டுச் சரிவில் குத்துப் பாறையின் மறைப்பில் குடிசை போட்டிருந்தான் தன்னாசி வலையன். பகலில்

அவனுடைய பையனோ பெண்டாட்டியோ மாடுமேய்த்துக் கொண்டிருப்பார்கள். சாராயம் காய்ச்சுகிறபோதும், விறகு உடைக்கிறபோதும் அவர்களின் கவனம் கள்ளிப்பட்டிக்குப் போய்ச் சேருகிற இட்டேரியின் பக்கமிருக்கும். மழைக்காலத்தில் நுரை கக்கிக்கொண்டு பெருமளவுக்குத் தண்ணீர் அதன் வழியாகப் போய் ஊரைக் கடந்து மசையன் குட்டையில் தேங்கும். மசையன் குட்டையை உடைத்துக் கொண்டு அநேகம் தடவை தண்ணீர் காடுகரைகளில் புகுந்து வெள்ளாமையைச் சேதப்படுத்தியதுண்டு.

நிழலுக்குப் படுத்திருந்த துரை காட்டுப்புறாச் சுட்டு வருவதாகச் சொல்லிப்போய் வெகு நேரமாகியிருந்தது. மாசான வலையன் துரையோடு போயிருந்தான். நாட்டுத் துப்பாக்கியைத் தான் தூக்கிக்கொண்டு போனார்கள். கம்பெனித் துப்பாக்கிகள் இரண்டைக் கச்சி வலையன் வைத்திருந்தான். கேட்டதற்குத் தோட்டம்பாடி ராமசாமி கவுண்டர் வேட்டைக்கு வந்தபோது விட்டுப்போனதாய்ச் சொன்னான். நெஞ்சைக் கரிக்கிறது என்று சொன்னதும் கொண்டுவந்ததையெல்லாம் போட்டுவிட்டு வில் வண்டியைக் கட்டி அவரைத் தூக்கிப்போன பின்னால் அவர் வேட்டைக்கு வரவில்லை. பேச்சு மூச்சு இல்லாமல் இரண்டு நாள் படுக்கையில் கிடந்தவர் கண்ணை மூடிவிட்டார். கூட வந்தவர்கள் திடுதிடுப்பென்று ஒருநாள் திரும்பி வந்து துப்பாக்கி களைக் கேட்க, பார்க்கவேயில்லையெனச் சத்தியம் செய்து அவர்களைத் திருப்பி அனுப்பிவிட்டான் கச்சி வலையன்.

மலையோரக் காடுகளில் மரம், முள், புதரென்று இருந்தவை எல்லாவற்றையும் வெட்டித் தீர்த்துக் காடாக்கிக்கொண்டு சாமை, சோளம், தினையென்று அறுத்துக்கொண்டு அதை வைத்துப் பிழைப்பு நடத்திக்கொண்டிருந்தார்கள் வலையர்கள். வெள்ளாமை இல்லாத காலத்தில் காடை, கௌதாரியென்று தேடிக்கொண்டு திரிவார்கள். மலைமேல் உயரப் போய் மூங்கில்களை வெட்டி வந்து ஊர்க்காடுகளுக்குக் கொண்டு போவார்கள். சீயக்காய், அரப்பு, இலந்தைப் பழமென்று அவ்வப்போது விளைகிறவைகளை யெல்லாம் கொண்டுபோய் விற்றுவிட்டு வருவார்கள். சந்தைகளில் அவர்களுடைய வியாபாரமெல்லாம் பலமாயிருக்கும். வங்க நரி, மந்திக்கறி, முயல்கள், கீரிக் கறியென்று கிடைத்ததையெல்லாம் தோலாம்பாளையத்து வைத்தியருக்குக் கொண்டு போய்க் கொடுப்பார்கள். மலைத்தேன் தேடி அமாவாசைச் சமயத்தில் அலைந்து திரிவார்கள்.

இப்போதெல்லாம் அவர்கள் நிறையவே சாராயம் காய்ச்சப் பழகிவிட்டார்கள். நாட்டுச்சக்கரையையும் வாழைத்தார்களையும் சந்தை நாட்களில் வாங்கி வந்துவிடுவார்கள். வெவ்வேலா

மரப்பட்டைகள் தாராளமாகக் கிடைத்துக்கொண்டிருந்தன. சந்தைகளில் மண்பானைகளையும் சட்டிகளையும் வாங்கிக் கொள்வார்கள். மொடாக்களைக் கணபதி உடையாரிடம் சொல்லி வைத்துப் பெரிய அளவுக்குச் செய்து வாங்கி வருவார்கள். சுனைத் தண்ணீர் அங்கங்கே சிலுசிலுத்து எந்த வேளையிலும் ஓடிக்கொண்டிருக்கும். பழத்தைத் தோலுரித்துப் பானையில் போட்டு, சர்க்கரையோடு தண்ணீரில் ஊறவைத்து விடுவார்கள். வெவ்வேலாம் பட்டையையும் பழத்தோலையும் குப்பென்று மூடி ஊறல்போட்டுவிடுவார்கள்.

கச்சி வலையன் மூன்று மொடா ஊறல் போட்டிருந்தான். ஊறல் போட்டு நான்குநாட்களாகிவிட்டன. குடிசைக்குள்தான் வைத்திருந்தான். அவனிடம் இரண்டு செம்மி நாய்கள் இருந்தன. கத்தினால் காடெல்லாம் செலையோடும். வேட்டையில் அடிபட்டு ஓடும் முயல்களைப் பாறைக்குள்ளிருந்து கவ்விப் பிடித்துக்கொண்டு வந்துவிடும் அந்த நாய்கள். நாக்கைத் தொங்கப்போட்டுக்கொண்டுதான் இரண்டுமே திரியும். போலீசும் பாரஸ்ட்டுக்காரர்களும் தூரத்தில் வரும் போதே கத்தத் தொடங்கிவிடும். வலையர்கள் காட்டுக்குள் புகுந்து மலையேறி விடுவார்கள். போலீஸ்காரர்கள் சாராயப் பானைகளையும் பாத்திரங்களையும் நொறுக்கிவிட்டுத் திரும்பிவிடுவார்கள். மீறிப்போய் மலை ஏறினால் பெரிய கற்கள் உருண்டு வரும். துப்பாக்கியால் போலீஸ் சுட்டு மிரட்டினால், அவர்களும் சுட்டுக்காட்டுவார்கள். போகிறவர்கள் திரும்பி வந்து விடுவார்கள். கைகளில் சிக்கி நான்கைந்துபேர், ஜெயிலுக்கும் போய் வந்திருக்கிறார்கள். காட்டுப் பன்றி கிடைத்தால் கூறு போட்டுச் சாப்பிடுவார்கள். யாருக்குமே கொடுக்காமல் இருக்க மாட்டார்கள். அவர்களுக்குள் சண்டை சச்சரவுகள் இருக்கும். அடித்துக்கொண்டு விலகி இருப்பார்கள். காட்டுப்பன்றி கிடைத்தால் சேர்ந்துகொள்வார்கள்.

கச்சி வலையன் குடிசைக்குள்ளிருந்து பெரியபானையைத் தூக்கிக்கொண்டு பாறை மறைப்புக்குப் போனான். விசாலமாக இருந்த அடுப்பில் அதை வைத்துவிட்டுத் திரும்பவும் குடிசைக்குப் போனான். அவனுடைய பெண்சாதி குசா மண்குடத்தில் தண்ணீரைக் கொண்டு வந்து குவியலாய் வெடித்துக்கிடந்த செங்களிமண்ணுக்குப் பக்கத்தில் வைத்துவிட்டு நின்றாள். வெடிக்காரர் இருமுகிற சத்தம் கேட்டு மாணிக்கம் வேகமாக அவரிடம் போனான். வெடிக்காரர் திரும்பவும் படுத்துக் கொண்டார். மாணிக்கம் அவருக்குப் பக்கத்திலிருந்த கல்லின் மேல் குந்திக்கொண்டான்.

மண்ணைப் பிசைந்துவிட்டுக்கொண்டிருந்தாள் குசா. மண்சட்டியில் ஊறலைக் கொண்டு வந்து பானையில் ஊற்றிக் கொண்டிருந்தான் கச்சி.

காட்டுப்புறாக்களைக் கொடியில் கட்டித் தூக்கிக்கொண்டு வந்தான் துரை. அவன் வலதுகையில் நாட்டுத் துப்பாக்கி பளபளப்பில்லாமலிருந்தது. குருவி அடிக்கிற துப்பாக்கியை தோட்டாப் போடுகிற துப்பாக்கியாக மாற்றியிருந்தான் கச்சி. ரவை போட்டு அடித்ததில் ஆறேழு காட்டுப்புறாக்கள் கிடைத்தன. மாசானன் கையில் துப்பாக்கியும் காக்கிப்பையும் இருந்தன.

துரையும் மாணிக்கமும் புறாக்களின் இறகுகளைப் பிய்த்துவிட்டுப் பொங்குகளைப் பொசுக்கிக்கொண்டிருந்தார்கள். அவர்களுக்கு முன்னாலிருந்த சுள்ளிகள் சடசடவென்று எரிந்தன. பானையின் அடியில் கச்சிதமாகத் துவாரம் போடப்பட்டிருந்தது. அதை ஆள்காட்டி விரலால் சுத்தம்செய்து ஊறல் பானையின் மேல் வைத்தான் கச்சி. பிசைந்த மண்ணை எடுத்துக் கீழ்ப்பானை விளிம்பில் இழுக்கினாள் குசா. இரண்டுபானைகளும் காற்றுப் புகாதபடி ஒட்டிக்கொள்ளும்படிச் செய்தாள். இன்னொரு பானையின் அடிப்பாகத்திலும் துவாரம் இருந்தது. அதையும் சுத்தம்செய்து அடுக்கு அடுக்காக வைத்தான். அதற்கும் பிசைந்த மண்ணைவைத்துப் பூசினாள் குசா. மண்சட்டியையும் ஈயக்குண்டாம் போசியையும் கச்சி எடுத்துவந்துவைத்தான். மேல்பானையின் துவாரத்திற்கு மேல் மரத்துண்டுகளைப் பிரமணை மாதிரி வைத்து மண்சட்டியை அதன்மேல் வைத்தான். குண்டாப் போசி அடங்கியிருந்தது. மண்ணைக் கெட்டியாகக் கரைத்துக் குண்டாப் போசியின் விளிம்பில் வைத்து அடைத்துவிட்டுக் கையைக் கழுவிக்கொண்டாள் குசா.

விறகை வைத்து அடுப்பைப் பற்றவைத்துவிட்டுப் பீடி குடிக்க அப்பால் நகர்ந்தான் கச்சி. வெடிக்காரர் குடும்பத்தைக் கண்டால் கையெடுப்பான் கச்சி. தவசம், தானியம் அளக்கும் போது வெடிக்காரர் கச்சியை வரச்சொல்லிவிடுவார். மனம் கூசாமல் கச்சிக்கு அளந்துபோடுவார். கோழியென்றோ தேங்காயென்றோ வந்து நின்றால் கச்சிக்குத் தவறாமல் கிடைக்கும். காசு, பணம் அவசரமாகக் கேட்டால் ஐந்து, பத்து என்று தாராளமாகக் கொடுத்துவிடுவார். நாட்டுச் சாராயம் தேவைப்படுகிறபோதெல்லாம் கச்சியிடம்தான் சொல்லிவிடுவார். அவன் எப்படியும் கொண்டுவந்து சேர்த்து விடுவான். மோசமென்று அவர் வாய்திறந்து சொன்னதில்லை. கேட்கிற காசைக் கொடுத்துவிடுவார். வெடிக்காரருக்குத் திருட்டுப் பெரட்டுப் பிடிக்காது என்பது தெரியும் கச்சிக்கு.

கேட்பானே தவிர, எதையும் தொடமாட்டான். வெடிக்காரரும் தாராளமாய்க் கொடுத்தார். கச்சிக்கு அவரைப் பார்த்ததும் அழுகை வந்தது. நாட்டுச் சாராயம் காய்ச்சுவதாகச் சொல்லி வரச் சொன்னான். விறகுவெட்டிக்கொள்ள அந்தப் பக்கம் தோதுப்படுமென்று சொல்லியிருந்தான். அன்றைக்கு அவர், அந்தப் பக்கமாய் வண்டியை விடச் சொன்னார். வாணாக் கல்லையும் எண்ணெய் மிளகாய்ப் பண்டங்களையும் தவறாமல் எடுத்துக்கொள்ளச் சொல்லி இருந்தார்.

வாணாச் சட்டியில் புறாக்கறி வெந்துகொண்டிருந்தது. மாணிக்கம் அடுப்பெரித்துக்கொண்டிருந்தான். வெடிக்காரர் குடிப்பதை நிறுத்தி வெகுகாலமாகியிருந்தது. மாணிக்கமும் துரையும் எப்போதாவது குடித்துக்கிடப்பதுண்டு. அதையெல்லாம் கண்டுகொள்ளமாட்டார் வெடிக்காரர். கச்சி அடுப்புக்குத் தீத்தள்ளிக்கொண்டிருந்தான். குண்டாப் போசியின் மேல் பச்சைத் தண்ணீரை ஈயத் தம்பளரில் முகந்து கொஞ்சம்கொஞ்ச மாகக் குசா விட்டுக்கொண்டிருந்தாள். அதே தண்ணீரைத் திரும்பவும் முகந்து ஊற்றியபடி இருந்தாள். அடுப்பு வேகமாக எரிந்துகொண்டிருந்தது. சுற்றி அடித்துக்கொண்டு வந்து சேர்ந்தான் தன்னாசி. கிழக்குப்பக்கமிருந்து பொம்மனும் திம்மனும் வந்து சேர்ந்தார்கள். இழுத்து இழுத்துப் பேசுவதைப் பார்க்கச் சிரிப்பு வந்தது மாணிக்கத்துக்கு. மொட்டைப் பாறையில் அமர்ந்து கொண்டு வெள்ளைத் துணியைத் துப்பாக்கிக் குழலுக்குள் நுழைத்துச் சுத்தம்செய்துகொண்டிருந்தான் துரை.

அடுப்புத் தீயை மெள்ளத் தணித்து விட்டான் கச்சி. குண்டாப் போசியைச் சுற்றியிருந்த தண்ணீர் சுருக்கென்று சுட்டது. அதை இறைத்துக் கீழே கொட்டிக்கொண்டிருந்தாள் குசா.

தண்ணீரை இறைத்து முடித்ததும் குண்டாப் போசியை மெள்ள அசைத்து மாசானன் மேலே தூக்கினான். குப்பென்று சாராய வாடை வீசியது. வெடிக்காரர் எழுந்து உட்கார்ந்து கொண்டார். மண்சட்டி நிறையச் சாராயம் தளும்பியது. மாசானன் அதை வெளியே எடுக்கையில் கதகதப்பாக இருந்தது.

மேற்கில் சூரியன் மலைக்குப் பின்னால் இறங்கிவிட்டது. வெக்கை தணிந்து சில்லென்ற காற்று வீசியது. மரங்களின் சலசலப்புக் கூடியது. பறவைகள் அங்கும் இங்குமாகக் கத்திக்கொண்டிருந்தன. புளியமரத்தடியிலிருந்த காளையும் கெடாரியும் காட்டுப்புல் மென்றுகொண்டிருந்தன. தேக்கு இலைகளில் வைத்திருந்த புறாக்கறியை வெடிக்காரரோடு சேர்ந்து மாணிக்கமும் துரையும் மென்றுகொண்டிருந்தார்கள். அவர்களுக்கு நடுவில் மண்சட்டியும் ஈயத் தம்ளர்களும் இருந்தன.

கச்சியும், குசாவும் சிரித்துப்பேசிக்கொண்டிருக்கத் திம்மனும் பொம்மனும் அடுப்படியில் குந்தித் தீத்தள்ளிக்கொண்டிருந்தார்கள்.

“தொரெ, அதென்னடா பாம்பா?” வெடிக்காரர் பக்கத்திலிருந்த குட்டைப்பாறையைப் பார்த்துக்கொண்டே கேட்டார்.

“ஆமா, நாகப் பாம்பு!”

பாம்பு வெகுநீளமாக இருந்தது. தலையைத் தூக்கிப் பார்த்து விட்டுப் படத்தை விரித்தபடிப் பாறை இடுக்கில் நுழைந்தது. அதன் உடம்பு மெள்ளச் சரிந்து சுருண்டுகொண்டது.

“பெரிய சீவன்! செந்நாகம்!” வெடிக்காரர்தான் சொன்னார். அவர் குரல் தீனமாகக் கேட்டது.

கையைத் துடைத்துக்கொண்டே துரை துப்பாக்கியை மெள்ள எடுத்து, குழலின் முன்பகுதியில் இடது கை வைத்து அழுத்தி விரித்தான். காக்கிப்பையிலிருந்து தோட்டாவை எடுத்துக் குழலில் செருகி நிமிர்ந்து குறி பார்த்தான். பாம்பு தலையை நீட்டி உயர்த்திப் படம் விரித்துப் பார்த்தது.

“தொரெ, உட்ரு! நாவப்பாம்பு, கொன்னாப்பாவம்!” மாணிக்கம் சொல்லிக்கொண்டே மெள்ள எழுந்தான். கால்கள் தளர்ந்துபோய்விட்டது போலிருந்தது அவனுக்கு.

“சுட்டுத் தள்ளுடா தொரே! பாவமாவுது! புண்ணீமாவுது!” வெடிக்காரர் குரலில் கடுமை தெரிந்தது.

மலைக்காடுகளில் வேட்டுச் சத்தம் அதிர்ந்தது.

வெடிக்காரர், பாம்பு சுருண்டு புரள்வதைப் பார்த்துச் சிரித்தார். அவருக்குப் பித்துப்பிடித்துவிட்டது போலத் தோன்றியது மாணிக்கத்துக்கு. அவரை வினோதமாகப் பார்த்து துரையின் கண்களில் நீர் கட்டியது.

சாராய அடுப்படியிலிருந்தவர்கள் வெடிக்காரரைச் சுற்றி நின்றுகொண்டு கவனித்தார்கள்.

வெடிக்காரர் கேவிக்கேவிச் சிரித்துக்கொண்டிருந்தார்.

“நல்ல சரக்கு... எசமா மனசு நெறஞ்சு சிரிக்குறாக!” குசா சொல்லிக்கொண்டே சிரித்தாள்.

ஓடி வந்த செம்மி நாய்கள் பாறையைப் பார்த்துக் குரைத்துக் கொண்டு நின்றன. இருள் மெள்ளக் கவிய அடுப்புத் தீயின் பளபளப்புக் கூடிக்கொண்டிருந்தது.

20

சாக்குப்பை நாய்க்கர்கடைக்கு எதிரிலிருந்த சரளைக் கல் குட்டின் மேல் சாக்குமூட்டையைப் போட்டுக் குந்தியிருந்தான் துரை. வடக்குப் பக்கமாக அடிக்கடிக் கவனித்துக்கொண்டிருந்த மாணிக்கம் அவனுக்கு நாலடி தள்ளி நின்றான். சாக்குப்பை நாய்க்கர் கடையில் சலசலப்பு கேட்டது. பொம்மைக் கட்டையும் ரெட்டைக் குத்தகையனும் நீளமாகக் கிடந்த பெஞ்சில் குந்தியிருந்தார்கள். கால்மேல் கால்போட்டுப் பீடிபுகைத்துக்கொண்டிருந்தார் சாமியாடிக் கவுண்டர். கண்ணாடித் தம்ளர்களைக் கழுவிக் கவிழ்த்துவைத்துவிட்டுக் கைகளைத் துடைத்துக்கொண்டு வெளியே வந்த சாக்குப்பை நாய்க்கர் குந்தியிருந்த துரையிடம் போனார்.

"அய்யனவுங்களுக்கு நல்லா இருக்குதுங்களா?" சாக்குப்பை நாய்க்கரின் குரல் கொஞ்சம் கம்மியிருந்தது.

"ஒரு மாதிரியா இருக்குது நாய்க்கரய்யா! துரை சொல்லிக்கொண்டே மேலே பார்த்தான்.

கருக்கல் மெல்ல இறங்கிக்கொண்டிருந்தது. அருணப்ப கவுண்டரும் மாரப்ப கவுண்டரும் பேசிக்கொண்டே விநாயகர்கோவில் பக்கமாகப் போய்க்கொண்டிருந்தார்கள்.

"எந்த ஆஸ்பத்திரீல கண்ணு படுக்க வெச்சிருக்குது?"

“கவருமெண்டு ஆஸ்பத்திரீலதா!” மாணிக்கம் குந்திக்கொண்டு பதில் சொல்லிவிட துரை மௌனமாயிருந்தான்.

பெரியசாமி கவுண்டரும் தங்கப்ப கவுண்டரும் பேசிக் கொண்டே கிழக்கிலிருந்து வந்தார்கள்.

“ஏப்பா, ஒக்காந்துட்டீக?”

“தோலாம்பாளையத்துக்குப் போலாமுன்னு! மாதாரி வருவான்னு பார்த்துட்டிருக்கறம்.”

“போறவியள எங்க போறீங்கண்ணு கேக்கப்படாது! ம்… கேட்டுப் போட்டன். போயிட்டு வாங்கப்பா! அட, கேக்க நெனைச்சன். மறந்து போச்சு! வயசாவீட்டுதல்லே! அய்யனுக்கு எப்பிடி இருக்குது? சோறு தண்ணி குடிக்கறானா?”

“பாலு மட்டும் குடிக்குது? வவுறெல்லாம் புண்ணு!”

“… எப்பிடியோ, ஆத்தா புண்ணியத்துல நல்லபடியா வீடு வந்து சேரட்டும்.”

பெரியசாமி கவுண்டரின் நடையிலும் பேச்சிலும் தளர்ச்சி இருப்பதைக் கவனித்தார் நாய்க்கர்.

“ஊர்க்கவுண்டருக்கு வயிசு ஆவிப்போச்சு!”

“தொண்ணூறு வயசுக்குப் பக்கமாவுது. தடியில்லாமத் தான் ஒன்னம் நடக்கறாரு!”

“செரிக்கண்ணு! அடுத்த வாட்டிப் போனாக்க நாய்க்கரு வெசாரிச்சாருன்னு காதுல போடுங்க! நமக்கேது நேரம்? ஓடி ஓடிக் கிளாசு கழுவருதுக்கே பத்த மாட்டீங்குது.” நாய்க்கர் சொல்லிக்கொண்டே கடைக்குத் திரும்பினார்.

தெரு விளக்கு பளிச்சென்று எரியவும், கண்ணுச்சாமி சைக்கிளில் வந்திறங்கவும் சரியாக இருந்தது. நாய்க்கர் கடை முன்னால் சைக்கிளை நிறுத்திவிட்டு முன்னாலிருந்த பெஞ்சில் குந்திக்கொண்டான் கண்ணுச்சாமி. முகம் வாடிப் போயிருந்தது. இப்போதெல்லாம் காலையிலும் சாயந்திரமும் நாய்க்கர் கடைக்கு அவன் தவறாமல் வருகிறான். அம்மணியைப் பற்றி யாராவது பேசிக்கொள்கிறார்களாவென கவனிக்கிற நோட்டம் அவனுக்கு. வெள்ளிக்கிழமைகளில் காளிகோவிலுக்குப் போகிற பழக்கத்தையும் விட்டுவிட்டான். மணியப்ப பண்டாரத்திடம் சுற்றிவளைத்து யார்யாரைப் பற்றியெல்லாமோ கேட்டுத் தெரிந்துகொள்வான். பேச்சுவாக்கில் அம்மணியைப் பற்றியும் கேட்டு வைத்தான். காங்கயத்துக்குப் போயிருப்பதாகச் செங்கண்ணன் சொன்னதாக மணியப்பண்டாரம் சொன்னார்.

மற்றபடிக்கு அம்மணியைப் பற்றிப் பேசுபவர்களை அவன் பார்க்க முடியவில்லை. நாய்க்கர் கடையிலும் அப்படித்தான் பேசிக்கொள்கிறார்கள். வழியில் செங்கண்ணனைப் பார்க்கிற போதெல்லாம் மனசுக்குள் சுருக்கென்று படுகிறது. தன் விஷயம் தெரிந்துபோய்க் கொஞ்ச நாளைக்கு இருக்கட்டுமென்று ஊரில் விட்டுவைத்திருக்கிறானோவென்று நினைக்கத் தோன்றியது அவனுக்கு. செங்கண்ணன் அவனோடு வழக்கம்போலவே தாராளமாகப் பேசுவது விசித்திரமாக இருந்தது.

டீ குடித்துக்கொண்டே எதிரில் பார்த்த கண்ணுச்சாமிக்குத் திக்கென்றது. செங்கண்ணன் கிழக்குப் பக்கமிருந்து மேற்குப் பக்கமாக இருந்த விநாயகர்கோவிலுக்குப் போய்க்கொண் டிருந்தான். வழியில் பேசியபடி நின்றிருந்த அருணப்ப கவுண்டரும் மாரப்ப கவுண்டரும் சேர்ந்துகொள்ள செங்கண்ணன் ஊர்க் கவுண்டரிடம் போனான்.

வடக்கிலிருந்து வேகமாக வந்த வெள்ளை நிறக் கார் சர்ரென்றபடி நின்று மெள்ளக் குலுங்கியது. கதவுகளைத் திறந்துகொண்டு காளியப்பனும் கந்தசாமியும் இறங்கினார்கள். நழுவிய இடுப்பு வேட்டியைத் தடவித்தடவிப் பிடித்து இறுக்கிக் கட்டிக்கொண்டான் காளிச்சாமி. சட்டைப் பாக்கட்டிலிருந்து பத்து ரூபாயை உருவி டிரைவரிடம் கொடுத்துவிட்டுக் கையை ஆட்டினான் கந்தசாமி. டிரைவர் நகர்ந்துநகர்ந்து கதவுகளைச் சரியாகச் சாத்திக்கொண்டு காரைப் பின்னுக்கு நகர்த்தினான்.

திரும்பிய கார் புழுதியைக் கிளப்பிக் கொண்டு சோழந்துறையை நோக்கிப் போய்க்கொண்டிருந்தது.

மாணிக்கத்தையும் துரையையும் பார்த்த காளிச்சாமி வாயிலிருந்த வெற்றிலைத் தாம்பூலத்தை நடுத்தடத்தில் துப்பினான். காளிச்சாமி கொஞ்சம் அதிகமாகவே குடித்திருப்பது போலத் தெரிந்தது. துரையின் முகம் இறுகியது.

'மச்சோவ்! பாப்பாத்தி கோழிக்கறி ஆக்கி வெச்சிருப்பா! வாறப்ப சொல்லீட்டுதா வந்தெ... ஒருபுடிபுடிச்சுட்டுப் போலாம்!" கந்தசாமி சொல்லிக்கொண்டே முன்னால் நடந்தான்.

"அட எத்தனீத் திங்கறது? டின்னருல தின்னதே மூணு நாளைக்குச் செறிக்கும்போல கெடக்குது."

"வா மச்சா! போவலீன்னா அவ கோவிச்சுக்குவா!"

"சரி, வாரன். கறி திங்க மாட்டன். வயிறு பொறுமுது. சொல்லிப் போட்டன்." மெள்ள அசைந்து அசைந்து நடந்தான் காளிச்சாமி.

“வாறப்பக் குச்சியாட்டக் கெடந்தான் காளீப்பன். அடையாளந் தெரியாமப் பெருத்துப் போயிட்டானல்ல.” ரெட்டைக்குத்தகை அங்கலாய்த்துக் கொண்டே பொம்மைக் கட்டையைப் பார்த்தான். பொம்மைக் கட்டை வாய்திறக்காமல் சிரித்துத் தலையாட்டியபோது மேல் உதட்டுத் தழும்பு இலேசாக விரிந்தது.

அரச மரத்திலிருந்த பறவைகளின் சத்தம் ஓய்ந்து கொண்டிருந்தது. துரையும் மாணிக்கமும் கிளம்பிக் கொண்டிருந்தார்கள். தோளில் சாக்குமூட்டையை வைத்துக் கொண்டு துரை நடக்க, மாணிக்கம் பின்னால் போனான்.

“வெடிக்காரம் பசங்க, மாதாரியப் பாக்கணும்னு குந்திக்கிட்டுக் கெடந்தானுக. சலிச்சுப்போயி போறானுக போல. எந்த மாதாரி சொன்னா சொன்னபடி இப்பச் செய்யறானுக.” குத்துக்காலில் சாய்ந்துகொண்டிருந்த சாமியாடிக் கவுண்டர் பெருமூச்சு விட்டார்.

“இன்னிக்கிக் கொமாரசாமியெ எங்க, காணம்? ஊருலதெ இருக்கறானா?”

“இட்டேரீலதாங் கெடப்பான்!”

“அவனொரு சவ்வுப் பையன்! சட்டுப்புட்டுனு காரீத்த முடிக்கறானா பாரு. சும்மா இழுஇழுன்னு இழுத்துட்டுக் கெடக்கறான்.” பொம்மைக்கட்டை எரிச்சலோடு சொன்னான்.

“டுமீல்!”

“வெடிக்காரம் பசங்க வேட்டு வெச்சிட்டானுகோ! அப்பவே நெனைச்சேன். அவனுக அல்ப சுல்பமான ஆளுக இல்லீன்னு.” நாய்க்கர் சொல்லிக்கொண்டே சரளைக்கல் பாதைக்கு வேகமாக வந்து நின்றார் விநாயகர் கோவிலிலிருந்தவர்களெல்லாம் வாரிச் சுருட்டிக் கொண்டு பாதைக்கு வந்துகொண்டிருந்தார்கள். நாய்க்கர் கடையிலிருந்தவர்களெல்லாம் கசகசவென்று பேசிக்கொண்டே நாய்க்கருக்குப் பக்கமாய் வந்து சேர்ந்தார்கள். பெரியசாமி கவுண்டர், நேராக நாய்க்கரிடம் வந்துகொண்டிருந்தார்.

“நாய்க்கரே! வெடிக்காரம் பசங்க எதுல போனாங்க?”

“காளீப்பனும் அவம் மச்சினனும் தெக்குப்பக்கம் போனானுக. போயிக் கொஞ்ச நேரங் கழிச்சு, இவியளும் எந்திரிச்சு அந்தப் பக்கமாப் போனானுக.”

“கந்தசாமி பாப்பாத்தி வூட்டெதாம் போயிருப்பான்.”

“அந்தப் பக்கமாத்தா வெடிச் சத்தங் கேட்டுது.”

“தங்கப்பா! காரியம் மீறிப் போச்சு! நடங்க. அருக்காணி வூட்டெ போயிப் பாக்கலாம்.”

“தெருவிலிருந்தவர்கள் போட்டதுபோட்டபடி கிடக்க அங்குமிங்குமாய் ஓடிக்கொண்டிருந்தார்கள். குழந்தைகள் காச்மூச்சென்று அழுதுகொண்டிருந்தன. நாய்கள் ஊரைத் தூக்குகிற மாதிரி மூலைக்கொன்றாய்க் குரைத்தபடி இருந்தன.

அருக்காணியின் வீட்டு வாசலில் நீக்க முடியாத கூட்டம். பெரியசாமி கவுண்டர் முன்னால் செல்லவும், பின்னால் வந்து கொண்டிருந்தவர்கள் கத்திக்கத்தி வழிவிடச் சொன்னார்கள். வாசலில் நின்றிருந்த பெண்கள் முந்தனையால் கண்களைத் துடைத்துக்கொண்டு புலம்பினார்கள். அருக்காணி மாராப்புச் சேலை கிழியும்படியாய் மார்பில் அடித்துக்கொண்டு அழுது கொண்டிருந்தாள். பாப்பாத்தியின் மடியில் சாய்ந்திருந்தான் கந்தசாமி. அவனுடைய தோள்பட்டையில் குபுகுபுவென ரத்தம் கசிந்து சட்டையை நனைத்துக்கொண்டிருந்தது. பாப்பாத்தியின் தலைமுடி முகத்தை அரைகுறையாய் மறைத்திருந்தது. பெரியசாமி கவுண்டரைப் பார்த்ததும் அருக்காணி வேகமாக மார்பில் அறைந்துகொண்டு அழுதாள்.

“கவுண்டரய்யா! வட்டல்ல வெச்சுக் கோழிக்கறி தின்னுட்டு இருந்தானே மவராசெ? வந்து சுட்டுப்போட்டானே வெடிக்காரம் பைய!”

“பெரியவனா, சின்னவனா?” பெரியசாமி கவுண்டர் நிதானமாகக் கேட்டார்.

“பெரிய பைய மாணிக்க!”

“அவனா சுட்டான்?”

“ஆமாமய்யா, அந்தச் சண்டாளந்தான். என்ற வூட்டெ ஒரு பாதகம் நடந்துபோச்சே கவுண்டரய்யா!”

“காளீப்ப எங்கெ? போலீசுக்குத் தகவல் குடுங்க!”

“கறி திங்கச் சொன்னம்! நெஞ்சுக்குள்ள கரிக்குதுன்னு சொல்லீட்டு இப்பத்தாந் தோட்டத்துக்குப் போவுது கவுண்டரய்யா!” சொல்லிவிட்டு ஒப்பாரிவைத்தாள் அருக்காணி.

“டேய், வேட்டியைக் கிழிச்சு ரத்தம் வடியாம இறுக்கமாகக் கட்டி சோழந்தொறைக்குக் கொண்டுபோங்க. நம்ம வில்லு வண்டியெப் பூட்டிக்குங்க. நேரமாவுது ஓடுங்க!” கூட்டத்தி லிருந்தவர்கள் நெருக்கியடித்துக்கொண்டு வெளியேறினார்கள்.

“ஐயா, கவுண்டரய்யா, காளீப்பந் தோட்டத்துக்குப் போயிட்டிருக்கறான். சுடியாப் போங்க!” அருக்காணியின் தொண்டைகட்டிப்போயிருந்தது.

காலெட்டி வைத்து நடந்தார் ஊர்க்கவுண்டர். தங்கப்ப கவுண்டரும் வேகமாக நடந்தார். கண்ணுச்சாமி அவருக்கு இடப் பக்கமாக நடந்தான். அரிக்கன் விளக்குகளும் டார்ச்லைட்களும் கொண்டு வந்தவர்கள், அவர்களைக் கடந்து முன்னால் நடந்தார்கள். இருட்டில் கால்கள் இடறிக்கொண்டிருந்தன.

“டுமீல்!” அந்தப் பகுதியெல்லாம் வெடிச் சத்தத்தில் அதிர்ந்தது.

“அடேய், காரியம் மீறுது. சுடியா ஓடுங்க!” பெரியசாமி கவுண்டர் குரல் கொடுக்கவும் முன்னால் போய்க்கொண் டிருந்தவர்கள் ஓடினார்கள். பின்னால் வந்துகொண்டிருந்தவர்கள் முட்டிமோதி விலக்கிக்கொண்டு ஓடினார்கள். கூட்டம் முன்னே போய்க்கொண்டிருக்கையில் பெரியசாமி கவுண்டர் மேல்மூச்சுக் கீழ்மூச்சு வாங்க வேகுவேகென்று நடந்துகொண்டிருந்தார். பக்கவாட்டில் தங்கப்ப கவுண்டரும் கண்ணுச்சாமியும் நடந்தார்கள்.

வண்டிப் பாதையை ஒட்டியிருந்த ஒற்றைப்பனை மரத்தடியில் கூட்டம் தேங்கியிருப்பதைப் பார்த்தான் கண்ணுச்சாமி. பின்னால் வந்த சிலர் வேகமாக ஓடினார்கள். டார்ச்லைட்டுக்கள் அலைந்து கொண்டிருந்தன. அரிக்கன்விளக்குகளைத் தூக்கிப் பிடித்துக் கொண்டு பெரியசாமி கவுண்டருக்காகக் காத்திருந்தார்கள். ஒற்றையடிப் பாதையில் ஊர்க்கவுண்டர் நடந்துவருவதைப் பார்த்துக்கொண்டிருந்தார் நாய்க்கர்.

கூட்டத்தை விலக்கிக்கொண்டு நுழைந்து பார்க்கையில் பகீரென்றது பெரியசாமி கவுண்டருக்கு, காளிச்சாமி ஒற்றையடிப் பாதையின் குறுக்காக மல்லாந்துகிடந்தான். சட்டையெல்லாம் ரத்தக்கறை படிந்திருந்தது. தரையில் ரத்தம் சேறாடியிருந்தது. அரிக்கன் விளக்கை காளிச்சாமியின் முகத்துக்கு நேராகப் பிடித்தபடிப் புறங்கையை அவனின் மூக்குப்பக்கமாக வைத்துப் பார்த்தார் அருணப்ப கவுண்டர்.

“என்ன அருணப்பா? மூச்சுகீச்சு இருக்குதா?”

“ஒண்ணுமில்லே! ஆவிப் போச்சு!”

“டுமீல்!” தோட்டமெல்லாம் அதிர்ந்தது.

“ஓடுங்கடா! அவனுகளெப் புடிங்க. சாளையிலே தடிதொன்னை இருந்தா எடுத்துக்குங்க!”

“வெடிக்காரம் பசங்க அவம் பேரெ எடுத்துப் போட்டானுக.”

கூட்டம் திமுதிமுவென்று சாளையைப் பார்த்து ஓடத் தொடங்கியது. செம்மி நாய் தொண்டை கிழியக் கத்திக்கொண்டிருந்தது. அந்த வட்டாரமே செலையோடிக்கொண்டிருந்தது. பெரியசாமி கவுண்டர் மூச்சைப்பிடித்துக்கொண்டு நடக்கிற சிரமத்தைப் பார்க்க வருத்தமாயிருந்தது கண்ணுச்சாமிக்கு. கூட்டம் களத்துவாசலிலேயே தேங்கி நின்றுகொண்டிருந்தது. பெரியசாமி கவுண்டர் களத்துக்கு வந்து சேர்ந்ததும் அவருடைய முகத்தையே ஒவ்வொருவரும் பார்த்தார்கள். வீட்டுச்சாளை இருண்டிப்பதைப் பார்க்கத் திக்கென்றது, ஊர்க் கவுண்டருக்கு. அவர் பலத்த யோசனையோடு கொஞ்ச நேரம் நின்று கொண்டிருந்தார்.

“மாரப்பா, அந்த லைட்டெ இப்படிக் குடு!” பெரியசாமி கவுண்டர் டார்ச்லைட்டை வாங்கிக்கொண்டு சாளையைப் பார்த்து நடையைத் தொடர்ந்தார். இன்னமும் நாய் குரைத்துக் கொண்டிருந்தது. ஊர்க் கவுண்டருக்குப் பின்னால் இடம் விட்டுக் குடியிருந்தவர்கள் மெள்ள நடந்தார்கள். யாரும் எதுவும் பேசவில்லை.

சாத்தப்பட்டிருந்த கதவை வேகமாகத் தள்ளிவிட்டுத் திரும்பினார் பெரியசாமிக் கவுண்டர். அருணப்ப கவுண்டரும் தங்கப்ப கவுண்டரும் எதிரில் நின்றுகொண்டிருந்தார்கள். உள்ளே போவதா வேண்டாமாவென யோசனையிலிருந்தவர் மெள்ளத் திரும்பி நின்றுகொண்டு வீட்டுக்குள் டார்ச் லைட்டைத் திருப்பினார். வெறிச்சென்று தெரிந்தது, ஆசாரம்.

விறுவிறுவென்று ஊர்க்கவுண்டர் உள்ளே நுழைந்தார். கூட்டத்திலிருந்த ஆறேழுபேர் அவருக்குப் பின்னால் போனார்கள். உள் ஆசாரக்கதவு திறந்திருந்தது. தயங்கித் தயங்கி கால்களை மெள்ள எட்டிவைத்து நடந்தார்கள். வீட்டிற்குள் எந்தவித அரவமும் இல்லை. வீட்டின் பின் கதவின் ஓரமாகக் குப்புறக் கிடந்தார் முத்தைய கவுண்டர். அவருடைய உடம்பின் மேல் டார்ச்லைட்டை அடித்துப் பார்த்தார் பெரியசாமி கவுண்டர். சட்டையில்லாத முத்தைய கவுண்டரின் மார்பிலிருந்து கொட்டிய ரத்தம் உடம்பைச் சுற்றிலும் பரவிக்கொண்டிருந்தது.

“பேசாமெத் திரும்புங்க! தலைக்கு மேலே வெள்ளம் போயாச்சு; போலீசே வந்து பார்த்துக்கட்டும்.” பெரியசாமி கவுண்டர் கம்மிய குரலில் சொல்லிக்கொண்டே மேல்துண்டால் கண்களைத் துடைத்துக்கொண்டு வெளியேறினார்.

“ஆரும் எதுவும் பேசப்படாது. ஆரு என்ன கேட்டாலும் எனக்குத் தெரியாது, ஒனக்குத் தெரியாதுங்கற பேச்சுத்தா இருக்கோணும். அவியவிய வூட்ட போயி, சோத்தத் தண்ணீக் குடிச்சிட்டு மொடக்கிக்கோணும். சுடியா நடங்க!” மாரப்ப கவுண்டர் சொன்னதும் நான் முந்தி நீ முந்தியெனக் கூட்டம் கலைந்து நடந்தது.

கூட்டத்திற்குப் பின்னால் பெரியசாமி கவுண்டர் விறுவிறுவென நடந்தார். அவருக்குப் பின்னால் தங்கப்ப கவுண்டரும் மாரப்ப கவுண்டரும் நடந்தார்கள். கடைசியாக வந்துகொண்டிருந்த கண்ணுச்சாமி ரொம்பவும் கிலியடித்துக் கலங்கிப்போயிருந்தான். காளிச்சாமி செத்துக்கிடந்த இடத்தை விட்டுப் பத்தடி தள்ளியே எல்லாரும் கடந்துபோனார்கள்.

அருக்காணி வீட்டில் அவளுடைய ஒப்பாரி கேட்டுக் கொண்டிருந்தது. திண்ணையில் பெண்கள் முந்தானையால் வாய் பொத்திக் கண்கள் கலங்க வெறித்திருப்பதைக் கவனித்தான் கண்ணுச்சாமி.

கூட்டம் ஊருக்குள் நுழைந்ததும் கலைந்து சிதறிக் கரைந்தது. சரளைக்கல் பாதையில் தனியே வேகமாக நடந்துவந்த பெரியசாமி கவுண்டர் இடது பக்கமாகத் திரும்பிச் சந்தில் இறங்கி வீட்டுக்குப் போய்க்கொண்டிருந்தார்.

கள்ளிப்பட்டியில் ஒரு தெருவிளக்கும், விநாயகர் கோவில் விளக்கும் மாத்திரம் எரிந்துகொண்டிருந்தன.

சாக்குப்பை நாய்க்கர் கடைக்குக் கொஞ்ச தூரத்தில் இரண்டு கூண்டுலாரிகள் வந்து நின்றன. நாய்க்கர் இருட்டில் கூர்ந்து கவனித்தார். இரும்புத் தொப்பியணிந்த போலீசுகள் தப்தப்பென பூட்சுகள் சத்தமிட லாரியிலிருந்து குதித்துக்கொண்டிருந்தார்கள். கதவைச் சாத்திக்கொண்டு படுக்கையில் சாய்ந்த நாய்க்கருக்கு அருக்காணியின் ஒப்பாரி சன்னமாகக் கேட்டது.

21

கேளமான்கள் நான்கை காலுக்குப் பக்கத்தில் வைத்துக்கொண்டு வடை தின்றுகொண்டிருந்தான் தன்னாசி. அவனுடைய கால்களில் செம்புழுதி படிந்திருந்தது. அப்பொழுதுதான் மலைக்காட்டி லிருந்து வந்திருந்தான். தோலாம்பாளையத்துக்குக் கேளமானைக் கொண்டுபோகையில் நாய்க்கர் கடையில் வயிற்றுக்குக் கொஞ்சம் போட்டுவிட்டால் களைப்பிருக்காதென நினைத்து வந்திருந்தான். கடைக்கு நாலுபேர் வந்து போகிற நேரம். வெய்யில் மேலேறிக் கொண்டிருந்தது. நாய்க்கர் அங்குமிங்குமாய்க் கடைக்குள் அலைந்து கொண்டிருந்தார். நாகப்பனும் ராயப்பனும் பெஞ்சில் குந்தியபடிச் சந்தைக்குக் கடலைமுத்து வாங்கப்போவதுபற்றிப் பேசிக்கொண்டிருந்தார்கள். ஊருக்குத் தெற்கில் பள்ளத்திற்கு மேற்குப் பக்கமாய் இரண்டுபேருக்குமே புஞ்சைக்காடு இருந்தது. பெரியசாமி கவுண்டர்கூட இந்த வருடம் கடலை போடவேண்டுமென்று சொல்லிக்கொண்டிருந்தார். ராயப்பன் ஊர்க் கவுண்டருக்கு ஒரே பிள்ளை. ஊருக்கு வடக்கிலிருக்கும் தோட்டத்தில் நேரடிப் பண்ணையம். எப்போதாவது ஊருக்கு வருவான். பெரியசாமி கவுண்டருக்குச் சாப்பாடெல்லாம் தோட்டத்தில்தான். அவரும் முன்னைப்போலப் பிரியமாகச் சாப்பிட நினைத்தாலும் முடிவதில்லை. வயிற்றுக்குச் சீரண சக்தி குறைந்துவிட்டதாகச் சொல்லுவார். மணியன் மட்டும் ஊர்க் கவுண்டரோடு இருப்பான்.

“ஆருக்குடா, சருகுமானுக!” நாகப்ப கவுண்டர் முன்னால் நின்றுகொண்டிருந்த தன்னாசியைப் பார்த்துக் கேட்டார்.

“தோலாம்பாளையம் எசமானரு ரங்கசாமியவியளுக்கூ. . .” தன்னாசியின் வாய் மெள்ள இழுத்துக்கொண்டது.

“வலை வெச்சியா, இல்ல சுட்டயா?”

“வலெ வெச்சுத்தாஞ்சாமி புடிச்சனுங்க. மொசலக்கு வலெ கட்டியிருந்தமுங்க. . . கேளமானு உழுந்துட்டுதுக... சாமி, கொஞ்சத் தண்ணீ ஊத்தரீகளா?”

நாய்க்கர் தகரடப்பாவிலிருந்து சாய்த்த தண்ணீரைச் சொளுச் சொளுக்கென்று கையொட்டி வாங்கிக் குடித்துக் கொண்டிருந்தான் தன்னாசி. பொம்மக்கட்டை கடைக்கு வேகமாக வந்தான்.

“நாய்க்கரே, கொமாரசாமி கச்சிதமாகக் காரீத்தெ முடிச்சுப் போட்டடா. ஓரே அடியா பவானியக் கொண்டுபோய்ட்டடா.”

நாய்க்கருக்குத் தெரியாமலே குமாரசாமி நடந்துகொண்டதில் அவருக்கு வருத்தமாக இருந்தது. பொம்மக் கட்டையைச் சாதாரணமாக நினைக்க முடியவில்லை நாய்க்கரால்.

“எப்பப்பா நடந்தது, ஆரு சொன்னா?”நாகப்பன் குரலில் தொய்வு தெரிந்தது. தன்னாசி மான்களைத் தூக்கிக்கொண்டு போனான்.

“ஆரு, மருதக் கவுண்டர் பண்ணீத்துல இருக்கறானே, அவனா?”

“அவந்தானுங்க. கவுண்டரு இப்பத்தா சீமையெழு கடலுஞ் சஞ்சாரம் போயிட்டு வந்தாராமா. எங்க தேடியும் கெடைக்கல.”

“ம் . . . ஊரு கெட்டு வெகுநாளு ஆவிப்போச்சு! நம்ம தலைகுனிஞ்சாக் கவுண்டங் கதை தெரீமில்லா. அவரு பொண்ணு கிளியாட்டா இருந்தா. ராசாத்தீன்னு பேரு, அப்ப எனக்குப் பத்துப் பன்னண்டு வருசமிருக்கும். அவளும் மரமேறிப் பயகூட ஓடிப் போயிட்டாள். அவ தலையில ஆண்டவ அப்பிடி எழுதிப் போட்டடா. இப்ப இருக்கறாளோ செத்தாளோ – ஆரு கண்டா? பொறவு இப்பத்தா அப்பிடியொரு சேதி இப்பிடிக் காதுல உழுவுது!” நாகப்பன் அங்கலாய்த்துக் கொண்டே வாயிலிருந்த எச்சிலைத் துப்பினார்.

“செங்கண்ணன் பொறந்தவ அம்மிணீன்னு அவளையங் காணம். கேட்டா, ஊருல இருக்கறான்னு சொல்லீட்டிருக்கறாஞ்

செங்கண்ண! ஊருக்குப் போனவ அப்பிடியே எவங்கூடவாவுது போயிட்டாளோ என்னுமோ? அம்மிணியும் பவானியும் ஒரு சோடி. அவளுக புத்தி எப்பிடியிருக்கும்?" ராயப்பன் வெற்றிலையை மடித்து வாயில் போட்டான்.

"நம்ம ஊருக்கே நல்ல காலமில்லே. மழை மாரி ஒத்துப் பேயுதா பின்னே. அழும்பு அக்குறுமம் நடந்தா சாமியே பொறுக்காது!"

"போன வருசமோ என்னமோ நெனப்பு வருதா? சுடுகாட்டுல பொணம் எரிஞ்சுதுன்னு ஊரே பேசீட்டது."

"அது, எவனோ எங்கயோ இருந்து கொண்டாந்து நம்ம சுடுகாட்டுல எரிச்சிட்டுப் போனதுதான்."

"அப்ப இருந்துதான ஒண்ணு மாத்தி ஒண்ணு நடந்துது."

"காளீப்பங் குடும்பமே தொலைஞ்சு போச்சு. அப்பனையும் மவனையும் ஒட்டுக்காவே சுட்டுத்தள்ளிப்போட்டானுக, அந்த வெடிக்காரம் பசங்க."

"அவங் கேசு ஒண்ணம் முடியலியாமா?"

"வெசாரணெ முடிஞ்சுதுன்னாங்க; சட்ச்சுமெண்டுக்கு ஒரு மாசமாவுமின்னு சொன்னாங்க."

"கண்ணைய உடமாட்டீன்னு கேசு நடத்தறானாமா?"

"அவனெங்க நடத்தறான். சுட்டன்னிக்கு மறிக்காநாளா ராத்திரியோட ராத்திரியா வண்டீல கெடைச்சதெத் தூக்கிப் போட்டுட்டுப் போனவந்தா. ஒன்னம் எட்டிப் பாக்குல. . ."

"கோர்ட்டுக் கச்சேரிக்கு வந்திட்டிருக்கறானாமா. காளிச்சாமி பொஞ்சாதி ரண்டையுங் கூட்டீட்டு அப்பனூட்டுக்கே போயிட்டாளாமா?"

"அவனே போனபொறவு அவ இருந்து என்ன பண்ணயம் பண்ணப் போறா? பூமியெல்லாம் கொறையாக் கெடக்குது. எப்பாச்சும் பொறந்தவனோட ஒரெட்டு வந்துட்டுப் போறா."

"கேசு முடிஞ்சா பூமியெ ஒழிச்சுக் குடுத்தற வேண்டீதுதான."

"குடுக்கலீன்னா உடுவாங்கலா கோர்ட்லே. அதெல்லாம் நடக்காது!"

"நாஞ்சுடுலீன்னு சொல்றானாமா தொரெ. எத்தனெ ஊக்கம்!"

"அவந்தாஞ் சுட்டான்னு பேசிக்கறாங்க."

“காளியப்பஞ் செத்தன்னிக்குப் பார்க்கோணும். வெடிய வெடிய இரும்புத் தொப்பிப் போலீசு ஊருக்குள்ளேயே சுத்தீட்டுக் கெடந்தது?”

“வெடிக்காரன் என்னானான்?”

“அவரு பொறந்த ஊட்டுக்குப் போயிட்டாரு!”

“அவரெப் புடிக்கலியா?”

“அவருதான ஆஸ்பத்ரீல கெடந்தாரு! அவருக்கு இதுல சம்மந்தங் கெடையாது.”

“மாணிக்கனுக்குத்தா வம்பு வருமுன்னு பேசிக்கறாங்க. வக்கீலு கேக்கறதுக்கெல்லாம் அருக்காணியும் பாப்பாத்தியும் பட்டுப்பட்டுனு பதலுக் குடுத்தாளுகளாமா?”

“கந்தசாமி எப்பிடியோ பொழைச்சுட்டான். கைதா ஒண்ணம் வெளங்க மாட்டீங்குது.”

“மாணிக்கம் துப்பாகீல ரவெ போட்டு அடிச்சிருக்கறான். தோட்டாப் போட்டிருந்தா அவனும் முடிஞ்சு போயிருப்பான்.”

“வரவர எல்லாருக்கும் நெஞ்சுல ஈரப்பதம் இல்லாமப் போச்சு!”

“மழை மாரி ஒத்துப் பேயலீன்னா, எங்க பேயும்?”

“கந்தசாமி பொஞ்சாதி ராசி ஆவீட்டாளா?”

“போ கழுதேன்னு துப்பிப்போட்டு அப்பனூட்டுக்குப் போனவ தாலியறுக்கத்தா வருவன்னு சொல்றாளமா!”

“ம்... அவளுக்கு வலுவா ஒரு புருசங் கெடைச்சா உடுவாளா?”

“அதெ உடுங்கப்பா கெடக்குது. வளவளன்னு அதீவே பேசீட்டு.”

“தலைகுனிஞ்சாக் கவுண்டம் பேரனுக்குக் கண்ணாலமாமா?”

“ம்... சண்முகக் கவுண்டரு புள்ளெ, ஒரு பாடு சீரு செறப்புச் செய்வான். பூமிகாணி கொஞ்சமாக் கெடக்குது. சோழந்தொறையெச் சுத்தி. எதுக்கும் அம்சம் வேணுமய்யா!”

“தலைகுனிஞ்சாக் கவுண்ட இப்பத் தலையெக் கொஞ்சம் நிமித்தித்தான் நடக்கறாரு!”

“பாவம், நடக்கட்டும். புள்ளெயப் பெத்துக் கெட்டபேரு. பேரனால தலையெடுக்கறான் மனுச.”

“அவரு பேரனில்லீங்களாமா அது. தம்பி பேரனாமா.”

“ஆரா இருந்தா என்ன. அவந்தான தலை குனிஞ்சாக் கவுண்டருக்குச் சுருக்குன்னு கொள்ளிவெக்கப் போறான்.”

“அதென்னமோ நெசந்தான்.”

கடையிலிருந்தவர்கள் மாறிமாறிப் பேசிக்கொண்டிருப்பதைக் கேட்டபடியே நாய்க்கர் தன் வேலைகளைக் கவனித்துக் கொண்டிருந்தார். அப்படி கேட்டுக்கொண்டிருப்பதில் பொழுது போவது தெரியாது அவருக்கு. நான்கு இடங்களில் சுற்றாமலே பலதும் அவருடைய காதுக்கு வரும். அரைகுறையாய்த் தெரிந்த விசயங்களைக் கேட்டுத் தெரிந்துகொள்வார். யாருக்கும் சொல்வதில் சங்கடமிருக்காது. அவரால் இதுவரை யாருக்கும் வம்பு வந்ததில்லை.

அப்படியும் இப்படியும் பார்த்துக்கொண்டே சாமியாடி வந்துகொண்டிருந்தார். நாகப்பனும் ராயப்பனும் கடையிலிருந்து கிளம்பிக் கிழக்குப் பக்கமாகப் போனார்கள். ரெட்டைக் குத்தகை சைக்கிளில் வந்திறங்கினான். அவனுடைய சைக்கிளில் காக்கிப்பை மாட்டியிருந்தது. கறியெடுத்துக் கொண்டு சோழந்துறையிலிருந்து அவன் வந்திருந்தான்.

“நாய்க்கரே, இன்னிக்குத்தாம் பார்த்தே; சோழந் தொறைக்குப் போலீசுக் கச்சேரி வந்திருச்சு. அடுத்த கெழமெ மந்திரி வந்து தொறந்து வெக்கறாருன்னு பேசீட்டாங்க.”

“அட எளவே! காளீப்பம் போனாலும் போனான். போலீசு கச்சேரியே வந்து சேந்துட்டுது.”

“குத்தகைக்கு புடிச்சவனெல்லா குதிக்கறானுகளாமா?”

“நல்லதோ கெட்டதோ நடக்கட்டும்.”

“பழனிச்சாமி கவுண்டரு கேசு நடக்குதுல்ல. இருவதாயிரம் வாங்கிட்டுப் பூமியெ ஒழிச்சுக் குடத்தர்றதுன்னு பேசி முடிச்சுட்டாங்க.”

“பொம்மிச் செட்டியாரு குத்தகெதாரனுக்கே பூமியெக் கெரயம் எழுதிக் குடுக்கறாதாப் பேசீட்டு எக்ரிமெண்டு போட்டுட்டாராமா.”

“இதுக்குத்தா ரட்டெக்குத்தகெ வேணுமுங்கறது. நேரமே போயி ஒன்ர இவளெ கறிக்கொழம்பு வெய்க்கச் சொல்லு.” நாய்க்கர் இலேசாகக் கிண்டலடித்தார்.

“போங்க நாய்க்கரே! சோழந்தொறைக்குப் போனப்ப அவிய இவிய பேசிக்கறதக் காதுல வாங்காம முடியுமா? அப்பறங் கேளும்! நாச்சம்மா பூமிக்கு அரிக்கா பாளையத்துக்கார அடிப்போடறான். குத்தகெதாரன் சாதீனங் குடுக்க மாட்டீங்கறான். ஒழிச்சுக் குடுத்தா பதனஞ்சாயரம் குடுக்கறம்னு பேச்சு நடக்குது.”

“இங்கயும் ஒன்னொன்னாக் கேப்பானுக பாருங்க!”

“முட்டுவளி சட்டுவளி போட்டவன திடுதிப்புனு வெறுங்கையோட போவச் சொன்னாப் போவானா? ஒனக்குக் கொறையில்லே! பூமிக்குப் பூமியாச்சு! பொண்டாட்டியும் ஆச்சு. தலையில ஒனக்குச் சுழியிருக்குது. நேரமே போ, பொண்சாதி மொளகரைச்சு வெச்சுப் பாத்துக் கெடப்பா!”

“போங்க நாய்க்கரே!” இரட்டைக் குத்தகை சொல்லிக் கொண்டே சைக்கிளைத் தள்ளினான்.

“நல்ல மனுச! என்ன பேசுனாலுங் கோவிச்சுக்க மாட்டான்.”

“அதுக்கும் ஒரு மனசு வேணும் நாய்க்கரே” கொட்டாவி விட்டுக்கொண்டே எழுந்து நடந்தான் பொம்மைக்கட்டை.

வடக்கிலிருந்து சைக்கிளில் வந்த கண்ணுச்சாமி கிழக்கில் திரும்பிக் கொஞ்ச தூரம் வந்துவிட்டுத் திரும்பவும் தெற்குப் பக்கமாகப் போவதைப் பார்த்த சாமியாடி கடையிலிருந்து கிளம்பினார். படுத்திருந்த பூனை விசுக்கென்று பாய்ந்தோடியதைப் பார்க்க எரிச்சலாயிருந்தது நாய்க்கருக்கு. கரியை பாய்லருக்குள் போட்டுவிட்டு வந்து பெஞ்சில் குந்திய நாய்க்கர் பெருமூச்சு விட்டார்.

22

ஊருக்கு மேற்கில் இட்டேரியிலிருந்து பிரியும் வண்டிப் பாதையை ஒட்டியிருந்த ஒற்றையடிப் பாதையில் பத்துப் பேர்களுக்கு மேல் போய்க் கொண்டிருந்தார்கள். ஊர்க் கவுண்டர் மகன் ராயப்பனும், அவருடைய மகன் மணியும் முன்னால் நடந்துகொண்டிருந்தார்கள். தங்கப்ப கவுண்டரும் கண்ணுச்சாமியும் அவர்களைத் தொடர்ந்தார்கள். அருணப்ப கவுண்டரும் மாரப்ப கவுண்டரும் பக்கம்பக்கமாக நடந்தார்கள். போய்க்கொண்டிருந்தவர்களில் சாக்குப்பை நாய்க்கரும் ஒருவர். அவருக்குப் பின்னால் அய்யாவு ஆசாரியும் சாமிக்கவுண்டரும் போனார்கள். சாமியாடியும் பொம்மக்கட்டையும் ரெட்டைக் குத்தகையும்கூட நடந்துகொண்டிருந்தார்கள். நாகப்பனும் மணியப் பண்டாரமும் கடைசியாக நடந்தார்கள்.

பெரியசாமி கவுண்டர் வரவில்லை. அவருக்குக் காது சரியாகக் கேட்பதில்லை. பார்வையும் மங்கிவிட்டது. ஆடபாடலாய் வேகமாக நடக்க முடிவதில்லை. விநாயகர்கோவில்வரை தடியூன்றிக்கொண்டுதான் வருகிறார். மண்டபத்தில் கிழக்குப் பார்த்துச் சம்மணம் போட்டுக்கொள்வார். யாராவது தெரிந்தவர்கள் வந்தால்கூட நான்கைந்து தரம் விசாரித்த பின்தான் புரிகிறது. பற்களெல்லாம்

விழுந்துவிட்டது. பேசினாலும் மற்றவர்கள் திருப்பித் திருப்பிக் கேட்பதால் சலிப்பு வருகிறது. பேச நினைத்தாலும் தொண்டைக் குள்ளேயே தங்கிவிடுகிறது. மீறினால் இரும வேண்டியிருக்கிறது.

தங்கப்ப கவுண்டர்தான் அவ்வப்போது வந்து போகிறார். மணி சோறு தண்ணி கொண்டுவந்து கொடுத்துவிட்டுப் போய்விடுவான். திண்ணையில் கிடக்கும் கட்டிலில் படுத்துக் கண்களை மூடிப் பழையதையெல்லாம் நினைத்துக்கொள்வார். ஒன்றுவிட்டு ஒன்று வரும். தூக்கத்திற்கு, நினைப்புக்கும் வித்தியாசம் தெரிவதில்லை. காக்கை கத்தினால் எரிச்சல் வருகிறது. படுத்துக் கிடப்பதில் உடம்பெல்லாம் வலிக்கிறது. நடப்பதில் கைகால் சோர்ந்துவிடுகிறது. ராயப்பனும் அடிக்கடி வந்து வெகுநேரம் வரை திண்ணையிலிருந்துவிட்டுப் போகிறான். நியாயமென்ற யாரும் இப்போதெல்லாம் கொண்டு வருவதில்லை.

ஓடிப்போன பவானியும் குமாரசாமியும் திரும்பி வந்து விட்டார்கள். பண்ணாரி கோவிலில் கல்யாணத்தை முடித்துக் கொண்டு கோபியில் நான்கைந்து மாதங்கள் இருந்துவிட்டு வந்திருக்கிறார்கள். பவானி மூன்றுமாதமாக உயிர் உசுரோடு இருக்கிறாள். மருதப்ப கவுண்டருக்குத் தெரிய வந்ததும் கூட்டி வந்து தோட்டத்திலேயே வைத்துக்கொண்டு விட்டார். வெளியில் அதிகமாக அவரால் வர முடியவில்லை. போன வாரம் பெரியசாமி கவுண்டரைப் பார்க்க வந்தவர் அழுதுகொண்டே பலதையும் சொல்லிவிட்டுப் போனார். மானத்தை மகள் கெடுத்து விட்டதாய் ஒரு பாடு புலம்பியதைக் கேட்டுக் கண்கலங்கிப் போனார் பெரியசாமி கவுண்டர்.

நேற்றுத்தான் ராயப்பன் எல்லாவற்றையும் பெரியசாமி கவுண்டரிடம் சொன்னான், வெடிக்காரர் ரொம்பவும் மெலிந்து போய்விட்டதாக. ஊருக்கு வடக்கிலிருந்த சொந்தப் பூமியை சோழந்துறை பாட்டப்ப கவுண்டருக்குக் கிரயம் எழுதிக் கொடுத்துவிட்டதாகவும் சொன்னான். பெரியசாமி கவுண்டர், வெடிக்காரரை ஒரு பாடு ஏசித் தீர்த்தார். தெய்வானைதான் காளிச்சாமிக்கு வாரிசு.

கோர்ட்டில் தீர்ப்புச் சொல்லிவிட்டார்கள். மாணிக்கத்திற்கு ஜென்மம் போட்டுத் தண்டித்திருந்தார்கள். துரைக்கு விடுதலை கிடைத்துவிட்டது. போன வாரம் பேப்பரில் வந்திருந்ததாகச் சோழந்துறையில் பேசிக்கொண்டதைக் கேட்டு வந்த ராயப்பன் பெரியசாமி கவுண்டரிடம் சொன்னான். அதைக் கேட்டவர் வெகுநேரம்வரை பேசாமலிருந்தார். கோர்ட்டையும் கச்சேரியையும் நம்பிப்போகிறவர்களைச் சபித்தார். பாட்டன் பூட்டன் சம்பாதித்துவைத்ததையெல்லாம் தொலைத்துவிட்டுத்

தெருவில் நிற்கிறவர்களையெல்லாம் திட்டித் தீர்த்துக் கொண்டிருந்தார்.

நேற்றைக்கு வெடிக்காரரே நேரில் வந்து பெரியசாமி கவுண்டரைப் பார்த்துவிட்டுப் போனார். கூடவே துரையும் வந்திருந்தான். வாடிப்போன அவன் உடம்பில் முகம் மட்டும் பளிச்சென்றிருந்தது. இலேசாக மீசை வைத்திருந்தான். குத்தகைக் கேசு இன்னும் முடியாமலிருப்பதையும் சொல்லி அங்கலாய்த்தார். சோழந்துறை பழனிசாமியும் காளிச்சாமியும் கட்டிய குத்தகையை வாங்கிக் கையிலிருந்து பத்தாயிரமும் சேர்த்து தெய்வானைக்குக் கொடுத்துவிடப் போவதாகப் பேசி முடித்திருந்தார்கள். தெய்வானை தோட்டத்தை ஒழித்துக் கொடுத்துவிட வேண்டும். கந்தசாமியையும் கண்ணையனையும் வைத்துத்தான் பேசி முடித்திருப்பதாக வெடிக்காரர் சொன்னார். கோர்ட்டிலிருந்து குத்தகைப் பணத்தையும் வாங்கி வந்திருந்தார் வெடிக்காரர்; பெரியசாமி கவுண்டரை வைத்துத்தான் பைசல் பண்ணப்போவதாகச் சொன்னார். தம்மால் முடியாதெனச் சொல்லி ராயப்பனை வரச் சொல்லுவதாகச் சொன்னார் பெரியசாமி கவுண்டர்.

கால்களை எட்டிவைத்து நடையைத் தொடர்ந்து கொண்டிருந்தார் ராயப்பன். ஒற்றைப் பனைமரத்துக்குப் பக்கத்தில் வந்ததும் நடையைத் தளர்த்தி நின்றார் ராயப்பன்.

“இங்கதான காளீப்பனெச் சுட்டது?” மாரப்ப கவுண்டரின் முகத்தைப் பார்த்தான் ராயப்பன்.

“ஆமா. அடிக்குந் தலைக்குமா ஆளு குறுக்க கெடந்தான்.”

“ரத்தத்தெப் பாத்துட்டுப் போயி ரெண்டுநாளாச் சோறு தண்ணி எறங்குல போ, ஒரே அரிகரிப்பு.”

“சரி. நடங்க! வெயிலு தலைக்கேறுது!” தங்கப்ப கவுண்டர் சொல்லவும் ராயப்பன் பெருமூச்சு விட்டபடி நடந்தான்.

தென்னைமரங்களில் குருத்துக்கள் காய்ந்துபோகக் கீற்றுகள் வாடித் தலைவிரிகோலமாக நின்றிருந்தன. வெக்கைக் காற்று மலைப்பக்கமிருந்து வீசியது. காக்கைகள் நல்ல தண்ணித் தோட்டத்தின் குறுக்காகக் கத்திக்கொண்டே பறந்தன. கரும்புச் சிட்டுகள் க்விச் க்விச்சென வேலிக்குள் கத்திக்கொண்டிருந்தன. மைனாக்கள் புழுக்களைப் பொறுக்கியபடிக் குதித்துக்குதித்துத் தாவிக்கொண்டிருந்தன. கண்ணுச்சாமி ஒருதரம் மெல்லத் திரும்பிப் பார்த்தான். சாக்குப்பை நாய்க்கருக்குப் பின்னால் ஒவ்வொருத்தரும் வரிசையாக வந்துகொண்டிருந்தார்கள்.

சாளைத் திண்ணையிலிருந்த தெய்வானை மெள்ள எழுந்து கட்டுத்தரைப் பக்கமாய்ப் போனாள். தெய்வானை கட்டியிருந்த வெள்ளைச் சேலை மொசுமொசுவெனப் பளபளப்பதைப் பார்த்த கண்ணுச்சாமி தயக்கத்தோடு அவளின் முகத்தைக் கவனித்தான். கணுகணுவென்ற முகத்தில் சலனமெதுவுமில்லை. கண்களில் உணர்ச்சியில்லை. முந்தானையைத் தோளைச் சுற்றிப் போர்த்துக்கொண்டு நிமிர்ந்துபார்க்கக் கூசினாள். களத்தில் எம்பிக்குதித்து ஓடிக்கொண்டிருந்த ஆட்டுக்குட்டிகளின் பின்னால் போய்க்கொண்டிருந்த மகள் சரசுவைக் கூப்பிட நினைத்தாள். அவளுக்குத் தனியாக நிற்பது என்னவோ போலிருந்தது. ஆனாலும் சரசுவைக் கூப்பிடவில்லை.

காற்றுக்கு அலைந்த முடியை ஒதுக்கிவிட்டபடி தண்ணீர்த் தொட்டியின் மேல் குந்தியிருந்தான் தங்கராசு. மாமரத்தில் மட்டும் கரிக்குருவிகள் கத்திக்கொண்டிருந்தன. இலைகளுக்கு நடுவில் காய்ந்துபோனவையும் தொங்கின. நிழலும் கீழே சரிந்துகிடந்தது.

இரண்டு வருடங்களுக்கும் மேலாகவே நல்ல தண்ணித் தோட்டம் கோரையாகக் கிடந்தது. கிணற்றுத் தண்ணீருக்கு அவசியமொன்றும் இருக்கவில்லை. திராட்சைக் கொடிகளுக்குப் பந்தலாகப் போடப்பட்ட கல்கால்கள் வெய்யிலுக்கு மினுமினுப்புக் காட்டின. இங்கேயும் அங்கேயுமாக ஒன்றிரண்டு சரிந்து நிலத்தில் சாய்ந்துகிடந்தன. திட்டுத்திட்டாகக் காய்ந்த புல்லும் முள் செடிகளும் பரவலாக அங்கங்கே தெரிந்தன. மாடுகளும் ஆடுகளும் மேய்ச்சலிலிருந்தன. வடக்குப்புற வேலையில் மாட்டுக்காரர்கள் குந்தியிருந்தனர்.

மாரப்ப கவுண்டரும் அருணப்ப கவுண்டரும் மாமரத்து நிழலில் ஒதுங்கிக் குந்திக்கொண்டார்கள். கிழக்கிலிருந்து பிரிந்த ஒற்றையடிப் பாதையில் வெடிக்கார வேலா கவுண்டர் வந்து கொண்டிருப்பது தெரிந்தது. விரைசலாகத்தான் வந்தார். நடையில் முன்னமிருந்த மிடுக்கு இல்லை. சோழந்துறை பழனிச்சாமியும் துரையும் அவருக்குப் பின்னால் எட்டிப் பிடிக்கிற தூரத்தில் வந்துகொண்டிருந்தார்கள். அவர்களைப் பிடிக்க வருகிறவன் போல கொஞ்ச தூரத்தில் குமாரசாமி அவசரம் அவசரமாக வந்துகொண்டிருந்தான். அவனுடைய வேட்டியும் சட்டையும் பளிச்சென்றிருந்தன.

“வெடிக்காரரு வந்தாச்சு. தொரையெப் பாத்தியா. கோழிக் குஞ்சாட்டா குறுகுறுன்னு வாறான்!” மாரப்ப கவுண்டர் சொல்லிக்கொண்டே எழுந்தார்.

“செயில்ல போட்டுக் கஞ்சியா ஊத்தி வதக்கிப்போட்டானுக.”

“சுட்டப்பவே போலீசு கையில கெடைச்சிருந்தா தட்டிப் புழிஞ்சிருப்பாங்க. அன்னிக்கு வந்தெறங்குன போலீசப் பாத்தியா? ஒவ்வொரு கதவாத் தட்டித் தீர்த்தாங்க. நெனைச்சாக் குடலெக் கலக்குது போ.”

“வெடிக்காரங் கூட்டம் முழிச்சவனுகில்லே. லகுவுல சிக்குவானுகளா? வக்கீல வெச்சுக் கோர்ட்டுலயே ஆசராவீட்டானுக.”

“சாகறஞ் சாகறன்னு காளீப்பனூ அவனுகளெக் கஞ்சித் தண்ணிக்கு வழியில்லாமெ நாறடிச்சுப் போட்டாம் போ!”

“எப்பிடியோ தப்பிச்சனா பொழைச்சனான்னு வெளியே வந்துட்டானுக. மாணிக்கந்தா செம்மம் வாங்கீட்டுக் களி தின்னுட்டுக் கெடக்குறான்.”

“ஆரச் சொல்லி என்ன ஆவுது? அவந்தலையில் அப்பிடி எழுதியிருக்குது. கெடக்குது எந்திரி, சட்டுப் புட்டுன்னு சுடியா காரீத்தெ முடிச்சுட்டுப் போவலாம்.”

இரண்டு பேரும் சேர்ந்து களத்துக்கு வந்தார்கள். ஆளுக்கு ஆள் விசாரித்துக்கொண்டிருந்தார்கள்.

“நேரம் ஒரு பாடு ஆவுது! வந்த காரீத்தெ உட்டுப் போட்டுத் தடம்போகாத நியாயத்தெப் பெருசாப் பேசீட்டு.” நாய்க்கர் சொல்லவும் காரியத்துக்கு வந்தார் பழனிச்சாமி.

“வெரலெண்ணறதுக்குள்ளே முடிஞ்சு போவும் காரியம். மணீகாரரு எழுதிக் குடுத்த காயதத்தெ கொஞ்சம் படிச்சுக் காட்டிப் போடு!” சட்டைப் பையிலிருந்த நீளமான காகிதத்தை எடுத்துக் கொடுத்தார் பழனிச்சாமி.

கண்ணுச்சாமி வாங்கிப் பார்த்தான். வாசகங்களுக்குக் கீழே ரெவின்யூ ஸ்டாம்பு ஒட்டியிருந்தது.

“கேளுங்க!” தொண்டையைச் செருமி விட்டுக் கண்ணுச்சாமி படிக்கத் தொடங்கினான்.

“கோவை மாவட்டம் மேற்படி தாலூக்கா கள்ளிப்பட்டிக் கிராமத்தில் குடியிருக்கும் சின்னாக் கவுண்டர் மகன் வேலா கவுண்டருக்கு, மேற்படி மாவட்டம், மேற்படி தாலூக்கா மேற்படி கிராமத்தில் குடியிருக்கும் காலஞ்சென்ற காளிச்சாமியின் மனைவியும், வாரிசுமாகிய தெய்வானையாகிய நான் மேற்படி தேதியில் கீழ்க்கண்ட சாட்சிகள் முன்பு சித்த சுவாதீனத்துடன் எழுதிக் கொடுத்த நிலசுவாதீனப் பத்திரம் என்னவென்றால்,

மேற்படி வேலா கவுண்டர் பூமியைக் குத்தகைக்குப் பார்க்கும் உத்தேசமில்லாததால் மேற்படி தேதியில் மேற்படியாரிடம் குத்தகைக்குப் பிடித்த பூமியைச் சுவாதீனம் செய்து கொடுத்து எனக்கும் பூமிக்கும் எந்தவிதப் பாத்தியமும் இல்லையென்பதை இதன்மூலம் தெரிவித்துக்கொள்ளுகிறேன்."

"கேட்டுட்டீங்களா? அவ்வளவுதே! வெடிக்காரய்யா, முன்னால வாங்க! கெழக்கெ பாத்து சூரீனக் கும்புட்டு தெய்வானெ கையில குடுங்க! வாம்மா இப்பிடி." பழனிச்சாமி கூப்பிடவும் பக்கத்தில் வந்து நின்றாள் தெய்வானை. பையிலிருந்து மூன்று நூறு ரூபாய்க் கட்டுகளை எடுத்து சூரியனைப் பார்த்துக் கும்பிட்டார் வெடிக்காரர்.

"மேற்கெ பார்த்து நின்னு வாங்கிக்கம்மா!"

தெய்வானை பதற்றத்துடன் கைநீட்டி வாங்கினாள். பணத்தை நெஞ்சில் அடித்துக்கொண்டே, "ஐயோ! கடவுளே!" என்று கதறத் தொடங்கினாள். தங்கராசும் சரசுவும் அவளைக் கட்டிக்கொண்டு தேம்பினார்கள். வெடிக்காரரும் துரையும் தலையைக் குனிந்துகொண்டு நகர்ந்தார்கள். மற்றவர்கள் கண்களைத் துடைத்துக்கொண்டார்கள்.

"அழுவாதயம்மா! நல்ல மனசோட போயி குழந்த குட்டிகளெக் காப்பாத்திக்க!"

"ஐயா, இந்தப் பச்சப் பிஞ்சுகளெ வெச்சிட்டு நானு காலம்பூரா மறுவோனுமே! கடவுளே!" தரையில் குந்தி தங்கராசுவையும் சரசுவையும் கட்டிக் கொண்டு அழுதாள் தெய்வானை.

"தெய்வானே! எந்திரிச்சுக் கையெழுத்துப் போட்டுட்டு வண்டி ஏறு! நேரமே போயிச் சேர வேண்டாமா?" கந்தசாமிதான் பேசினான்.

"எங்கீங்கய்யா?"

"திண்ணைக்கு வா!"

தெய்வானை திண்ணைக்குப் போய், கண்ணுச்சாமி நீட்டிய பேனாவை வாங்கிக் கைநடுங்கக் கையெழுத்துப் போட்டாள்.

"சாட்சி போடறவங்க வாங்க!"

தங்கப்ப கவுண்டரும் மாரப்ப கவுண்டரும் கையெழுத்துப் போட்டுக் கொடுத்தார்கள். அவர்களைப் பற்றிய விவரங்களை அவரவர் கையெழுத்துக்குக் கீழே எழுதி பழனிச்சாமியிடம் நீட்டினான் கண்ணுச்சாமி.

“வெடிக்கார அய்யங்கிட்ட குடுத்துப் போடு!”

“எடுக்க வேண்டீதெல்லாம் எடுத்துட்டியா தெய்வானெ?”

“ஆச்சுங்கையா!”

“பாத்தரம் பண்டமெல்லா ஒண்ணு பாக்கியில்லாமெ எடுத்தாச்சா?”

“பூரா வண்டீல வெச்சாச்சுங்க!”

“டே, சுப்பா, நாங்க களம்பரம். நாளமத்தனா ஊருக்கு வா!”

“வாரனுங்காத்தா! நம்ம சின்னக்கவுண்டரு ஆட்டுக்குட்டி கேட்டாருங்க. புடிச்சுக்குடுக்கிறங் கொண்டு போங்க!”

“அவஞ் சின்னப் பைய! வெளையாட்டுக்குக் கேப்பா?”

“குடுக்கலீன்னா மனசு கேக்காதுங்க ஆத்தா?”

“செரிச் செரீ. வண்டீப் பூட்டிக்குடு கந்தசாமி! வண்டீல ஏறு!”

சுப்பன் மாதாரி வண்டியைப் பூட்டி நிறுத்திவிட்டு, ஆட்டுக்குட்டியைப் பிடிக்கப் போனான். தெத்துப் படலைப் பிடித்து வண்டியில் ஏறி சவாரிப் பலகையில் சம்மணம் போட்டுக்கொண்டான் கந்தசாமி. தெய்வானையும் சரசுவும் ஏறி உட்கார்ந்தார்கள். தங்கராசு பின் பாரச்சட்டத்தைப் பிடித்து எம்பி ஏறிக் கால்களைத் தொங்கவிட்டுக்கொண்டான். தெய்வானை எல்லாரிடமும் சொல்லிக்கொண்டாள். சுப்பமாதாரி கருப்பு ஆட்டுக்குட்டியைத் தாவிக்கொண்டு வந்து தங்கராசுவின் மடியில் வைத்தான். அவன் தாவி அணைத்தபடி சரசுவைப் பார்த்தான். சரசு சிரித்துக்கொண்டிருந்தாள்.

வண்டி களத்தை விட்டுக் கிளம்பியது. பட்டி ஆடு கத்தியது.

“சுப்பா, வராத இருந்துக்காதே!”

“வாரனுங்காத்தா!” கண்களைப் புறங்கையால் துடைத்துக்கொண்டே சொன்னான் சுப்பன் மாதாரி.

வண்டி குலுங்கிக்குலுங்கிப் போய்க்கொண்டிருந்தது.

மடியிலிருந்த ஆட்டுக்குட்டி நழுவி விழுந்து கத்தியது.

தங்கராசு வண்டியிலிருந்து குதித்து ஓடிப் போய்ப் பிடித்துத் தாவிக்கொண்டு திரும்பினான். ஒற்றைப் பனைமரத்தைத் தாண்டி வண்டி நின்றது. ஆட்டுக்குட்டியைத் தாவியபடி ஓடி வந்த தங்கராசு பனைமரத்துக்குப் பக்கத்தில் நின்றான். தரையைப்

பார்த்து எதையொ தேடுவது மாதிரி இருந்தது. அவனுடைய முகம் அப்படி மாறிப்போனதை தெய்வானை அதுவரை பார்த்ததில்லை. 'திக்' கென்றது தெய்வானைக்கு.

"தங்கம்? வா, சாமி!"

ஆட்டுக்குட்டியை இறுக அணைத்தபடி ஓடி வந்து கொண்டிருந்தான் தங்கராசு. அவனுடைய காலடிகளில் இலேசாகச் செம்புழுதி கிளம்பிக்கொண்டிருந்தது.

9789386820778

FCW - #0095 - 061026 - C0 - 216/140/10 - PB - 9789386820778 - Matt Lamination